വിജ്ഞാനവർഷം

പുസ്തകം 111

കാർട്ടൂൺ വിചാരം

cartoon vicharam

•

v c abhilash

•

first edition
septmber 2014

•

typesetting & published
chintha publishers, thiruvananthapuram

•

•

cover
ambeesh

•

cover cartoon courtesy
r k laxman, o v vijayan, shankar pillai

•

വിതരണം

ദേശാഭിമാനി ബുക്ക് ഹൗസ്

H O തിരുവനന്തപുരം–695 035
phone: 0471-2303026, 6063026
www.chinthapublishers.com
chinthapublishers@gmail.com

ബ്രാഞ്ചുകൾ

ഹെഡ്ഡാഫീസ് ബ്രാഞ്ച് കുന്നുകുഴി • സ്റ്റാച്യു തിരുവനന്തപുരം • കെ എസ് ആർ ടി സി ബസ് സ്റ്റേഷൻ ആലപ്പുഴ • കെ എസ് ആർ ടി സി ബസ് സ്റ്റേഷൻ എറണാകുളം • ചിറ്റൂർ റോഡ് എറണാകുളം • മച്ചിങ്ങൽ ലെയ്ൻ തൃശൂർ • ഐ ജി റോഡ് കോഴിക്കോട് • മാവൂർ റോഡ് കോഴിക്കോട് • എൻ ജി ഒ യൂണിയൻ ബിൽഡിങ് കണ്ണൂർ • സെൻട്രൽ ബസ് ടെർമിനൽ കോംപ്ലക്സ് താവക്കര കണ്ണൂർ

CO - VV. 111 / 2099 / 3520

കാർട്ടൂൺ വിചാരം

വി സി അഭിലാഷ്

ചിന്ത പബ്ലിഷേഴ്സ്
തിരുവനന്തപുരം-695 035

വി സി അഭിലാഷ്

1982 ൽ നെടുമങ്ങാട് കൊല്ലങ്കാവിൽ വിജയകുമാറിന്റെയും ചന്ദ്രികയുടെയും മകനായി ജനിച്ചു. പത്ര ദൃശ്യമാധ്യമ രംഗത്തും പരിസ്ഥിതി സംരക്ഷണം, സിനിമ എന്നീ മേഖലകളിലും സജീവം. സ്കൂൾ യുവജനോത്സവത്തിൽ കാർട്ടൂൺ-കാരിക്കേച്ചർ വിഭാഗത്തിൽ തുടർച്ചയായി രണ്ടു തവണ സംസ്ഥാന തലത്തിൽ ഒന്നാം സ്ഥാനക്കാരനായിരുന്നു. മികച്ച ചെറുകഥയ്ക്ക് കെ ജി ശിവൻ സ്മാരക പുരസ്കാരം, പരിസ്ഥിതി സംരക്ഷണ പ്രവർത്തനത്തിനുള്ള ദേശസേവിനി പുരസ്കാരം എന്നിവ ലഭിച്ചു. *ഞാൻ എന്നൊരാൾ*, കോഴിക്കോട് നന്മണ്ട ഗ്രാമപഞ്ചായത്തിനു വേണ്ടി *ലഹരിയുടെ അവശേഷിപ്പുകൾ അറിയിക്കുന്നത്* തുടങ്ങിയ ഡോക്യുഫിക്ഷനുകൾ സംവിധാനം ചെയ്തു. ഏഷ്യാനെറ്റിൽ പ്രോഗ്രാം പ്രൊഡ്യൂസറായിരുന്നു. ഇപ്പോൾ *ജനയുഗം* ദിനപത്രത്തിൽ സബ് എഡിറ്ററും കാർട്ടൂണിസ്റ്റും.

ജീവിത പങ്കാളി : രാഖി കൃഷ്ണ.

വിലാസം : 'ഇന്ദീവരം' കൊല്ലങ്കാവ്,
പഴകുറ്റി പി ഒ,
നെടുമങ്ങാട് 695561.

ഫോൺ : 9895637578

ഇമെയിൽ : vcabhi25@gmail.com

ഉള്ളടക്കം

അവതാരിക 7

വി എസ് അച്യുതാനന്ദൻ

വരച്ചെടുത്ത ചരിത്രം

വല്ലാത്തൊരു കല 13

സ്വാതന്ത്ര്യത്തിന്റെ എതിർപ്പുകൾ 37

രക്തനക്ഷത്രങ്ങൾ സാക്ഷി

വിപ്ലവം പേനക്കുഴലിലൂടെ 43

രക്ത കാർട്ടൂണുകൾ 47

ഇർഫാന്റെ ലോകം 51

ബ്ലാക്ക് കാർട്ടൂണുകൾ 54

ഇന്ത്യൻ കാർട്ടൂണിന്റെ കഥ 57

മലയാളിയുടെ വരയാത്ര 75

നമ്മൾ കണ്ട വലിയ വരയന്മാർ

ആരെയും ഒഴിവാക്കാത്ത ശങ്കർ 93

ടോംസിന്റെ പിള്ളേർ 95

വിശ്വപൗരൻ അബു 98

ദർശനം വ്യാഖ്യാനിച്ച വരകൾ 101

വലിയ മനുഷ്യനും ചെറിയ ലോകവും 104

കാർട്ടൂൺ ബ്രിഗേഡിയർ 107

മന്ത്രിപുംഗവൻ 110

കുഞ്ഞമ്മാന്റെ അച്ഛൻ 113

തോമസ് മാഷ് 115

കാർട്ടൂണിസ്റ്റുകളിലെ ധീരൻ ധീരന്മാരിലെ കാർട്ടൂണിസ്റ്റ് 118

ലളിതസുഭഗൻ 120

ഇന്റർനാഷണൽ നർമബോധം 122

വരവിസ്മയം 124

പോക്കറ്റ് കാർട്ടൂണിന്റെ പിതാവ് 127

സുന്ദരവരകൾ 129

കാർട്ടൂണിന്റെ മനഃശാസ്ത്രം 132

കൃഷ്ണേട്ടൻ 135

സർവകലാവല്ലഭൻ 137
കളിയല്ല കാർട്ടൂൺ 139
ജനകീയതയുടെ ചിരിവരകൾ 142
കുട്ടിവര ഇവിടെ കട്ടിവര 146
ശൈലീവല്ലഭൻ 149

സംഭാഷണങ്ങൾ

ഒരു വരയ്ക്കുമപ്പുറം 152
സംവാദം: *പി വി കൃഷ്ണൻ, സുജിത്, സുധീർനാഥ്/ വി സി അഭിലാഷ്*
ഒരു പെർഫെക്ട് കാർട്ടൂണിസ്റ്റിന്റെ വരക്കാഴ്ചകൾ 168
അജിത് നൈനാൻ/വി സി അഭിലാഷ്
ജീവിതം കാർട്ടൂൺ രാഷ്ട്രീയം 175
ഇ പി ഉണ്ണി/വി സി അഭിലാഷ്
കാർട്ടൂണും മാനേജ്മെന്റും 179
കാർട്ടൂണും പ്രതികരണവും 183
കാർട്ടൂണും ഇലസ്ട്രേഷനും 186
കോമിക് കാർട്ടൂൺ 189
ഫ്രീലാൻസ് കാർട്ടൂൺ 191
കാർട്ടൂണും കാരിക്കേച്ചറും 193
കാർട്ടൂണും സൈബർലോകവും 195
പോക്കറ്റ് കാർട്ടൂൺ 197
വരയുടെ വേഗവിസ്മയം 199

അവതാരിക

വി എസ് അച്യുതാനന്ദൻ

കാർട്ടൂണിസ്റ്റും മാധ്യമപ്രവർത്തകനുമായ വി സി അഭിലാഷിന്റെ *കാർട്ടൂൺ വിചാരം* രേഖാചിത്രങ്ങളുടെ, വിശേഷിച്ച് ആക്ഷേപഹാസ്യ രേഖാചിത്രങ്ങളുടെ ചരിത്രത്തിലേക്ക് വെളിച്ചംവീശുന്നു. രാഷ്ട്രീയമായും സാമൂഹികമായും ഏറ്റവും വലിയ ഒരു സമരായുധമായി, ചിരിയും ചിന്തയും ജനിപ്പിക്കുന്ന സർഗസൃഷ്ടിയായി കാർട്ടൂൺ ഉപയോഗപ്പെടുന്നു. കാർട്ടൂണിന്റെ ചരിത്രവും വർത്തമാനവും പരിശോധിക്കുന്നതോടൊപ്പം പ്രശസ്തരായ കാർട്ടൂണിസ്റ്റുകളെ പരിചയപ്പെടുത്തുകയും ചെയ്യുന്നുണ്ട്, ശ്രീ. അഭിലാഷ്.

ആക്ഷേപഹാസ്യത്തിന്റെ കാര്യത്തിൽ സമ്പന്നമായ പാരമ്പര്യമുള്ള ജനതയാണ് മലയാളി. കുഞ്ചൻ നമ്പ്യാരുടെ ആക്ഷേപഹാസ്യ കവിതകൾ അന്നത്തെ കാലത്ത് ഇന്ന് സമൂഹത്തിൽ കാർട്ടൂണുകൾ വഹിക്കുന്ന പങ്കുതന്നെയാണ് നിർവഹിച്ചത്. രാജകൊട്ടാരത്തിൽ ആസ്ഥാനകവി സ്ഥാനം അലങ്കരിച്ചിരുന്ന നമ്പ്യാർ 'അന്നദാതാവായ പൊന്നുതമ്പുരാനെ'ത്തന്നെ കണക്കിനു കളിയാക്കുന്നതിൽ മിടുക്കു കാട്ടി. അതിലെ ചിന്തനീയമായ നർമം ആസ്വദിക്കാനും ഉൾക്കൊള്ളാനും രാജാവിനുപോലും കഴിഞ്ഞു. ആക്ഷേപഹാസ്യം സാമൂഹ്യ വിമർശനത്തിനും ഭരണകൂട നടപടികൾക്കെതിരായ പ്രതിഷേധ പ്രകടനത്തിനും പറ്റിയ മാധ്യമമായി പണ്ടുതന്നെ അംഗീകരിക്കപ്പെട്ടതാണ്. കുഞ്ചൻ നമ്പ്യാരുടെ സമ്പന്നമായ പാരമ്പര്യമാണ് കേരളത്തിലെ കാർട്ടൂണിസ്റ്റുകൾക്കുള്ളത്.

പത്രങ്ങളിൽ കാർട്ടൂൺ ഒഴിച്ചുകൂടാനാവാത്ത ഒരു പംക്തിയായി മാറിയതോടെ ഈ രംഗത്ത് മലയാളികൾക്കുള്ള പ്രാഗത്ഭ്യം സാർവത്രികമായി അംഗീകരിക്കപ്പെട്ടു. മലയാളിയായ ശങ്കർ ആറര പതിറ്റാണ്ടോളം മുമ്പ് ആരംഭിച്ച *ശങ്കേഴ്സ് വീക്കിലി* ഇന്ത്യയിൽ ഒരു കാർട്ടൂൺ വിപ്ലവത്തിനു തുടക്കംകുറിച്ചു. രാജ്യാന്തര പ്രശസ്തരായ നിരവധി കാർട്ടൂണി

സ്റ്റുകളെ സംഭാവന ചെയ്തുകൊണ്ട് കേരളം ഈ രംഗത്ത് ശ്രദ്ധ പിടിച്ചുപറ്റി. മഹാപ്രതിഭയായ ശങ്കർ ജവാഹർലാൽ നെഹ്റുവിനെ പരിഹസിച്ചുകൊണ്ടാണ് ഏറ്റവുമധികം കാർട്ടൂണുകൾ വരച്ചത്. ആ കാർട്ടൂണുകളെ ശരിയായി ഉൾക്കൊള്ളുകയും ആസ്വദിക്കുകയും ആത്മവിമർശനത്തിനുള്ള ഉപാധിയാക്കുകയുമാണ് നെഹ്റു ചെയ്തത്.

എന്നാൽ ഇന്ന് കാർട്ടൂണിസ്റ്റുകളും ആക്ഷേപഹാസ്യ ചിത്രങ്ങളും അസഹിഷ്ണുതയ്ക്കിരയാവുന്നു. ആധുനിക ഇന്ത്യൻ കാർട്ടൂണിന്റെ കുലപതിയും മഹാപ്രതിഭയുമായ ശങ്കർ വരച്ച ഒരു കാർട്ടൂൺ പാഠപുസ്തകത്തിൽ വന്നതിന്റെ പേരിൽ ഉത്തരേന്ത്യയിൽ അക്രമവും പാർലമെന്റിൽ ബഹളവുമുണ്ടായി. മാനവവിഭവ മന്ത്രി കപിൽ സിബൽ മാപ്പ് പറയുകയും പാഠപുസ്തകത്തിൽനിന്നും കാർട്ടൂൺ പിൻവലിക്കുകയും ചെയ്തു. ഭരണഘടനാ നിർമാണ സന്ദർഭത്തിൽ നടന്ന ചില വാദപ്രതിവാദങ്ങളുടെ പശ്ചാത്തലത്തിൽ പണ്ഡിറ്റ് നെഹ്റുവിനെയും അംബേദ്കറെയും ബന്ധപ്പെടുത്തിക്കൊണ്ട് രചിച്ചു പ്രസിദ്ധപ്പെടുത്തിയ കാർട്ടൂണാണ് ആറ് പതിറ്റാണ്ടുകഴിഞ്ഞ ശേഷം ചിലരുടെ വികാരം ആളിക്കത്തിച്ചത്.

ആ കാർട്ടൂൺ പ്രസിദ്ധപ്പെടുത്തിയ ഘട്ടത്തിൽ എതിർപ്പുണ്ടായില്ല. നെഹ്റുവും അംബേദ്കറും അതിലെ നർമം ആസ്വദിക്കുകയും അതിലെ വിമർശനം ഉൾക്കൊള്ളുകയും ചെയ്തുകാണും. ആ കാർട്ടൂൺ ഇന്ത്യയിലെ പതിനൊന്നാം ക്ലാസ് വിദ്യാർഥികൾ പൊളിറ്റിക്കൽ സയൻസ് പാഠപുസ്തകത്തിൽ പഠിക്കാൻ തുടങ്ങിയിട്ട് ആറ് വർഷമായി. ആറ് വർഷം കഴിഞ്ഞപ്പോഴാണ് അസഹിഷ്ണുക്കൾ തല പൊക്കിയത്. ശങ്കറിന്റെ കാർട്ടൂണിനാണ് ഈ അനുഭവമുണ്ടായതെങ്കിൽ ശങ്കറിനു ശേഷമുള്ള തലമുറയിലെ ഏറ്റവും വിഖ്യാതനായ കാർട്ടൂണിസ്റ്റ് ആർ കെ ലക്ഷ്മണും ഇപ്പോൾ ദുരനുഭവമുണ്ടായിരിക്കുന്നു. തമിഴ്നാട്ടിലെ ഹിന്ദി-ഇംഗ്ലീഷ് ഭാഷാ പ്രശ്നം സംബന്ധിച്ച് 1960 ൽ ലക്ഷ്മൺ പ്രസിദ്ധപ്പെടുത്തിയ കാർട്ടൂൺ പാഠപുസ്തകത്തിൽ വന്നപ്പോൾ തമിഴ്നാട്ടിലെ ഒരു വിഭാഗം ആളുകൾക്ക് വികാരം അണപൊട്ടി. ആ ചിത്രം വന്നത് പന്ത്രണ്ടാം ക്ലാസിലെ പൊളിറ്റിക്കൽ സയൻസ് പുസ്തകത്തിലാണ്. ആ പുസ്തകവും പിൻവലിക്കണം പോലും!

കാർട്ടൂണുകൾക്കെതിരായി വടക്കും തെക്കും ഇങ്ങനെ അസഹിഷ്ണുതയുണ്ടായതും അക്രമസമരങ്ങളുണ്ടായതും എന്തുകൊണ്ടാണെന്ന് പരിശോധിക്കപ്പെടണം. ജനാധിപത്യത്തിന്റെ മാലാഖയായി പല മാധ്യമങ്ങളും വലതുപക്ഷക്കാരും പാടിപ്പുകഴ്ത്തിയ മമതാ ബാനർജിയാണ് ഇന്ത്യയിൽ കാർട്ടൂണുകൾക്കെതിരെ ഭ്രാന്തമായ നടപടിയുമായി ആദ്യം രംഗത്തു വന്നത്. റെയിൽവേ ബജറ്റ് അവതരിപ്പിച്ച ശേഷം മറുപടി പറയാൻപോലും അവസരം നൽകാതെ ദിനേശ് ത്രിവേദിയെ പിൻവലിക്കുകയും പകരം മുകുൾ റോയിയെ റെയിൽവേ മന്ത്രിയായി അവരോധിക്കുകയും ചെയ്ത മമതയുടെ നടപടിയെ വിമർശിച്ചുകൊണ്ട് അംബികേഷ് മഹാപത്ര എന്ന കോളേജധ്യാപകൻ ഒരു കാർട്ടൂൺ സുഹൃത്തുക്കൾക്കിടയിൽ പ്രചരിപ്പിച്ചു. ജാദവ്പൂർ സർവകലാശാലയിലെ

അധ്യാപകനായ മഹാപത്രയെ അറസ്റ്റ് ചെയ്ത് ജയിലിലടയ്ക്കുകയാണ് മമതാ ബാനർജി ചെയ്തത്. അടിയന്തരാവസ്ഥയ്ക്കു ശേഷം ഇന്ത്യാരാജ്യത്ത് അഭിപ്രായസ്വാതന്ത്ര്യത്തിനുമേൽ നടന്ന ഏറ്റവും വലിയ കടന്നാക്രമണമായിരുന്നു അത്. ഈ ഫാസിസ്റ്റ് നടപടിക്കെതിരെ രാജ്യവ്യാപകമായി ശക്തമായ പ്രതിഷേധം ഉയർത്തിക്കൊണ്ടുവരുന്നതിന് ഉൽപ്പതിഷ്ണുക്കൾക്ക് കഴിഞ്ഞില്ല. ലോകമെങ്ങും കാൾ മാർക്സിന്റെ പുസ്തകങ്ങൾക്ക് പ്രിയം ഏറിവരുമ്പോൾ, പശ്ചിമ ബംഗാളിലെ പാഠപുസ്തകങ്ങളിൽനിന്ന് മാർക്സ് എന്ന പേര് തന്നെ മമതാ ബാനർജി വെട്ടിമാറ്റി. വായനശാലകളിൽ ഇന്നിന്ന പത്രങ്ങൾ വരുത്താൻ പാടില്ലെന്ന് അവർ തിട്ടൂരമിറക്കി. നമ്മുടെ പത്രമാധ്യമങ്ങളുൾപ്പെടെ അതിൽ പ്രതിഷേധമുയർത്തിയില്ല. ഇങ്ങനെ പശ്ചിമ ബംഗാളിൽ മമതാ ബാനർജി സ്വീകരിച്ച ജനാധിപത്യവിരുദ്ധവും സഹിഷ്ണുതയില്ലാത്തതുമായ നടപടികളുടെ അനുബന്ധമായി വേണം ശങ്കറിന്റെയും ലക്ഷ്മണിന്റെയും കാർട്ടൂണുകൾക്കെതിരെ നടന്ന അക്രമങ്ങളെ കാണാൻ.

പാഠപുസ്തകങ്ങളിൽ എന്ത് ചേർക്കണമെന്നും എന്ത് ചേർക്കരുതെന്നും മതമേധാവികളും ജാതിസംഘടനകളും ശഠിക്കുകയും ഭരണാധികാരികൾ അതിന് വഴങ്ങുകയും ചെയ്യുന്നത് കേരളത്തിലെയും സമകാല അനുഭവമാണ്. ഏറ്റവും പെട്ടെന്ന് വ്രണപ്പെടുന്ന വികാരമാണ് ഇത്തരക്കാരുടേത്. വികാരം വ്രണപ്പെടുമെന്ന പേരിൽ അസഹിഷ്ണുതയുടെ പ്രകടനമാണ് പിന്നെ നടക്കുക. കാലം കഴിയുംതോറും ഇത്തരം അസഹിഷ്ണുത വളരുന്നുവെന്നത് നമ്മുടെ ജനാധിപത്യ സംസ്കാരത്തിനു തന്നെ ഭീഷണിയാണ്.

കേരളത്തിലെ പത്രങ്ങളിൽ നിരന്തരം കാർട്ടൂണിന് ഇരയാകുന്ന, അഥവാ വിഷയമാകുന്ന ഒരാളാണ് ഞാൻ. അതെല്ലാം കഴിയാവുന്നത്ര ആസ്വദിക്കുകയും അതിൽനിന്ന് ഉൾക്കൊള്ളാനെന്തെങ്കിലുമുണ്ടെങ്കിൽ ഉൾക്കൊള്ളുകയും ചെയ്യുന്ന ആളാണ് ഞാൻ. എന്നെ ആക്ഷേപിക്കുന്ന കാർട്ടൂണുകളോട് എനിക്ക് അസഹിഷ്ണുത തോന്നിയിട്ടില്ല. രചയിതാവിന്റെയും പത്രത്തിന്റെയും അഭിപ്രായമായേ അതിനെ കാണാറുള്ളൂ.

നാലോ അഞ്ചോ പേജിൽ വിവരിക്കുന്നതിനേക്കാൾ ഫലപ്രദമാണ് പലപ്പോഴും ഒരു കാർട്ടൂൺ. നമ്മുടെ സമൂഹത്തിലെ അനീതികളും ജീർണതകളും ചൂണ്ടിക്കാട്ടുന്നതിൽ കാർട്ടൂണുകൾ വഹിക്കുന്ന പങ്ക് നിസ്തുലമാണ്. ആക്ഷേപഹാസ്യത്തിലൂടെ സാമൂഹ്യ വിമർശനം സാധ്യമാക്കുന്നതിന് ചാട്ടുളി പോലെ ഫലപ്രദമാണ് മികച്ച കാർട്ടൂണുകൾ. അതിനെതിരെ അസഹിഷ്ണുതയും അതിന്റെ പേരിൽ നിയന്ത്രണങ്ങളും ഉണ്ടാകുന്നത് ജനാധിപത്യവിരുദ്ധമാണ്.

കാർട്ടൂൺ എന്ന മഹത്തായ കലാരൂപത്തിന്റെ ഭൂതവർത്തമാനങ്ങൾ സോദാഹരണം ലളിതമായി പ്രതിപാദിക്കുന്ന അഭിലാഷിന്റെ ഈ പുസ്തകം പുതുതലമുറയിലെ കാർട്ടൂണിസ്റ്റുകൾക്കും ആസ്വാദകർക്കും ഏറെ പ്രയോജനപ്പെടുമെന്ന് പ്രതീക്ഷിക്കുന്നു.

ഈ പുസ്തകത്തിൽ ഉൾപ്പെടുത്തിയിട്ടുള്ള
ചിത്രങ്ങളും കാർട്ടൂണുകളും
അതാത് വ്യക്തികളിൽനിന്ന് നേരിട്ടു ലഭ്യമായതോ
മറ്റ് മാധ്യമങ്ങളിൽനിന്ന് ശേഖരിച്ചതോ ആണ്.
അതുകൊണ്ടുതന്നെ ഈ ചിത്രങ്ങളും കാർട്ടൂണുകളും
പ്രസിദ്ധീകരിക്കപ്പെട്ടിട്ടുള്ള മൂലപ്രസിദ്ധീകരണങ്ങളോടും
ഈ പുസ്തകത്തിന്റെ പ്രസിദ്ധീകരണം
ആഗ്രഹിച്ച എല്ലാവരോടും
കടപ്പാട് രേഖപ്പെടുത്തുന്നു.

ഗ്രന്ഥകർത്താവ്

വരച്ചെടുത്ത ചരിത്രം

വല്ലാത്തൊരു കല

ഒരിക്കൽ, കാർട്ടൂൺ കലയുടെ ഉത്ഭവത്തെക്കുറിച്ച് കാര്യമായ ഒരു പഠനം അമേരിക്കൻ മാധ്യമ പ്രവർത്തകർ നടത്തുകയുണ്ടായി. ഈ അന്വേഷണങ്ങളെ കുറിച്ച് പിന്നീട് വിശദീകരിക്കുന്നതിനിടയിൽ അവർ നടത്തിയ ഒരു നിരീക്ഷണം ചിത്രകലാലോകത്തെയും ഗവേഷകരെയും അക്കാലത്ത് ഏറെ കൗതുകപ്പെടുത്തി. ശിലായുഗകാല മനുഷ്യരുടെ ചിത്രങ്ങളിൽ പലതിലും കാർട്ടൂൺ സ്വഭാവമുള്ളതായിരുന്നുവെന്നും അതുകൊണ്ട് തന്നെ നമ്മുടെ കാർട്ടൂൺ സംസ്കാരത്തിന്റെ ആരംഭം പത്തൊമ്പതാം നൂറ്റാണ്ടാണെന്ന ആധുനികധാരണ തിരുത്തേണ്ടതുണ്ട് എന്നുമാണ് ആ മാധ്യമ പ്രവർത്തകർ അഭിപ്രായപ്പെട്ടത്. അതുവരെ ഇന്ത്യൻ പ്രസിദ്ധീകരണങ്ങളിൽ കാർട്ടൂണിന്റെ തുടക്കത്തെക്കുറിച്ച് വന്നിട്ടുള്ള പഠനങ്ങളിലൊന്നും അത്തരമൊരു വിശകലനം ഉണ്ടായിരുന്നില്ല. എന്തായാലും കാർട്ടൂൺ ചിത്രങ്ങളുടെ ഉൽപ്പത്തിയെ പറ്റി ഇപ്പോഴും ശരിയായ പഠനം സാധ്യമായിട്ടില്ല എന്നുവേണം കണക്കാക്കാൻ.

ആനിബേൽ കാരാച്ചി

ഈ വിഷയത്തിൽ പല ചരിത്രകാരന്മാരും വ്യത്യസ്ത അഭിപ്രായങ്ങൾ നടത്തുന്നുണ്ടെങ്കിലും രണ്ട് കാര്യങ്ങൾ ഉറപ്പാണ്. ഒന്ന്: കാർട്ടൂണുകൾക്ക് മുമ്പ് കാരിക്കേച്ചറുകൾ സൃഷ്ടിക്കപ്പെട്ടു. രണ്ട്: വ്യത്യസ്ത സ്വഭാവ സവിശേഷ

ആനിബേൽ കാരാച്ചിയുടെ രചന

തയോടുകൂടിയ കാരിക്കേച്ചർ കാർട്ടൂൺ- കലാസൃഷ്ടികളുണ്ടായത് പത്തൊമ്പതാം നൂറ്റാണ്ടിലാണ്. എന്നാൽ പതിനഞ്ചും പതിനാറും നൂറ്റാണ്ടുകളിൽ ചില ചിത്രകാരന്മാർ തങ്ങളുടെ രചനകളിൽ അതിശയോക്തി ചേർത്ത് കാരിക്കേച്ചർ സ്വഭാവം നിലനിർത്തിയിരുന്നു. നർമബോധം തുളുമ്പുന്ന ചിത്രങ്ങൾ വരയ്ക്കുന്നത് അഭിമാനക്കേടാണെന്ന ചിന്ത അക്കാലത്തുണ്ടായിരുന്നു. വിശ്വചിത്രകലയുടെ ആചാര്യനായ ലിയനാർഡോ ഡാവിഞ്ചി, ബ്രൂഗെൽ, ആൽബേർ ഡ്യൂറെർ (Albert Durer) തുടങ്ങിയവർ കാരിക്കേച്ചർ സ്വഭാവം നിലനിർത്തി ചില ചിത്ര

ആനിബേൽ കാരാച്ചിയുടെ രചന

ങ്ങളെങ്കിലും വരിച്ചിട്ടുണ്ട്. എങ്കിലും ലോകത്തെ ആദ്യ ലക്ഷണമൊത്ത ഹാസ്യചിത്രമായി കണക്കാക്കപ്പെടുന്നത് *മണ്ടത്തരത്തെ വാഴ്ത്തുക* (Praise the Folly)എന്ന രചനയാണ്. എപ്പോഴാണ് രചിക്കപ്പെട്ടതെന്ന് കൃത്യമായി വ്യക്തമല്ലെങ്കിലും ഏതാണ്ട് പതിനാറാം നൂറ്റാണ്ടിന്റെ തുടക്കത്തിലാണ് ഈ ചിത്രം വെളിച്ചത്തുവരുന്നത്. ജർമൻ-ഹോളണ്ട് ഭരണാധികാരികൾ തമ്മിലുള്ള ബന്ധത്തിലെ പൊരുത്തക്കേടുകളെ ഈ ചിത്രം കൈകാര്യം ചെയ്തു. എന്നാൽ *Praise the folly*യ്ക്ക് മുമ്പ് ആക്ഷേപഹാസ്യ രചനകളൊന്നുമുണ്ടായിട്ടില്ല എന്നും ചിന്തിക്കാൻ വയ്യ. സെബാസ്റ്റ്യൻ ബ്രാൻഡ് എന്ന കവിയുടെ *വിഡ്ഢിയുടെ കപ്പൽ* (Ship of Fouls) ഇതേ ശൈലിയിലിറങ്ങിയ രചനയാണ്. സമൂഹത്തിലെ പൊതുജനങ്ങളുടെ മൂഢവിശ്വാസങ്ങളെയും രാജാവിനോടുള്ള അന്ധമായ വിധേയത്വവും പ്രതിപാദിച്ച് ഹാസ്യാത്മകമായി വരച്ചിരുന്ന പൗസന്റെ രചനകൾ ഉദാഹരണങ്ങളാണെങ്കിലും അദ്ദേഹത്തിന്റെ രചനകൾ പുറംലോകത്ത് എത്തപ്പെട്ടില്ല. അരിസ്റ്റോട്ടിലിന്റെയും മറ്റുചില സമകാലികചരിത്രകാരന്മാരുടെയും പുസ്തകങ്ങൾ മാത്രമാണ് പൗസനെ പരാമർശിക്കുന്നത്.

ആനിബേൽ കാരാച്ചി (1560–1609)

കാരിക്കേച്ചർ എന്ന വാക്കിന്റെ ഉൽപ്പത്തിയെ പറ്റി രണ്ടു വാദങ്ങൾ നിലനിൽക്കുന്നുണ്ട്. കാരിക്കോ, കരാറ്റേറെ (Carattere) എന്നീ രണ്ട് ഇറ്റാലിയൻ പദങ്ങളുമായി ബന്ധപ്പെട്ടതാണ് ഈ വിഭാഗങ്ങൾ. അതിശയോക്തിയാൽ നിറഞ്ഞത് എന്നർഥം വരുന്നതാണ് കാരിക്കോ. കരാറ്റേറെ സ്വഭാവ സവിശേഷതയെ സൂചിപ്പിക്കുന്നു. രണ്ടിനും അർഥം ഒന്നാകയാൽ വാസ്തവത്തിലൊരു തർക്കത്തിന് ഇക്കാര്യത്തിൽ പ്രസക്തിയില്ല.

ആധുനിക കാരിക്കേച്ചറിന്റെ പിതാവായി പൊതുവെ ചിത്രകലാസമൂഹം ചൂണ്ടിക്കാണിക്കുന്നത് പതിനാറാം നൂറ്റാണ്ടിന്റെ രണ്ടാം പകുതിയിൽ ജനിച്ച് പതിനേഴാം നൂറ്റാണ്ടിന്റെ തുടക്കത്തിൽ തന്നെ അന്തരിച്ച ആനിബേൽ കാരാച്ചി (Annibale Carracci)യെയാണ്. ഒരു സാധാരണക്കാരൻ അവന്റെ ജീവിതത്തിനാൽ ലക്ഷ്യമിടുന്ന വൈവിധ്യപൂർണമായ കലാവിഷ്കാരത്തിന് പരീക്ഷണബോധമുള്ള മനസ്സ് അനിവാര്യമാണെന്ന് വിശ്വസിച്ച ഒരു പ്രതിഭയാണ് അദ്ദേഹം. സ്വന്തം ചിത്രങ്ങളുടെ സമ്പൂർണതയ്ക്ക് വേണ്ടി നിരന്തരം പരീക്ഷണങ്ങൾ കാരാച്ചി നടത്തുകയുണ്ടായി. ആ യാത്രയാണ് അദ്ദേഹത്തെ കാരിക്കേച്ചർ രൂപങ്ങളുടെ ലോകത്തെത്തിച്ചത്.

കാരാച്ചിയുടെ സ്റ്റുഡിയോയിൽ ധാരാളം കലാകാരന്മാർ ഉണ്ടായിരുന്നു. അവർ നിരന്തരം ചിത്രങ്ങൾ വരച്ചു. അവരുടെ രചനകളെല്ലാം ചേർത്ത് ചിത്രകാരനായ മോസിനി (Mosini) തയാറാക്കിയ *ഡൈവേഴ്സ് ഫിഗർ* (*Divers Figur*) എന്ന ഗ്രന്ഥത്തിലാണ് കാരിക്കേച്ചർ എന്ന പദം ആദ്യമായി ഉപയോഗിക്കപ്പെട്ടത്. 1646 ലാണ് പുസ്തകം പുറത്തിറങ്ങിയത്. 1740 നോടകം കാരിക്കേച്ചറുകൾ മാത്രം ഉൾപ്പെട്ട രണ്ടു പുസ്തക

ങ്ങൾ പ്രസിദ്ധീകരിക്കപ്പെട്ടു.

ജിയോവന്നി ലൊറൻസോ ബെർണിനി (1598–1680)

ജിയോവന്നി ലൊറൻസോ ബെർണിനി (Giovanny Lorenzo Bernini) എന്ന കാരിക്കേച്ചറിസ്റ്റാണ് കാരാച്ചിക്ക് ശേഷം ആ കലയിൽ ശ്രദ്ധേയനായത്. പ്രസിദ്ധമായ സെന്റ് പീറ്റേഴ്സ് ബെസിലിക്കയുടെ മുൻവശത്തുള്ള പിയസ് ജലവർഷം ബെർണിനിയുടെ കലാസൃഷ്ടിയെന്ന നിലയിൽ വിശ്വഖ്യാതി നേടിയിട്ടുണ്ട്. എന്നാൽ കാരിക്കേച്ചറിസ്റ്റ്, പെയിന്റർ എന്ന നിലകളിലല്ല ബർണിനിയെ ആധുനിക ലോകം പരിഗണിക്കുന്നത്. *ദ എക്സ്റ്റസി ഓഫ് തെരേസ* എന്ന ശിൽപ്പമാണ് ഇന്നും ബർണിനിയെ ഓർമപ്പെടുന്നത്. എങ്കിലും തന്റെ കാലഘട്ടത്തിൽ പെയിന്റിങ്, സ്കെച്ച്, ശിൽപ്പനിർമാണം തുടങ്ങിയവയ്ക്ക് പുറമെ ഭരണാധികാരികളുടെയും മറ്റും കാരിക്കേച്ചറുകൾ അദ്ദേഹം വരച്ചിരുന്നു. മതനവീകരണപ്രസ്ഥാനത്തിന്റെ കാലത്ത് പോപ്പിനെ വരച്ച് പരിഹസിക്കാൻ മടികാട്ടാത്ത ബോഷ്, ഗിയോവന്നി ബാറ്റിസ്റ്റ റിപ്പോള (Ggiovanny Battista Ruoppolo 1697–1770), റോം സന്ദർശിക്കാനെത്തുന്നവരെ കാരിക്കേച്ചറാക്കിയിരുന്ന ലിയോൺ ഘസി (Lion Gazi, 1674–1755) തുടങ്ങിയ ചിത്രകലാ പ്രതിഭകൾ ഏതാണ്ട് ഈ കാലഘട്ടത്തിൽ കാരിക്കേച്ചർ പരീക്ഷിച്ച് വിജയിച്ചവരാണ്. ലിയോൺ ഘസിയെയാണ് ആദ്യത്തെ പ്രൊഫഷണൽ കാരിക്കേച്ചറിസ്റ്റായി കണക്കാക്കുന്നത്.

ജിയോവന്നി ലാറൻസോ ബെർണിനി

ബോഷ് (1460–1516)

കാരിക്കേച്ചർ കലയിലെ ഭക്തിപ്രസ്ഥാനത്തിന്റെ ഉപജ്ഞാതാവായിരുന്നു ഒരർഥത്തിൽ നെതർലാന്റ്കാരനായ ബോഷ് (Botch). *ദൈവത്താൽ ശിക്ഷിക്കപ്പെടുന്ന ക്രൂരരായ മനുഷ്യർ, കഷ്ടപ്പെടുന്ന നിസ്സഹായർ* ഇവരെ ബോഷ് വരച്ചു. ഒരുപക്ഷേ അദ്ദേഹമാണ് നമ്മുടെ ഇലസ്ട്രേഷന്റെ ആദ്യ രൂപങ്ങൾ സൃഷ്ടിച്ചതെന്നു പറയാം.

പീറ്റർ ബ്രൂഗൽ (1525–1569)

ഹാസ്യചിത്രകലയെ കുറിച്ച് സംസാരിക്കുമ്പോൾ പീറ്റർ ബ്രൂഗലി (Peter Bruggel)നെ പ്രതിപാദിക്കാതെ കടന്നുപോകാനാവില്ല. ഈ മേഖലയിൽ അത്രയേറെ അടയാളപ്പെടുത്തൽ നടത്തിയ കലാകാരനാണന്നദ്ദേഹം. നവോത്ഥാന കാലഘട്ടത്തിൽ മറ്റേതു കലാരൂപത്തെയു

പീറ്റർ ബ്രൂഗൽ

മെന്നതുപോലെ ഹാസ്യചിത്രരചനാരീതിയിലും വ്യക്തമായ മുൻധാരണ തന്നെ നിലനിന്നിരുന്നു. ബ്രൂഗലിന്റെ രചനകളൊന്നും ഈ മുൻധാരണകളുടെ നീരാളിപ്പിടിത്തത്തിൽ പെട്ടിരുന്നില്ല എന്നത് ശ്രദ്ധേയമാണ്. രണ്ടാം ബോഷ്, കർഷകനായ പീറ്റർ എന്നീ വിളിപ്പേരുകൾ ബ്രൂഗലിനുണ്ടായിരുന്നു. ബോഷിനെപ്പോലെ നെതർലാന്റുകാരനായിരുന്നു എന്നതുകൊണ്ടു മാത്രമല്ല സാധാരണജീവിതം ചിത്രീകരിക്കാൻ ബോഷ് കാണിച്ച താല്പര്യം പീറ്റർ ബ്രൂഗലും പ്രകടിപ്പിച്ചു. സാധാരണക്കാരായ തൊഴിലാളികളെയും കർഷകരെയും വരച്ചതു കൊണ്ട് തന്നെ പീറ്റർ കർഷകൻ (Peasant Peter) എന്നും അദ്ദേഹം അറിയപ്പെട്ടു. *Hunters in the snow, Childrence games, Two monkeys* തുടങ്ങിയവയൊക്കെ ബ്രൂഗലിന്റെ ക്ലാസിക്കുകളാണ്. ഇവയിൽ *ചിൽഡ്രൻസ് ഗയിംസി*ലെ ആഖ്യാനരീതിയൊക്കെ അക്കാലത്ത് ഏറെ ശ്രദ്ധിക്കപ്പെട്ടു. കുട്ടികളുടെ കാഴ്ചപ്പാടിൽ മുതിർന്നവരുടെ ലോകത്തെയാണ് ആ ചിത്രത്തിൽ പറഞ്ഞിട്ടുള്ളത്. *വലിയ ഏഴു പാപങ്ങൾ* എന്ന ആശയം മുൻനിർത്തി അദ്ദേഹം വരച്ച ചിത്രമാണ് കാരിക്കേച്ചർ സമ്പ്രദായത്തിൽ ആദ്യമായി ഉദാഹരിക്കപ്പെടുന്നത്. ഒരു ചിത്രത്തിൽ തന്നെ ഒന്നിലധികം കാരിക്കേച്ചർ ഉൾപ്പെടുത്തി കാർട്ടൂണിന്റെ വളർച്ചയെ ത്വരിതപ്പെടുത്താനും ബ്രൂഗലിനു സാധിച്ചു. ആരെയും സുഖിപ്പിക്കാൻ ശ്രമിക്കാതെ വരച്ച ബ്രൂഗലിന്റെ അനാട്ടമി സ്കെച്ചസ് ഇന്നും വേറിട്ടുനിൽക്കുന്നു.

ഗിയോവന്നി ബാറ്റിസ്റ്റ റീപ്പോള (1629 –1693)

കാരിക്കേച്ചറിന്റെ വികാസ പരിണാമകഥയിൽ ഗിയോവന്നി ബാറ്റിസ്റ്റ റിപ്പോളയുടെ സ്ഥാനം ഏറെ വ്യത്യസ്തമാണ്. കലയെ സാമൂഹിക വിമർശനത്തിനുകൂടിയുള്ള ഉപാധിയായി അദ്ദേഹം കണ്ടു. പൊതുവെ ചിത്രകലയിൽ അക്കാലത്തുണ്ടായിരുന്ന യാഥാസ്ഥിതിക ഏർപ്പാടുകളോട് ഏറക്കുറെ വിപരീതനിലപാടാണ് അദ്ദേഹം സ്വീകരിച്ചത്.

വില്യം ഹൊഗാർത്ത് (1697–1764)

കാർട്ടൂണിന്റെ ആദിമരൂപമെന്ന നിലയിൽ ആദ്യകാല കാരിക്കേച്ചറുകൾക്ക് പിൽക്കാലപഠനങ്ങളിൽ പ്രത്യേകസ്ഥാനം ലഭിച്ചിരുന്നു. എന്നാൽ കാരിക്കേച്ചറുകളിൽ അക്കാലത്ത് ഗൗരവത്തിന് തീരെ പ്രാധാന്യം ഉണ്ടായിരുന്നില്ല. ഇംഗ്ലണ്ടുകാരനായ വില്യം ഹൊഗാർത്ത് (William Hogarth)തന്റെ രചനയിൽ ഗൗരവം നിറഞ്ഞ സാമൂഹിക വിഷയങ്ങൾ ഉൾച്ചേർക്കുന്നതിൽ ഏറെ ശ്രദ്ധ പുലർത്തി. *എ റേക്ക്സ് പ്രോഗ്രസ്*

(A Rake's Progress), ഇൻഡസ്ട്രി ആന്റ് ഐഡിയൽനെസ്സ് (Industry And Idleness), ഫോർ സ്റ്റേജസ് ഓഫ് ക്രൂവൽറ്റി (The Four Stages of Cruelty), എ ഹാർലോട്ട്സ് പ്രോഗ്രസ് (A harlot's Progress), മാര്യേജ് ലാ മോഡ് (marriage a- la- mode), സൗത്ത് സീ സ്കീം (South Sea Scheme) തുടങ്ങിയ ചിത്രപരമ്പരകളൊക്കെ പ്രധാനമായും സാമൂഹിക വിമർശങ്ങൾ ലക്ഷ്യം വച്ച് വരയ്ക്കപ്പെട്ടവയായിരുന്നു. ഹൊഗാർത്തിന്റെ രചനകളിൽ പലപ്പോഴും പണം ഒരു വിഷയമായിരുന്നു. സമ്പത്ത്, അതിന്റെ വിനിയോഗം, സമ്പത്തിന് വേണ്ടിയുള്ള ആർത്തി എന്നിവയെ അടിസ്ഥാനപ്പെടുത്തുന്ന രചനകളിൽ ശ്രദ്ധേയമായ ഒന്ന് *സൗത്ത് സ്കീം* ആണ്. ഓഹരി കമ്പനി മുതലാളികൾ ഇടപാടുകളിൽ നടത്തുന്ന കൃത്രിമത്വം കാരണം പാവപ്പെട്ടയാളുകൾക്ക് പണം നഷ്ടപ്പെടുത്തുന്നതാണ് *സൗത്ത് സ്കീം* പറയുന്നത്. പരമ്പരാഗത ചിത്രരചനാ

'Time Smoking a Pipe' by hogarth

ശൈലികളിൽനിന്ന് കാരിക്കേച്ചർ കല മുക്തി പ്രാപിക്കുന്നതിന് ഹൊഗാർത്ത് വളരെ വലിയ പങ്ക് വഹിച്ചിട്ടുണ്ട്. ഈ കല ആളുകളെ ചിരിപ്പിക്കാൻ വേണ്ടി മാത്രമുള്ളതാണെന്ന പ്രാകൃതചിന്തയെ തന്റെ രചനകളിലൂടെ ഹൊഗാർത്ത് മാറ്റിയെടുത്തു. സാമൂഹിക ജീവിതത്തെ റിയലായി അവതരിപ്പിച്ചു എന്നതിനപ്പുറം ആ ആവിഷ്കാര ശൈലി പുതുതലമുറയ്ക്ക് സ്വന്തം ചിത്രങ്ങളിലൂടെ പഠിപ്പിച്ചുകൊടുത്തു എന്നായിരിക്കും ഹൊഗാർത്തിനെ വരുംകാലം വായിക്കുക.

ജോർജ് ടൗൺഷെന്റ്

കാർട്ടൂൺ രചനയിൽ ആളുകളെ വരയ്ക്കുമ്പോൾ ഭാവ്യവ്യത്യാസങ്ങൾ നിർബന്ധമല്ലെന്ന ചിന്താഗതിക്കാരനായിരുന്നു ഹൊഗാർത്തിന്റെ സമകാലീനനായിരുന്ന ജോർജ് ടൗൺഷെന്റ് (*george townshent*). പോട്രയിറ്റിന്റെ സാങ്കേതികത മാത്രം കൈവശമുണ്ടായിരുന്ന ഇദ്ദേഹം രാഷ്ട്രീയക്കാരെയാണ് കൂടുതലായി വരച്ചത്.

dance of death

റൗലണ്ട്സൺ (1758–1877)

ജെയിംസ് ഗിൽറേ, വില്യം ഹൊഗാർത്ത് തുടങ്ങിയവരുടെ സ്വാധീനം വ്യക്തമായി പ്രകടിപ്പിച്ചു എന്നത് തോമസ് റൗലണ്ട്സൺ (Thomas Roulndnson) എന്ന കാർട്ടൂണിസ്റ്റിനെ ഒരുകാലത്തും രണ്ടാം നിരയിലേയ്ക്ക് തള്ളിയിട്ടിട്ടില്ല. ഇംഗ്ലണ്ടിലെ ആദ്യത്തെ കാർട്ടൂണിസ്റ്റ് റൗലണ്ട്സണാണെന്ന് അഭിപ്രായപ്പെടുന്ന ഒട്ടേറെപ്പേരുണ്ട്. അദ്ദേഹത്തിന്റെ കാലഘട്ടത്തിലാണ് ഫ്രാൻസിൽ വിപ്ലവം (1789) പൊട്ടിപ്പുറപ്പെട്ടത്. വിപ്ലവാനന്തര ഫ്രഞ്ചുസമൂഹത്തെ ഇംഗ്ലണ്ടിലിരുന്ന് അദ്ദേഹം വരച്ചു. തന്റെ കലാരചനകളിൽ പ്രകടമാക്കപ്പെട്ട ഹൊഗാർത്തിന്റെ സ്വാധീനം പിന്നീട് അദ്ദേഹം ബോധപൂർവം ഒഴിവാക്കി. കാർട്ടൂൺ ചരിത്രത്തിലെ തന്നെ ആദ്യ സ്ഥിരം കഥാപാത്രങ്ങളിലൊന്നെന്ന് വിശേഷിപ്പിക്കപ്പെടുന്ന *Dr.Syntase* റൗലണ്ട്സന്റെ സൃഷ്ടിയാണ്. *The Tours Dr.Syntase* ആ പരമ്പരകളിലെ ശ്രദ്ധേയമായ ഒന്നാണ്. ഇന്നത്തെ കോമിക് സ്ട്രിപ്പുകളുടെ തുടക്കക്കാരൻ തോമസ് റൗലണ്ട്സാണെന്ന് വാദമുണ്ട്. റൗലണ്ട്സന്റെ ജീവിതവും കാർട്ടൂണും തമ്മിൽ സാമ്യപ്പെടുത്തി ഏറെ അഭിപ്രായങ്ങൾ അക്കാലത്തുണ്ടായി. ബന്ധുക്കളിൽനിന്നും പരമ്പരാഗതമായി ആർജിച്ച സ്വത്ത് മുഴുവൻ ധൂർത്തടിച്ച് നശിപ്പിച്ച സ്വജീവിതത്തെ പരിഹാസ്യമാക്കിയ റൗലണ്ട്സന്റെ രചനകൾ ഗിൽറേ, ഹൊഗാർത്ത് എന്നിവരുടെ സൃഷ്ടികൾപോലെ പൊതുസമൂഹത്തെ ആവിഷ്കരിക്കാൻ ശ്രമിച്ചിട്ടില്ല എന്ന് ഏതാനും ചില വിമർശകർ അഭിപ്രായപ്പെട്ടിട്ടുണ്ട്. കലാനിരൂപകനായ ജോൺ ഹപിംങ്സൺ ഒരിക്കൽ അതികഠിനമായ ഭാഷയിൽ തന്നെ റൗലണ്ട്സന്റെ രചനകളെ വിമർശിച്ചത് ഏറെക്കാലം ചർച്ചാവിഷയമായി. മാനസികാസ്വാസ്ഥ്യം പ്രകടമാക്കുന്ന രചനകളാണ് അദ്ദേഹത്തിന്റേത് എന്ന മട്ടിൽ ഹപിംങ്സൺ വാദിച്ചെങ്കിലും നെപ്പോളിയൻ ബോ

റൗലണ്ട്സൺ

ണപ്പാർട്ടിനെ പോലുള്ള ശക്തികളെ വിമർശിച്ചു വരയ്ക്കാൻ റൗലണ്ട്സൺ മടികാട്ടിയിട്ടില്ല എന്നതും വാസ്തവമാണ്. കോമിക്സ് ട്രിപ്പിന്റെയും ഇംഗ്ലീഷ് കാർട്ടൂൺ സംസ്കാരത്തിന്റെയും വലിയൊരു തുടക്കക്കാരൻ എന്ന നിലയിൽ റൗലണ്ട്സന്റെ സർഗാത്മകതയെ വിസ്മരിക്കാനാവില്ല.

ജയിംസ് ഗിൽറേ (1757–1815)

ഒരുപക്ഷേ, റൗലണ്ട്സനെപ്പോലെ അല്ലെങ്കിൽ അതിനെക്കാളേറെ സംഭവബഹുലമായ സർഗാത്മക ജീവിതത്തിന് ഉടമയായിരുന്നു ഇംഗ്ലീഷുകാരനായ ജയിംസ് ഗിൽറേ (James Gillray)എന്ന കാർട്ടൂണിസ്റ്റ്. സ്വേച്ഛാധിപത്യം, ഹിംസ എന്നിവയെ പൊതുവേ വിമർശിച്ചിരുന്ന ഗിൽറേ ഫ്രഞ്ച് ഭരണകൂടത്തിനെതിരെയും വിപ്ലവകാരികളെ അനുകൂലിച്ചുമാണ് തന്റെ രചനകൾ നടത്തിയത്. എന്നാൽ ലൂയി പതിനാലാമനെ വധിച്ചതുപോലെ വിപ്ലവകാരികൾ നടത്തിയ പലവിധ നടപടികളേയും അദ്ദേഹം ന്യായീകരിച്ചതുമില്ല. ഭരണകൂടത്തെ വിമർശിക്കാൻ തീരെ മടികാട്ടാത്ത കാർട്ടൂണിസ്റ്റായിരുന്നു ഗിൽറേ. ഫ്രാൻസിലേയും ഇംഗ്ലണ്ടിലെയും റഷ്യയിലെയും ഭരണാധികാരികളെ അദ്ദേഹം തന്റെ ഹാസ്യചിത്രങ്ങളിൽ കഥാപാത്രങ്ങളാക്കി. നെപ്പോളിയൻ, ജോർജ് മൂന്നാമൻ, ലൂയി പതിനാലാമൻ, പോൾ ഒന്നാമൻ, ചാൾസ് ജയിംസ്, വില്യം ഹിറ്റ് എന്നിവരെയൊക്കെ അദ്ദേഹം പരിഹസിച്ചു വരച്ചു. നെപ്പോളിയനെ ഒട്ടേറെ തവണ കഥാപാത്രമാക്കിയ അദ്ദേഹത്തിന്റെ കാലത്ത് നെപ്പോളിയൻ – ഗിൽറേ എന്നൊരു പ്രയോഗം തന്നെ പ്രചാരത്തിൽ വന്നു. ആധുനിക കാർട്ടൂൺ ചരിത്രമെഴുതുമ്പോൾ ഗിൽറേയെ ഒഴിവാക്കാനേയാവില്ല.

ജയിംസ് ഗിൽറേ

ജോർജ് ക്രൂയിക് ഷാങ്ക് (1792–1878)

ഫ്രഞ്ചു വിപ്ലവാനന്തരം ജനിച്ച ജോർജ് ക്രൂയിക് ഷാങ്ക് വളരെ ചെറിയ പ്രായത്തിൽ തന്നെ കാരിക്കേച്ചറിസ്റ്റ് എന്ന നിലയിൽ ശ്രദ്ധേയനായിരുന്നു. കാരിക്കേച്ചർ–കാർട്ടൂൺ കലാരൂപങ്ങളുടെ മൊത്തം ചരിത്രം പരിശോധിച്ചാൽ വീര്യബോധമുള്ള കാർട്ടൂണുകളുടെ തുടക്കം കുറിച്ചതിൽ ക്രൂയിക് ഷാങ്കിന്റെ പങ്ക് വ്യക്തമാണ്. ജോർജ് മൂന്നാമൻ, നെപ്പോളിയൻ നാലാമൻ, ഇവരെയൊക്കെ ഷാങ്ക് വിമർശിച്ചത് എല്ലാ പരിധികളെയും ലംഘിച്ചുകൊണ്ടാണ്. ജോർജ് നാലാമൻ ഷാങ്കിനെ വധിക്കാൻ ആളെ വിട്ടതായും ജനരോഷം ഭയന്ന് പിൻമാറുകയും പിന്നീട്

ക്രൂയിക് ഷാങ്കിന്റെ രചന

രാജാവ് ഷാങ്കിനെ കൈക്കൂലി നൽകി സ്വാധീനിക്കാൻ ശ്രമിച്ചതായുമൊരു കഥ അക്കാലത്തു പ്രചരിച്ചിരുന്നു. ഇതിൽ എത്രത്തോളം വാസ്തവമുണ്ടെങ്കിലും ശരി, ഒരു കാര്യം ഉറപ്പാണ്. ധീരമായ വിമർശന ബോധം, അപാരമായ ധർമബോധം ഇവ രണ്ടും ഒന്നിച്ചുചേർന്ന സർഗാത്മകതയുടെ ഉടമയായിരുന്നു ക്രൂയിക് ഷാങ്ക്. പിൽക്കാല കാർട്ടൂണിലെ പോരാളിയായ പലസ്തീനിയനായ നാജി അലിയെ പോലെ കാർട്ടൂണിസ്റ്റിനും പ്രതികരിക്കാനറിയാം എന്ന് ഈ കലാരൂപത്തിന്റെ ശൈശവദശയിൽ തന്നെ ബോധ്യപ്പെടുത്തി അദ്ദേഹം.

ചാൾസ് ഫിലിപ്പോൺ (1806–1862) വരുന്നു, ലേ കാരിക്കേച്ചറും

ഇന്ന് കാർട്ടൂൺ കാരിക്കേച്ചർ കലയ്ക്ക് ഇത്രയേറെ വ്യാപക പിന്തുണ കിട്ടിയിട്ടുണ്ടെങ്കിൽ തീർച്ചയായും 1830 എന്ന വർഷത്തെയും ചാൾസ് ഫിലിപ്പോൺ (charls philipon) എന്ന വ്യക്തിയെയും കാർട്ടൂൺ സ്നേഹികൾ ഓർത്തുവയ്ക്കേണ്ടതുണ്ട്. *ലേ കാരിക്കേച്ചർ* (*La Caricature*) എന്ന പേരിൽ ഒരു കാർട്ടൂൺ മാസിക ഫിലിപ്പോൺ ആരംഭിച്ചത് ആ വർഷമാണ്. ആദ്യലക്കം മുതൽ തന്നെ ഒരേസമയം ജനങ്ങളുടെ കണ്ണിലെ കൃഷ്ണമണിയായും അധികാര വർഗത്തിന്റെ കണ്ണിലെ കരടായും മാറാൻ ആ പ്രസിദ്ധീകരണത്തിന് സാധിച്ചു. സമൂഹത്തിലെ ഉയർന്ന വിഭാഗത്തിലുള്ളവരെന്ന് പൊതുവെ വിവക്ഷിക്കപ്പെടുന്നവരെ വിമർശിക്കാൻ *ലേ കാരിക്കേച്ച*റിനോളം മടികാട്ടാത്ത പ്രസിദ്ധീകരണങ്ങൾ അതിനുമുമ്പും പിമ്പും ഉണ്ടായിട്ടില്ല എന്നു തന്നെ പറയാം. ഫ്രാൻസിൽ തുടക്കം കുറിച്ചെങ്കിലും *ലേ കാരിക്കേച്ച*റിനും ഫിലിപ്പോണിനും ഫ്രഞ്ചു ഭാഷാദേശത്തിനു പുറത്തും ഏറെ ജനപിന്തുണ ആർജിക്കാൻ കഴിഞ്ഞു. ഈ സമയത്ത് ഇംഗ്ലണ്ടിൽ *മന്ത്‌ലി ഷീറ്റ്* (Monthly Sheet) എന്ന പേരിലൊരു ഹാസ്യപ്രസിദ്ധീകരണം പ്രചാരത്തിലുണ്ടായിരുന്നു. ഹൊഗാർത്ത്-ഗിൽറേ-റൗലണ്ട്സൺ-ക്രൂയിക് ഷാങ്ക് തലമുറയ്ക്കുശേഷം ഇംഗ്ലണ്ടിൽ കാരിക്കേച്ചർ-കാർട്ടൂൺ സംസ്കാരത്തിന്റെ കാറ്റ് സ്വാധീനിച്ചത് ഫ്രാൻസിനെയാണ് എന്ന് വ്യക്തമാണ്. റംബർഗ്, ഡാനിയൽ ചോഡോവ്സ്കി, ഫ്രീഡിഷ് ഷ്നൈസർ, കാസ്പർ ബ്രൗൺ എന്നിവരിലൂടെ പതിനെട്ട്-പത്തൊമ്പത് നൂറ്റാണ്ടുകളിൽ ഹാസ്യചിത്രരചന അതിന്റെ ശൈശവദ

ലേ കാരിക്കേച്ചർ

ശ പിന്നിട്ടിരുന്നു. ഇതിൽ ചോഡോവ്സ്കിയുടെ *സെവൻ ഇയർ വാർ* പോലുള്ള രചനകൾ കാർട്ടൂൺ ചരിത്രത്തിലെ ക്ലാസിക്കായി കണക്കാക്കപ്പെടുന്നു. സമകാലിക ജർമൻ സമൂഹത്തിലെ പ്രതിസന്ധികളെ ചിത്രങ്ങളാക്കി ചോഡോവ്സ്കി ഏറെ പേരെടുത്തു.

ചാൾസ് ഫിലിപ്പോണിലേക്ക് തിരിച്ചു വരാം. വായനക്കാരെ സുഖിപ്പിക്കുന്ന തരത്തിലുള്ള രചനകൾ നിറച്ച് പ്രസിദ്ധീകരിക്കുന്നതായിരുന്നില്ല *ലേ കാരിക്കേച്ച*റിലൂടെ ഫിലിപ്പോൺ ചെയ്തത്. നെപ്പോളിയൻ കാലത്തിനുശേഷം അധികാരത്തിൽ വന്ന ലൂയിഫിലിപ്പിനെ പോലും *ലേ കാരിച്ചേറി*ലൂടെ വിമർശിക്കാൻ ഫിലിപ്പോൺ ചങ്കൂറ്റം കാണിച്ചു. തന്റെ ചിത്രം വികൃതമായി വരച്ചു എന്ന് വിപ്ളവാനന്തര പാരീസ് കോടതിയിൽ ലൂയി പരാതി സമർപ്പിച്ചു. സെൻസർ നിയമങ്ങളുടെ പേരിൽ പ്രതിസന്ധി നിറഞ്ഞ സാഹചര്യങ്ങളാണ് അക്കാലത്തുണ്ടായിരുന്നത് എന്നതിനാൽ പിൽക്കാലത്ത് ഫിലിപ്പോണിന് *ലേ കാരിക്കേച്ചർ* നിർത്തേണ്ടി വന്നു. സെൻസറിങ് നിയമങ്ങൾ കാര്യമായി ബാധിക്കാത്ത ദിനപത്രങ്ങളുണ്ടായിരുന്ന ഫ്രാൻസിൽ *ലേ കാരിവാരി* എന്ന പേരിൽ മറ്റൊരു പത്രം ഫിലിപ്പോൺ തുടങ്ങുകയും ഏറെക്കാലം ആ പ്രസിദ്ധീകരണം പിടിച്ചുനിൽക്കുകയും ചെയ്തു. സ്വാഭാവികമായും നർമം തന്നെയായിരുന്നു *കാരിവാരി*യുടെയും മുഖമുദ്ര. *ലേ കാരിക്കേച്ച*റിലും *ലേ കാരിവാരി*യിലും വന്ന മികച്ച ചില രചനകൾ ചേർത്ത് 1849 ൽ പുസ്തകമാക്കി പ്രസിദ്ധീകരിച്ച ഫിലിപ്പോൺ ഒട്ടേറെ പുതിയ പ്രതിഭകളെ വെളിച്ചത്തു കൊണ്ടുവന്നു. പിൽക്കാല കാർട്ടൂൺ ലോകത്ത് ഇതിഹാസമായി അറിയപ്പെട്ട ഹോണോർ ദോമിയേ, ഗ്രാൻഡ് വിൻ, ഹെന്റി മോനിയോ എന്നിവരൊക്കെ ഫിലിപ്പോണിന്റെ കണ്ടെത്തലുകളാണ്.

ചാൾസ് ഫിലിപ്പോൺ

ഹോണോർ ദോമിയേ (1808–1879)

വിമർശനാത്മക കാർട്ടൂണിലെ ശക്തനായിരുന്ന ഹോണോർ ദോമിയേയെ ഏറെ പിന്തുണ നൽകി ഫിലിപ്പോൺ പ്രോത്സാഹിപ്പിച്ചു. നിരവധി തവണ ദോമിയേയ്ക്ക് കോടതി കയറിയിറങ്ങേണ്ടി വന്നു. ആറുമാസത്തോളം അദ്ദേഹം ജയിൽവാസമനുഭവിച്ചു. ജിയോവന്നി ബെർണിനി, ബ്രൂഗൽ എന്നിവരെപ്പോലെ ചിത്ര-ശിൽപ്പകലയിൽ ബറാക്ക് ശൈലിയുടെ വക്താവായിരുന്നു ദോമിയേയും. പൊതുജനങ്ങളുടെ പിന്തുണ നേടിയ ആദ്യകാല കാർട്ടൂണിസ്റ്റ് എന്ന നിലയിൽ ചരിത്രത്തിൽ വലിയ സ്ഥാനം നേടിയ അദ്ദേഹത്തിന്റെ *ദ റിപ്പബ്ലിക്ക് (The Republic), ബത്തേഴ്സ് (Bathers), ലാൻഡ് ഓണേഴ്സ് (Land owners), ലോയേഴ്സ് (Lawyers)* എന്നീ രചനകൾ ഏറെ പ്രസിദ്ധി നേടി. അക്കാലത്ത് ഫ്രാൻസിലെ പൊതുജനങ്ങൾ

ദോമിയേറുടെ ദ റിപ്പബ്ലിക്ക്

പൊങ്ങച്ചത്തിന്റെ പിടിയിലായിരുന്നു. പട്ടിണിയും രാഷ്ട്രീയ അരാജകത്വവും വേണ്ടുവോളം ഉണ്ടായിരുന്നിട്ടും ഇവർ പുറംചായം തേയ്ച്ച് എല്ലാം മറയ്ക്കാൻ ശ്രമിച്ചു. ഈ പൊള്ളത്തരത്തെ ദോമിയേ തന്റെ വരയിലൂടെ പരിഹസിച്ചു. പാരീസ് കാർട്ടൂണിലെ വിമതൻ എന്ന നിലയിലാണ് അദ്ദേഹത്തെ ഇപ്പോഴും കണക്കാക്കുന്നത്. കാർട്ടൂണുകളിൽ കഥാപാത്രങ്ങൾ പരസ്പരം സംസാരിക്കുന്ന രീതി കൊണ്ടുവന്നത് ദോമിയേയാണ്.

ദോമിയേ

ഗോയെ (1746–1828)

ഗോയെ

ഫ്രാൻസിലെ ഭരണാധികളുടെ ജനപിന്തുണയില്ലാത്ത പ്രവൃത്തികൾക്ക് നാട്ടിൽനിന്നു മാത്രമായിരുന്നില്ല കാർട്ടൂൺ കലയിലൂടെയുള്ള വിമർശനം ലഭിച്ചിരുന്നത്. സ്പെയിനിലെ ചാൾസ് രാജാവിന്റെ കൊട്ടാരം കലാകാരനായ ഗോയെ സാധാരണക്കാർക്കും പ്രിയപ്പെട്ടവനായിരുന്നു. യുദ്ധത്തിന്റെ ദുരന്തങ്ങൾ (*The disarter of war*) എന്ന കാർട്ടൂൺ അദ്ദേഹത്തിന് യുദ്ധവിരുദ്ധൻ എന്നൊരു വിളിപ്പേര് സമ്മാനിച്ചു. പാശ്ചാത്യ കാർട്ടൂൺ രചനാ സമ്പ്രദായത്തിൽ സ്വന്തമായി ശൈലി ആവിഷ്കരിച്ചിരുന്ന ഗോയെയുടെ കാപ്രിക്കോസ് (1799) വ്യത്യസ്തമായ രീതിയിൽ വരച്ച കാർട്ടൂണായിരുന്നു. യൂറോപ്യൻ കാർട്ടൂണിന്റെ ചരിത്രത്തിൽ ഇത്രത്തോളം സ്വാധീനമുണ്ടാക്കിയ മറ്റൊരു സൃഷ്ടി വേറെയില്ല. തികച്ചും ജനകീയനായ ഗോയെ നെപ്പോളിയനെ വിമർശിച്ചു എന്നതിന്റെ പേരിൽ ഏറെക്കാലം ഫ്രാൻസിലെ ഭരണാധികാരികളുടെ നോട്ടപ്പുള്ളിയായിരുന്നു.

ജോൺ ലീച്ചും (1817–1864) പഞ്ചും

ജോൺ ലീച്ചിനെപ്പറ്റി പറയാതെ ഇംഗ്ലീഷ് കാർട്ടൂണിനെപ്പറ്റിയുള്ള കഥ പൂർണമാവുകയില്ല. ഭരണവർഗത്തെ ഇത്രത്തോളം പുച്ഛിച്ചിരുന്ന കാർട്ടൂണിസ്റ്റ് ചരിത്രത്തിൽ തന്നെ കുറവാണ്. ഭരണാധികാരിയായ ആൽബർട്ട് ഒന്നാമൻ രാജകുമാരനെ പരിഹസിച്ചുകൊണ്ട് ലീച്ചിന്റെ ഒരു കാർട്ടൂൺ ഇംഗ്ലണ്ടിൽനിന്ന് പ്രസിദ്ധീകരിക്കുന്ന *പഞ്ച് മാസിക*യിൽ അക്കാലത്ത് പ്രസിദ്ധീകരിക്കപ്പെട്ടു. ഇന്നത്തെ കാർട്ടൂൺ സമ്പ്രദായത്തിന്റെ പ്രാകൃതരൂപത്തിന്റെ എല്ലാ ലക്ഷണങ്ങളും പ്രകടിപ്പിച്ച് വരച്ച ലീച്ചിന്റെ കാർട്ടൂൺ മാത്രമല്ല *പഞ്ചും* ജനപ്രീതി നേടി.

ജോൺ ലീച്ച്

പഞ്ച് മാസിക

ഫ്രാൻസിൽ *ലേ-കാരിയർ, ലേ കാരിവാരി* തുടങ്ങിയ പ്രസിദ്ധീകരണങ്ങൾക്കുണ്ടായ ജനകീയാംഗീകാരത്തിന്റെ പിൻബലത്തിലാണ് 1841-ൽ *പഞ്ച്* തുടക്കം കുറിക്കുന്നത്. ഹെൻറി മയ്ഹ്യൂ (Henry Mayhue) ആയിരുന്നു പത്രാധിപർ. ലണ്ടനിൽനിന്നുള്ള കാരിവാരി എന്ന സ്വയം വിശേഷണത്തോടെയാണ് അതാരംഭിച്ചത്. പൊതുവെ ഇംഗ്ലണ്ടിൽ നിലവിലിരുന്ന സാമൂഹിക നിഷേധങ്ങളെ അതിസൂക്ഷ്മമായി വിമർശിച്ചു കൊണ്ടുള്ള രചനകളാണ് *പഞ്ചിൽ* കൂടുതലായും പ്രസിദ്ധീകരിക്കപ്പെട്ടത്. റിച്ചാർഡ് ഡോയ്ൽ (Richard Doyle, John Leech), സർ ലെസ്‌ലി ജോൺ ടെന്നിലിൻ തുടങ്ങിയവരൊക്ക *പഞ്ചിൽ* വരച്ച് ശ്രദ്ധേയരായവരാണ്. സാമ്രാജ്യത്വവും മുതലാളിത്തവും സംസ്കാരമാക്കിയ ഇംഗ്ലണ്ടിലെ തൊഴിലാളികളെ പരിഹസിക്കാനും *പഞ്ച്* താൽപ്പര്യം കാണിച്ചു എന്നതും ഓർക്കേണ്ടതാണ്. ഇംഗ്ലണ്ടിലെ വിഷയങ്ങൾ മാത്രമായിരുന്നില്ല ആ പ്രസിദ്ധീകരണം കൈകാര്യം ചെയതത്. ഫ്രഞ്ച് ഭരണാധികാരിയേയും റഷ്യൻ ഭരണാധികാരിയേയും *പഞ്ച്* വിമർശിച്ചു. ജർമൻ ചക്രവർത്തി വില്യമിനെ പരിഹസിച്ച് പഞ്ചിൽ വന്ന കാർട്ടൂൺ ഇക്കൂട്ടത്തിൽ എടുത്തുപറയേണ്ട ഒന്നാണ്. ചക്രവർത്തി ജർമൻ ചാൻസ്‌ലറായ ബിസ്മാർക്കിനെ പിരിച്ചുവിട്ടപ്പോഴാണ് *പഞ്ചിൽ* 'ഡ്രോപ്പിങ്ങ് ദ പൈലറ്റ്' എന്ന കാർട്ടൂൺ പ്രസിദ്ധീകരിക്കപ്പെട്ടത്. പത്തൊമ്പതാം നൂറ്റാണ്ടിലെ തന്നെ ക്ലാസിക്കൽ രചനകളിലൊന്നായി പരിഗണിക്കപ്പെടുന്ന ഈ കാർട്ടൂൺ വരച്ചതിലൂടെ ജോൺ ടെന്നിലിൻ എന്ന കാർട്ടൂണിസ്റ്റ് വിഖ്യാതനായി. *വാനിറ്റിഫെയർ* (1868) പോലുള്ള ചില എതിർപ്രസിദ്ധീകരണങ്ങൾ നിലവിൽ വന്നെങ്കിലും *പഞ്ചി*ന്റെ ഖ്യാതിയോ അംഗീകാരമോ മറ്റൊന്നിനും ലഭിച്ചില്ല. മാക്സ് ബേർബോം, പെല്ലെഗ്രിനി എന്നിവരൊക്കെ *വാനിറ്റിഫെയറി*ലൂടെ ശ്രദ്ധിക്കപ്പെട്ടവരാണ്.

ഫ്രാങ്ക്ളിൻ ബെഞ്ചമിൻ

ഡ്രോപ്പിങ്ങ് ദ പൈലറ്റ് (ജോൺ ടെന്നിലിൻ), *കാപ്രിക്കോസ്* (ഗോയെ), *സിൻട്രാസിന്റെ യാത്രകൾ* (റൗലണ്ട്സൺ).... ലോക കാർട്ടൂൺ-

Join or Die

കാരിക്കേച്ചർ ചരിത്രത്തിൽ തന്നെ ഇടം നേടിയ രചനകൾ ഏറെയാണ്. എന്നാൽ *Join or Die* (ഒന്നിക്കുക അല്ലെങ്കിൽ മരിക്കുക) എന്ന കാർട്ടൂണിനും അതു വരച്ച ഫ്രാങ്ക്ളിൽ ബെഞ്ചമിൻ എന്ന കാർട്ടൂണിസ്റ്റിനും അതുല്യമായ ഒരു സ്ഥാനം നൽകപ്പെട്ടിട്ടുണ്ടെന്ന് പറയാതെ വയ്യ. അമേരിക്കൻ ആഭ്യന്തര സമരത്തെ പ്രതിനിധീകരിച്ച ഈ കാർട്ടൂൺ എന്നത്തേയും ക്ലാസിക്കായി കണക്കാക്കപ്പെടുന്നു. അമേരിക്കയിലെ പതിമൂന്ന് സംസ്ഥാനങ്ങളേയും മുറിച്ച് മാറ്റപ്പെട്ട പാമ്പിൻ കഷ്ണങ്ങളായി ചിത്രീകരിച്ച് സമരക്കാരുടെ പിന്തുണ അദ്ദേഹം നേടി.

പക്കും ജഡ്ജും

ഇന്ന് നമ്മുടെ നാട്ടിലും വിദേശത്തും കാർട്ടൂണുകൾ ഏതെങ്കിലുമൊരു വിഭാഗത്തിന്റെ പക്ഷംപിടിക്കാനുള്ള ആയുധങ്ങളായി പലരും ഉപയോഗിക്കുന്നുണ്ട്. ഈ രീതിയുടെ തുടക്കം തന്നെ അമേരിക്കയിൽ നിന്നാണെന്നു പറയാം. അക്കാലത്തെ അമേരിക്കൻ രാഷ്ട്രീയത്തിൽ റിപ്പബ്ളിക്ക്-ഡെമോക്രാറ്റിക് പാർട്ടികൾക്ക് നിർണായകമായ സ്വാധീനമുണ്ടായിരുന്നു. പിടിച്ചുനിൽക്കണമെങ്കിൽ സ്വാധീനിക്കലിന്റെ രീതിശാസ്ത്രം ഉണ്ടായിരിക്കണമെന്ന തിരിച്ചറിവ് ഇരുകക്ഷികൾക്കുമുണ്ടായിരുന്നു. 1773–1776 കാലഘട്ടത്തിലെ സ്വാതന്ത്ര്യസമരാനന്തരം അമേരിക്കയിൽ ജനാധിപത്യ സംവിധാനം നിലവിൽ വരികയും തുടർന്ന് റിപ്പബ്ളിക്ക്-ഡെമോക്രാറ്റിക് പാർട്ടികൾ സജീവ സാന്നിധ്യമാവുകയും ചെയ്തിരുന്നു. അമേരിക്കയുടെ പതിനാറാം പ്രസിഡന്റായിരുന്ന അബ്രഹാം ലിങ്കൺ അടിമത്തം നിരോധിക്കാൻ നടത്തിയ ശ്രമങ്ങൾ ചില കൂട്ടരെ

പക്കും ജഡ്ജും

അസ്വസ്ഥരാക്കുകയും തുടർന്ന് ആഭ്യന്തരയുദ്ധം(1861–1865) ആരംഭിക്കുകയുംചെയ്തു.

ആഭ്യന്തരകലാപസമയത്ത് നിരവധി കാർട്ടൂണിസ്റ്റുകൾ ശ്രദ്ധേയരായി. *ദ റോയൽ ഫിസ്റ്റ് ഓഫ് ബെൽ ഷസർ ആന്റ് മണി കിംഗ്* (The Royal Feaest of Beishazzer & Money King)എന്ന കാർട്ടൂൺ വരച്ച വാൾസ് മെക്ഡൂഗൽ, ജോസഫ് കെപ്ളർ, ബൺഹാഡ് തുടങ്ങിയവരൊക്കെ അക്കാലത്ത് ഒട്ടേറെ രചനകളിലൂടെ ചരിത്രത്തിൽ ഇടം നേടി. ആയിടയ്ക്കാണ് അറിയപ്പെടുന്ന ഹാസ്യപ്രസിദ്ധീകരണമായ *പക്കി*നെ തങ്ങളുടെ രാഷ്ട്രീയ ആവിഷ്കാരോപാധിയായി ഡെമോക്രാറ്റിക് പാർട്ടി ഉപയോഗിച്ച് തുടങ്ങിയത്. ജോസഫ് കെപ്ളർ ആണ് 1876 –1877 കാലഘട്ടത്തിൽ *പക്ക്* ആരംഭിച്ചത്. റിപ്പബ്ളിക്കൻ പാർട്ടിയുടെ നയങ്ങൾക്കെതിരെ പരിഹസിക്കലായിരുന്നു *പക്ക്* അക്കാലത്ത് സ്വീകരിച്ചിരുന്ന പ്രധാന പരിപാടി. എന്നാൽ അധികം വൈകാതെ റിപ്പബ്ളിക്കൻ പാർട്ടി *ജഡ്ജ്* എന്ന പേരിൽ മറ്റൊരു പ്രസിദ്ധീകരണം ആരംഭിച്ചു. രാഷ്ട്രീയ കക്ഷികൾക്കു വേണ്ടി ഈ രണ്ട് പ്രസിദ്ധീകരണങ്ങളും പരസ്പരം ചെളി വാരിയെറിഞ്ഞു. രണ്ടിലും വരച്ചിരുന്ന കാർട്ടൂണിസ്റ്റുകളുമുണ്ടായിരുന്നു എന്നതാണ് ഏറെ കൗതുകകരം. റിപ്പബ്ളിക്കൻ പാർട്ടിയെ വിമർശിച്ച് വരച്ച അതേ തൂലിക തന്നെ ഡെമോക്രോറ്റിക് കക്ഷിയെ ചീത്ത വിളിച്ച് വരക്കുകയും ചെയ്യുന്ന ഈ രീതി ഇന്ന് നമ്മുടെ നാട്ടിലെ ചില കാർട്ടൂണിസ്റ്റ് കേമൻമാരും കൊണ്ടുനടക്കുന്നത് കാണാം. *പങ്ക്–ജഡ്ജ്* മാസികകളിൽ ഒരുപോലെ വരച്ച ബൺ ഹാഡ് തെരഞ്ഞെടുപ്പ് അവലോകനത്തിനായി വരച്ച ടാറ്റ്മാൻ കാർട്ടൂണുകൾ എന്നും കാർട്ടൂൺ പഠിതാക്കളെ സ്വാധീനിക്കുന്ന രചനയാണ്. അമേരിക്കൻ പ്രസിഡന്റ് പദവിയ്ക്കായി ബ്ലെയ്ൻ, ക്ലീവ്ലാന്റ് എന്നിവരുടെ പോരാട്ടമാണ് ടാറ്റ്മാൻ കാർട്ടൂണുകളിലെ മുഖ്യവിഷയം. ഇവ്വിധം രാഷ്ട്രീയ കാർട്ടൂണുകളുടെ പരീക്ഷണ ശാലയായിരുന്നു അന്നത്തെ അമേരിക്ക. പത്തൊമ്പതാം നൂറ്റാണ്ടിന്റെ തുടക്കത്തോടെ ഒട്ടേറെ മാസികകളും സ

ജീവമായി. *ജോസി ജോക്കർ, കോമിക് മന്ത്‌ലി, ഫണ്ണിഫെല്ലോ* തുടങ്ങിയ പ്രസിദ്ധീകരണങ്ങൾ അക്കാലത്ത് സജീവമായിരുന്നത് അമേരിക്കയിൽ കാർട്ടൂണിന്റെ പ്രചാരത്തിന് സഹായകമായി.

തോമസ് നാഷ്

അമേരിക്കയിലെ കാർട്ടൂണിസ്റ്റുകളിൽ തോമസ് നാഷ് പ്രധാനിയാണ്. പല മുൻഗാമികളെയുംപോലെ നാഷും കാർട്ടൂണിനെ അഭിപ്രായ പ്രകടനത്തിനുള്ള ഉപാധിയായി കണ്ടു. വില്യം ന്യൂമായെ പോലുള്ള അറിയപ്പെടുന്ന കലാകാരന്മാരുടെ പിന്തുണ നാഷിനുണ്ടായിരുന്നു. ഇംഗ്ലീഷുകാരനാണെങ്കിലും അക്കാലത്ത് അമേരിക്കയിൽ പ്രസിദ്ധീകരിച്ചിരുന്ന *ഹാർപ്പേഴ്സ് വീക്കിലി*യിൽ നാഷിന്റെ കാർട്ടൂണുകൾ പ്രസിദ്ധീകരിക്കപ്പെട്ടു. ഡെമോക്രാറ്റിക്-റിപ്പബ്ളിക്കൻ പാർട്ടികളെ കളിയാക്കുന്നതിൽ മുൻപന്തിയിലായിരുന്ന നാഷ് യാഥാസ്ഥിതികരായ പുരോഹിതരേയും വെറുതേ വിട്ടിരുന്നില്ല. ഇടക്കാലത്ത് സഭ നാഷിനെതിരെ നടപടിക്ക് തുനിഞ്ഞു. അതൊന്നും അദ്ദേഹത്തെ തളർത്തിയില്ല.

തോമസ് നാഷ്

ഡേവിഡ് ലായുടെ (1891 –1961) സ്വാധീനം

ഇരുപതാം നൂറ്റാണ്ടു കണ്ട ഏറ്റവും മികച്ച കാർട്ടൂണിസ്റ്റ് ആരാണ്? ഡേവിഡ് ലാ, വിക്കി, ഡിസ്നി, ചാൾസ് ഷൂൾസ്, ചാൾസ് ആദംസ്, ശങ്കർ, അബു എബ്രഹാം എന്നിങ്ങനെ ഉത്തരം നിരവധിയാണ്. എന്നാൽ ഏതെങ്കിലും ഒരാളുടെ പേര് തന്നെ നിർബന്ധമായും പറയണമെന്ന് വന്നാൽ തീർച്ചയായും എല്ലാവരും പറയുക ഡേവിഡ് ലാ എന്നു തന്നെയാവും. അക്കാര്യത്തിൽ, ലായുടെ സമകാലികനും ലായെപ്പോലെ ഹിറ്റ്ലറെ വരെ പരിഹസിക്കാൻ ധൈര്യം കാട്ടുകയും ചെയ്ത വിക്കിയും കുട്ടികളേയും മുതിർന്നവരേയും ഒരുപോലെ സ്വാധീനിച്ച കാർട്ടൂണുകളിലൂടെ കാർട്ടൂൺ സംസ്കാരത്തിന്റെ തന്നെ ദിശാമാറ്റത്തിനിടയാക്കിയ വാൾട്ട് ഡിസ്നിയും ഡേവിഡ്

ഡേവിഡ് ലാ

ലായുടെ പേരു തന്നെയാവും പറയുക എന്ന കാര്യത്തിൽ ഉറപ്പാണ്. ഒരുപക്ഷേ ഡിസ്നിയുടേയും വിക്കിയുടേയും ആദ്യകാലവരയിൽ ഒരു പരിധിവരെ ലായുടെ സ്വാധീനം പ്രകടമായിരുന്നു. നമ്മുടെ നാട്ടിലെ കാർട്ടൂണിസ്റ്റുകളിൽ ചിലരെയെങ്കിലും ലാ ഏറെ സ്വാധീനിക്കപ്പെട്ടു എന്ന കാര്യത്തിൽ തർക്കമില്ല. ശങ്കർ, അബു അബ്രഹാം, ആർ കെ ലക്ഷ്മണൻ, കുട്ടി തുടങ്ങിയ മഹാരഥന്മാരൊക്കെ ലായെ അംഗീകരിച്ചിട്ടുള്ളവരാണ്. ന്യൂസിലാന്റിൽ ജനിച്ച് ലോകം മുഴുവൻ വളർന്ന ഡേവിഡ് ലായുടെ *കേണൽ ബ്ലിംബി* ഏറ്റവുമധികം പരിഹസിച്ച് വരച്ചത് ഹിറ്റ്ലറെയും നാസി ഭരണകൂടത്തെയുമാണ്.

കാർട്ടൂണിടങ്ങൾ ഇരുപതാം നൂറ്റാണ്ടിൽ

ദ ഗ്രേറ്റ് ഡിക്റ്റേറ്റർ എന്ന പേരിൽ ചാർളി ചാപ്ളിന്റെ അവസാന സൃഷ്ടി പുറത്തു വന്നത് 1940 ലാണ്. ഹിറ്റ്ലറെ വിമർശിക്കാൻ ധൈര്യം കിട്ടിയ ചാപ്ളിൻ ഏറെ അഭിനന്ദിക്കപ്പെട്ടു. ഡിക്റ്റേറ്ററിലൂടെ നേടിയ അഭിനന്ദനങ്ങളെ കുറിച്ച് ചാപ്ളിൻ നൽകിയ ഒരു അഭിമുഖത്തിൽ പറഞ്ഞത് സാമൂഹിക വിമർശനത്തിന്റെ കാര്യത്തിൽ താൻ ആധുനിക കാർട്ടൂണിസ്റ്റുകൾ നൽകിയ സംഭാവനകൾക്കൊപ്പം നിൽക്കുന്ന ഒന്നും ചെയ്തിട്ടില്ല എന്നാണ്.

വര : ഡേവിഡ് ലാ

വാൾട്ട് ഡിസ്നിയും വിക്കിയും

ചാപ്ളിനെപ്പോലെ അത്ര പ്രശസ്തരല്ലാത്തതുകൊണ്ടാവാം പൊതുസമൂഹത്തിൽ ലായും വിക്കിയും അത്രയേറെ അംഗീകരിക്കപ്പെടാത്തത്. തനിക്കും നേരിടേണ്ടി വരുമായിരുന്ന ആ പ്രതിസന്ധിയെ അനിമേഷൻ ചിത്രങ്ങളിലൂടെ മറികടക്കാൻ വാൾട്ട് ഡിസ്നിക്കു സാധിച്ചെങ്കിലും കാർട്ടൂൺ പഠിതാക്കൾക്കും ആ കലയെ സസൂക്ഷ്മം ശ്രദ്ധിക്കുന്നവർക്കും മാത്രമാണ് ലായെയും വിക്കിയേയും പരിചയം. എന്നാൽ ലോകമാകമാനമുള്ള രാഷ്ട്രീയ അപചയങ്ങളെ അതിർവരമ്പുകൾ നോക്കാതെ വിമർശിക്കുകയും പൊളിച്ചെഴുതുകയും വഴി ഡേവിഡ് ലായെപോലുള്ള കാർട്ടൂണിസ്റ്റുകളും ചരിത്രത്തിന്റെ വഴിത്തിരുവിനുള്ള കാരണമായി എന്നു പറയുന്നതിൽ തെറ്റില്ല. ആൽബേർ ഡ്യൂബോ, മോറിസ് ഹെൻന്റി, ജീൻ ലൂയിസ് ഫൊറയിൻ (ഫ്രാൻസ്), ഗ്രേഡ് അർനോൾസ്കാൾ (ജർമനി) ബെർത്രോസ് ഫിൽമേ, പീർബോം (ബ്രിട്ടൻ), ജെ ആർവില്യം (അമേരിക്ക) ഉമയ്യ ജൂഹ (പാലസ്തീൻ), ഇർഫാൻ ഹുസൈൻ (പാകിസ്ഥാൻ) എന്നിങ്ങനെ ഇരുപതാം നൂറ്റാണ്ടു കണ്ട മികച്ച രാഷ്ട്രീയ കാർട്ടൂണിസ്റ്റുകളായ പ്രതിഭാശാലികളുടെ നിര ഏറെ വലുതാണ്.

വാൾട്ട് ഡിസ്നി

വിക്കി

ചാൾസ് ഷൂൾസും (1922-200) പീനട്ടും

ലോക കാർട്ടൂണിൽ സേവിഡ് ലാ, വിക്കി, ഡിസ്നി എന്നീ പ്രതിഭകൾക്കു ശേഷം ഇതിഹാസതുല്യമായ സ്ഥാനം നേടിയ രണ്ടു കാർട്ടൂണിസ്റ്റുകളിൽ ഒരാളാണ് ചാൾസ് ഷൂൾസ്. മറ്റേയാൾ ചാൾസ് ആദംസ്.

ഒരുപക്ഷേ ഷൂൾസിനെക്കാളും പ്രശസ്തി നേടിയത് അദ്ദേഹത്തിന്റെ കാർട്ടൂൺ പരമ്പരയാണ്. *പീനട്ട്.* കുട്ടികളെയും മുതിർന്നവരെയും ആകർഷിക്കുവാൻ ഷൂൾസിനു കഴിഞ്ഞു. തന്റെ വളർത്തുനായയെ നോക്കി ശീലിച്ച് *പീനട്ടി*ലെ മുഖ്യകഥാപാത്രമായ സ്നൂപിയെ അദ്ദേഹം രൂപപ്പെടുത്തിയെടുത്തു. രണ്ടാം ലോകമഹായുദ്ധകാലത്ത് ഷൂൾസ് അമരിക്കൽ സെനികോദ്യോഗസ്ഥനായിരുന്നു. പട്ടാളജീവിതം തന്റെ ജീവിതത്തിന്റെ എല്ലാ നന്മകളെയും നശിപ്പിക്കുമെന്നു തോന്നിയതു കൊണ്ടാവണം ജോലി മതിയാക്കി തിരിച്ചുവന്ന് വരജീവിതം തുടർന്നു അദ്ദേഹം. പണ്ട് ഏതോ മാസികയിൽ പ്രസിദ്ധീകരിച്ചുവന്ന ഒരു കാർട്ടൂണിനെ പരമ്പരയാക്കാൻ ഷൂൾസ് തീരുമാനിച്ചു. അതാണ് *പീനട്ട്.* എന്നാൽ അതിനു മുമ്പ് മറ്റൊരു കാർട്ടൂൺ പംക്തി അദ്ദേഹം തുടങ്ങിയിരുന്നു. *ലിൽഫാൾക്ക്* (lilfolk). ആ പംക്തിയിലെ ചില കഥാപാത്രങ്ങളെകൂടി ചേർത്ത് വികസിച്ച മട്ടിലാണ് പീനട്ടിന് അദ്ദേഹം രൂപംനൽകിയത്. ഏവരും ശ്രദ്ധിക്കുന്ന പംക്തിയായി *പീനട്ട്* മാറുന്നത്

ചാൾസ് ഷൂൾസ്

പീനട്ട്

യുണൈറ്റഡ് ഫീച്ചർ സിൻഡിക്കേറ്റിന് വേണ്ടി അദ്ദേഹം വരക്കാൻ തുടങ്ങിയതു മുതലാണ്. എഴുപതിലേറെ രാജ്യങ്ങളിൽ രണ്ടായിരത്തിയഞ്ഞൂറോളം പ്രസിദ്ധീകരണങ്ങളിലായി *പീനട്ട്* ഒരേസമയം പ്രസിദ്ധീകരിക്കപ്പെട്ടു.ഈ റിക്കോർഡ് തകർക്കാൻ മറ്റാർക്കും സാധിച്ചിട്ടില്ല. രണ്ടായിരത്തിലാണ് ഈ അതുല്യപ്രതിഭ അന്തരിച്ചത്.

ചാൾസ് ആദംസും ആദംസ് ഫാമിലിയും (1912–1988)

ചാൾസ് ആദംസ്

ഷൂൾസ് നേടിയ ഖ്യാതിക്കും അംഗീകാരത്തിനും സമാന്തരമായാണ് ചാൾസ് ആദംസിന്റെ കലാജീവിതവും സഞ്ചരിച്ചത്. ഗൗരവമുള്ള ചിരിയാണ് അദ്ദേഹത്തിന്റെ സംഭാവന. ഒരു മൃതദേഹം കണ്ടാൽ അതിലുമുണ്ടാവുമൊരു തമാശ എന്നദ്ദേഹം വിശ്വസിച്ചു. ഇരുപതാം നൂറ്റാണ്ടിലെ അമേരിക്കൻ ജനതയുടെ സാമൂഹിക ജീവിതത്തിലെ കോമാളിത്തരങ്ങൾ ആദംസ് കാർട്ടൂണിന് വിഷയമാക്കി. കെന്നഡിയും കാർട്ടറും ബുഷ് ഒന്നാമനുമൊക്കെ അദ്ദേഹത്തിന്റെ കഥാപാത്രങ്ങളിൽ മുഖമില്ലാതെ പ്രത്യക്ഷപ്പെട്ടു. *ആദംസ് ഫാമിലി* എന്ന കാർട്ടൂൺ പരമ്പര ഇതുവഴി ഏറെ ഖ്യാതി നേടി. പതിവുരീതിയിലുള്ള രചനാസമ്പ്രദായമേ ആയിരുന്നില്ല അദ്ദേഹത്തിന്റേത്. വൈകാതെ *ആദംസ് ഫാമിലി* അമേരിക്കൻ ടെലിവിഷൻ ചാനലുകളിലും പ്രത്യക്ഷപ്പെട്ടു.

ആദംസ് ഫാമിലി

ന്യൂയോർക്കർ മാസികയും ഇംപ്രഷനിസവും

1930 ൽ *ന്യൂയോർക്കർ മാസിക* പ്രസിദ്ധീകരണം തുടങ്ങി. ഇത് കാർട്ടൂണിന്റെ പല അടിസ്ഥാന സ്വാഭാവങ്ങൾക്കും മാറ്റം വരുത്തി. ലോക കാർട്ടൂണിന്റെ ഏതു കോണിൽ നടക്കുന്ന ചലനങ്ങളും *ന്യൂയോർക്കർ മാസികയിൽ* അടയാളപ്പെട്ടു. ഈ പ്രസിദ്ധീകരണത്തിന്റെ കാലഘട്ടത്തിന്റെ ഒരു സവിശേഷത ഒന്നും രണ്ടും ലോക മഹായുദ്ധങ്ങൾക്കിടയിൽ പൊതുജനത്തിന്റെ കയ്യിലെത്തി എന്നതാണ്. 1929 ലെ ലോക സാമ്പത്തികമാന്ദ്യത്തിന്റെ സ്വാധീനം സമസ്ത മേഖലകളിലും പ്രത്യക്ഷപ്പെട്ടിരുന്ന അക്കാലത്ത് സാമൂഹിക വിമർശനം കാർട്ടൂണിസ്റ്റുകളിലൂടെയാണ് ശക്തി പ്രാപിച്ചത്. ഈ കാലഘട്ടത്തിൽ നമ്മുടെ ചിത്രകലപ്രസ്ഥാനത്തിലെ പുത്തൻ രീതിയായിരുന്ന ഇംപ്രഷനിസം ലോകത്ത് പ്രകടമായി തുടങ്ങി. ദുർഗ്രാഹ്യത നിറഞ്ഞ കാർട്ടൂണുകൾ പിറക്കപ്പെട്ടു. ഇത്തരം രചനകളുടെയൊക്കെ പ്രചോദനഘടകം പിക്കാസോയുടെ ക്യൂബിസവും ഗൂർണിക്ക സ്റ്റൈലുമൊക്കെയാണ് എന്ന് ആക്ഷേപം ഉയർന്നുവന്നു. സ്വാൾബർസ്റ്റിൽ, മൊഹ്വാൽ കൊവറാബിയവ് (Meguel Coverrubins), പാർച്ച് എന്നിവർ ഇത്തരം ദുർഗ്രാഹ്യതയ്ക്കടിമപ്പെട്ട കാർട്ടൂണിസ്റ്റുകളായിരുന്നു.

ന്യൂയോർക്കർ മാസിക

കോമിക്സുകൾ

കോമിക്സ് കാർട്ടൂണുകൾ ഒരു നല്ല കാർട്ടൂണിന്റെ വിഷയമല്ല എന്ന് പറയാറുണ്ട് പലരും. അതിനു കാരണവുമുണ്ട്. പലപ്പോഴും കോമിക്സുകൾ പൈങ്കിളിയുടെയും ബാലപ്രീതിയുടെയും കൈപിടിച്ചു മാത്രമാണ് സഞ്ചാരം നടത്തുന്നത്. യഥാർഥ്യ ജീവിതം എന്ന വസ്തുതയെ നിരാകരിച്ചുകൊണ്ടാണ് അവയുടെ നടപ്പ് രീതികൾ. അമാനുഷികതയുടെ

യെല്ലോ കിഡ്

അസത്യങ്ങളെ സ്വീകരിക്കുന്ന കോമിക്സുകൾ ഇഷ്ടപ്പെടുന്നത് കുട്ടികൾക്കിടയിലാണ് എന്നത് ഏറെ ശ്രദ്ധേയമായ കാര്യമാണ്. പത്തൊൻപതാം നൂറ്റാണ്ടിലാണ് ലോകത്തെ കോമിക്സുകളുടെ സ്വഭാവമുള്ള ആദ്യരചനകളുണ്ടാവുന്നത്. ജർമൻ രേഖാചിത്രകാരനായ വിൽഹാം ബുഷി (Wilhum Bustch)ന് ഇതിൽ വലിയ സ്ഥാനമുണ്ട്. റുഡോൾഫ് ടോപ്ഫീയർ (Rudolf Topfier) മറ്റൊരു വിഖ്യാത കോമിക് ചിത്രകാരനാണ്. എങ്കിലും റിച്ചാർഡ് ഫെന്റെന്റ് ഔട്ട്കാലി (Richard Ferndent Outcall)ന്റെ *യെല്ലോ കിഡ്* (Yellow Kid) പ്രസിദ്ധീകരിക്കപ്പെട്ടതോടെയാണ് ശരിക്കും ഈ ചിത്രകലയ്ക്ക് ആത്യന്തിക വ്യക്തിത്വ അടിത്തറ ഉണ്ടാവുന്നത്. ഇരുപതാം നൂറ്റാണ്ടിൽ *ടാർസനും ഫ്ളാഷ് ഗോർഡനും ഡിക്ട്രെസിയും ലിഫാൾക്കിന്റെ ഫാന്റം മാൻഡ്രേക്കും* തരംഗം സൃഷ്ടിക്കപ്പെട്ടു. അമേരിക്കക്കാരായ സീഗലും ഷഡ്സറ്ററും ചേർന്ന് രചിച്ച *സൂപ്പർമാൻ* പരമ്പരകളും വാൾട്ട് ഡിസ്നിയുടെ അനിമേഷൻ പരമ്പരകളും പിൽക്കാല കാർട്ടൂണിന്റെ

മാൻഡ്രേക്ക് കോമിക്സ്

യെല്ലോ കിഡ്

കുട്ടിത്തം വളർത്താൻ സഹായിച്ചു. എങ്കിലും സീരിയസ് കാർട്ടൂണിന്റെ നിലപാടുകളുമായി താരതമ്യം ചെയ്യുമ്പോൾ കോമിക്സുകൾ ഇന്ന് ഒരു വിപണിവിഷയം മാത്രമാണ്.

ആവിഷ്കാര പ്രതിസന്ധികൾ

മുമ്പ് സൂചിപ്പിച്ചതുപോലെ പത്രമുതലാളിയുടെ രാഷ്ട്രീയ താൽപ്പര്യത്തിനു വേണ്ടി തോന്നുന്നതുപോലെ കാർട്ടൂൺ വരച്ചു കൊടുത്ത കാർട്ടൂണിസ്റ്റുകളുടെ ബാഹുല്യം ഇരുപതാം നൂറ്റാണ്ടിലാണ് കൂടുതൽ ശക്തമായത്. എന്നാൽ അക്കൂട്ടർ ഒരിക്കലും ഒരു മെജോറിറ്റി ആയില്ല സാമൂഹിക പ്രതിബദ്ധതയുള്ള കാർട്ടൂണിസ്റ്റുകൾ നിരവധി പേരുണ്ടായി. ജെ എൻ സാർലിങ്, നെൽസൺ ഹാർസിങ് എന്നിങ്ങനെ ചിലർ ശക്തമായ കാർട്ടൂണുകൾ വരയ്ക്കുകയും ജനവികാരങ്ങൾക്കൊപ്പം നിൽക്കുകയും ചെയ്തു . ഇന്ന് സ്വന്തം നിലപാടുകളിൽ ഷണ്ഡത്വം കലർത്തുന്നവർ ഏറെയുണ്ടെങ്കിലും അമ്പതുകൾക്കു ശേഷം ഇന്ത്യയിൽ പ്രത്യേകിച്ചും കേരളത്തിൽ രംഗത്തു വന്ന കാർട്ടൂണിസ്റ്റുകളധികവും സ്വന്തം കലാശേഷിയെ രാഷ്ട്രത്തിന്റെ ജനാധിപത്യബോധത്തിന്റെ കെട്ടുറപ്പിനു വേണ്ടി ഉപയോഗപ്പെടുത്തി എന്നത് ശ്രദ്ധേയമാണ്. ഉറ്റമിത്രമായ പ്രധാനമന്ത്രിയെപ്പോലും പരിഹസിച്ച് വരച്ച ശങ്കറും അടിയന്തരാവസ്ഥക്കാലത്തെ ഇന്ദിരാഗാന്ധിയെ പ്രത്യക്ഷത്തിൽ തന്നെ പരിഹസിക്കാൻ ധൈര്യം കാട്ടിയ അബുവും

സൂപ്പർമാൻ

കോമൺമാന്റെ സാന്നിധ്യത്തിലൂടെ സ്വാതന്ത്ര്യാനന്തര ഭാരതത്തിലെ സാമ്പത്തിക-സാമൂഹിക പ്രതിസന്ധികളെ മറികടക്കാൻ ഉപദേശങ്ങൾ നൽകിയ ആർ കെ ലക്ഷ്മണും വരുംകാല കാർട്ടൂൺ പ്രതിഭകൾക്ക് കാർട്ടൂണിന്റെ മഹത്വത്തെ പഠിപ്പിക്കുന്നതിൽ വലിയ പങ്കു വഹിക്കുന്ന

വരാണ്. ചിലയാളുകൾ കാർട്ടൂണിനെ രാഷ്ട്രീയ ആയുധമാക്കി ഉപയോഗിക്കുമ്പോൾ മറ്റു ചിലർ ഈ കലയെ കുട്ടികളുടെ കളിപ്പാട്ടമായി ദൃശ്യപഥത്തിലെത്തിക്കുന്നു.

ചിലർ കാർട്ടൂൺ വരച്ചതിന്റെ പേരിൽ കൊലചെയ്യപ്പെടുമ്പോൾ വേറെയൊരു കൂട്ടർ വരച്ച് സുഖിപ്പിച്ച് പണമുണ്ടാക്കുന്നു!

സ്വാതന്ത്ര്യത്തിന്റെ എതിർപ്പുകൾ

ആവിഷ്കാര സ്വാതന്ത്ര്യത്തിന്റെ കാര്യത്തിൽ എല്ലാക്കാലത്തും മറ്റേതൊരു കലയിലുമെന്നതുപോലെ കാർട്ടൂണിസ്റ്റുകൾക്കും പരിമിതികൾ ഉണ്ടായിരുന്നു. എന്നാൽ സത്യം സത്യമായി വരച്ചതിന്റെ പേരിലോ അധാർമിക സത്യങ്ങളെ വിമർശിച്ചതിന്റെ പേരിലോ ശിക്ഷിക്കപ്പെട്ട ചിരി വരക്കാരും നിരവധിയാണ്.

ചരിത്രത്തിൽ ആദ്യമായി ഇങ്ങനെ വിമർശനവിധേയനായ കാർട്ടൂണിസ്റ്റ് ആരാണ്? ഒരുപക്ഷേ 1830 ൽ ഫ്രാൻസിൽ പ്രസിദ്ധീകരണമാരംഭിച്ച *ലാ കാരിക്കേച്ച*റിന്റെ സ്രഷ്ടാവും കാർട്ടൂണിസ്റ്റുമായ ചാൾസ് ഫിലിപ്പോണിനാവാം വരച്ചതിന്റെ പേരിൽ ആദ്യമായി കോടതി കയറേണ്ടി വന്നത്. നർമത്തിലൂടെ സാമൂഹിക അനീതികൾക്കെതിരെ പ്രതികരിച്ചിരുന്ന ഫിലിപ്പോൺ അതിന് *ലാ കാരിക്കേച്ച*റിനെ മാധ്യമമാക്കി. അന്നത്തെ ഫ്രഞ്ച് ഭരണാധികാരി ലൂയി ഫിലിപ്പിനെ പരിഹസിച്ചും വികൃതമാക്കിയുമാണ് വരച്ചതെന്നാണ് ഫിലിപ്പോണിനെതിരെ ചുമത്തപ്പെട്ട കുറ്റം. ഫിലിപ്പോണിന് ഏറെക്കാലം കോടതി കയറിയിറങ്ങേണ്ടി വന്നു.

ഇസ്രായേലിന്റെ പലസ്തീൻ അതിക്രമത്തിന്റെ രക്തസാക്ഷിയാണ് കാർട്ടൂണിസ്റ്റ് നാജി അലി. 1985 ൽ തന്റെ പത്രസ്ഥാപനമായ *അൽ ഖബാസി*ന്റെ ലണ്ടൻ ഓഫീസിൽ വച്ചാണ് ഇസ്രായേൽ പട്ടാളത്തിനാൽ നാജി കൊല്ലപ്പെട്ടത്. കുട്ടിക്കാലം മുതൽ അധിനിവേശ വിരുദ്ധനായ നാജി തന്റെ രാജ്യത്തിനുവേണ്ടി സ്വന്തം പേനയെ, വരയെ ആയുധമാക്കി, ലോകം മുഴുവൻ അലിയുടെ കാർട്ടൂണുകൾക്ക് ഖ്യാതി നേടാനായി. ഇന്നും പലസ്തീനികൾ അലിയുടെ കാർട്ടൂണുകൾ പോസ്റ്ററുകളായും പ്ലഡ്ജുകളായും ഉപയോഗിക്കുന്നു.

നാജിയുടെ പിൻതലമുറക്കാരിയായ ഉമയ്യജൂഹ എന്ന വനിതാ കാർ

ട്ടൂണിസ്റ്റ് ഇപ്പോഴും ഒളിവിലിരുന്ന് ഇസ്രായേൽ വിരുദ്ധ കാർട്ടൂണുകൾ വരയ്ക്കുന്നു. ഇസ്രായേലികൾ കൊന്ന പലസ്തീൻ ഹമാസ് പോരാളിയായ ഭർത്താവിന്റെ കുഴിമാടത്തിലെ വാടിയ പൂവ് മേശപ്പുറത്ത് വച്ച് ഉമയ്യ ഇസ്രയേൽ ഭീകരതയെ ചോദ്യം ചെയ്തു. സ്വാഭാവികമായും ഇസ്രായേലികളുടെ ഹിറ്റ്ലിസ്റ്റിലാണ് ഉമയ്യയും. ഒരു ഡച്ചു പത്രത്തിൽ വന്ന കാർട്ടൂൺ പരമ്പര ലോകത്ത് പലയിടത്തും രക്തച്ചൊരിച്ചിൽ ഉണ്ടാക്കിയത് 2005 ലാണ്. സെപ്തംബർ 30 ന് *ജില്ലൻസ് പോസ്റ്റ്* എന്ന ഡച്ചു പത്രത്തിൽ 'മുഹമ്മദിന്റെ മുഖം' എന്ന ലേഖനത്തിലാണ് പന്ത്രണ്ടോളം കാർട്ടൂണുകൾ പ്രത്യക്ഷപ്പെട്ടത്. ഇസ്ലാം മതവിശ്വാസികളെ പ്രകോപിതരാക്കിയെങ്കിലും ഡച്ച് ഗവൺമെന്റ് കാർട്ടൂണുകൾക്കെതിരെ നടപടിയൊന്നും സ്വീകരിച്ചില്ല. യൂറോപ്യൻ യൂണിയനിലെ ഒട്ടേറെ രാജ്യങ്ങൾ പ്രസ്തുത കാർട്ടൂണുകൾ പുനഃപ്രസിദ്ധീകരിച്ചതോടെ കാർട്ടൂണിസ്റ്റുകൾക്ക് പുറത്തിറങ്ങി നടക്കാൻ വയ്യാതായി. എംബസികൾക്ക് തീയിട്ടു. രാജ്യങ്ങൾ തമ്മിൽ ഉപരോധങ്ങൾ വന്നു. നൂറ്റിയറുപതോളം ആളുകൾ കൊല്ലപ്പെട്ടു.

അടുത്തകാലത്ത് ഒരു അമേരിക്കൻ മാധ്യമത്തിൽ ജെ സി എന്ന പേരിൽ ഒരു കാർട്ടൂൺ പ്രത്യക്ഷപ്പെട്ടു. യേശുക്രിസ്തുവാണ് പ്രധാന കഥാപാത്രം. അമേരിക്കയിൽ ആവിഷ്കാരസ്വാതന്ത്ര്യം എത്രത്തോളമാകാമെന്ന് തർക്കം ആരംഭിച്ചതു തന്നെ ഈ കാർട്ടൂണിന്റെ പേരിലാണ്. പക്ഷെ നമ്മുടെ നാട്ടിലെ മാധ്യമങ്ങൾ ഈ വാർത്ത അധികം ചർച്ച ചെയ്യാതെ പോയി.

القبس الدولي
AL-QABAS INTERNATIONAL
رصاصة جانية اصابت «حنظلة» في لندن
ناجي العلي بين الحياة والموت

നാജിഅലിയെ കുറിച്ച് വന്ന പത്രവാർത്ത

വിശ്വവിഖ്യാത മലയാളിയായ അബു എബ്രഹാമിനും ആവിഷ്കാര സ്വാതന്ത്ര്യത്തിന്റെ എതിർവശം കാണേണ്ടി വന്നു. എല്ലാക്കാലത്തും പുരോഗമനാശയങ്ങളെ ഉൾക്കൊള്ളാൻ മടികാണിച്ചിരുന്ന സഭ ഒരിക്കൽ കുടുംബാസൂത്രണത്തേയും എതിർത്തിരുന്നു. ഇതിനെതിരെ അബു വരച്ചു. അതോടെ പള്ളിക്കാരും പട്ടക്കാരും അദ്ദേഹത്തിനെതിരായി. അബു വരച്ച വിഖ്യാത കാർട്ടൂൺ ഇന്ദിരാഭരണകാലത്ത് ഉണ്ടാക്കിയ ചർച്ച ചെറുതൊന്നുമായിരുന്നില്ല. പാതിരാത്രിയിൽ പത്രക്കാരെപ്പോലുമറിയാതെ അന്നത്തെ രാഷ്ട്രപതി ഫക്രുദ്ദീൻ അലി അഹമ്മദിനെക്കൊണ്ട് അടിയന്തരാവസ്ഥക്കുള്ള അനു

അബുവിന്റെ കാർട്ടൂൺ

മതിനേടിയെടുക്കുന്നതായിരുന്നു അബുവിന്റെ കാർട്ടൂൺ.

കാർട്ടൂണിസ്റ്റ് ശങ്കറും ഇന്ത്യയുടെ ആദ്യ പ്രധാനമന്ത്രി നെഹ്റുവും തമ്മിലുള്ള ബന്ധം ഏറെ പ്രശസ്തമാണ്. നെഹ്റുവിനെ പരിഹസിച്ചും വിമർശന ബുദ്ധിയോടെ സമീപിച്ചും കഥാപാത്രങ്ങളാക്കി വരച്ചു ശങ്കർ. ഏതെങ്കിലും അവസരത്തിൽ താൻ കഥാപാത്രമായുള്ള കാർട്ടൂൺ തുടർച്ചയായി മുടങ്ങുന്നതു ശ്രദ്ധയിൽപ്പെട്ടാൽ തന്നെ പരിഗണിക്കാതിരിക്കരുതെന്ന് നെഹ്റു ശങ്കറിനോട് ആവശ്യപ്പെടുമായിരുന്നത്രെ. ആവിഷ്കാര സ്വാതന്ത്ര്യം രാഷ്ട്രതന്ത്രജ്ഞന്മാർ പൊതുവെ അംഗീകരിക്കാറുണ്ട്. ശങ്കർ മറ്റൊരനുഭവം പറഞ്ഞിട്ടുണ്ട്. ബ്രിട്ടീഷ് ഭരണകാലത്ത് വൈസ്രോയിയെ പരിഹസിച്ചുകൊണ്ട് ശങ്കർ ഒരു കാർട്ടൂൺ വരച്ചു. അക്കാലത്ത് ദേവദാസ് ഗാന്ധിയാണ് *ഹിന്ദുസ്ഥാൻടൈംസി*ന്റെ പത്രാധിപർ. അന്ന് ശങ്കർ പത്രത്തിൽ വളരെ പ്രധാനപ്പെട്ട കാർട്ടൂണിസ്റ്റാണ്. ദേവദാസ് ഗാന്ധി പോലും കാർട്ടൂൺ കാണുന്നത് അച്ചടിച്ചു വന്നപ്പോഴാ

ഉമയ്യജൂഹയുടെ കാർട്ടൂൺ

ണ്. സെൻസർ നിയമങ്ങളെ അദ്ദേഹം വല്ലാതെ ഭയപ്പെട്ടിരുന്നു. പത്രാധിപർ പരിഭ്രാന്തനായി. ഉച്ചയ്ക്കുശേഷം പത്രമോഫീസിൽ വൈസ്രായിയുടെ ഒരു ദൂതൻ വന്നെത്തി. പത്രത്തിന്റെ കോപ്പിയുമായി ശങ്കർ ഉടൻ ചെന്ന് വൈസ്രോയിയെ കാണാനായിരുന്നു നിർദേശം. ശങ്കർ വൈസ്രോയിയെ കാണാൻ ചെന്നു. അപ്പോൾ തന്റെ ഭാര്യയെ ചൂണ്ടി അദ്ദേഹം പറഞ്ഞു: "എന്റെ പത്നിയുടെ മൂക്ക് നിങ്ങൾ വരച്ചത് അത്രയ്ക്കങ്ങ് ശരിയായിട്ടില്ല. ഇതാ ഇനി നേരിട്ടുകണ്ട് മനസിലാക്കിയശേഷം ശരിയായി വരയ്ക്കൂ. അതിനാണ് വിളിപ്പിച്ചത്..."

മലയാളിയായ മറ്റൊരു കാർട്ടൂണിസ്റ്റ് കേരളവർമ്മ പക്ഷേ ഇതിനേക്കാളും വ്യത്യസ്തമായ ശിക്ഷയേറ്റുവാങ്ങേണ്ടി വന്നയാളാണ്. ഇന്ദിരാഗാന്ധിയെ നിശിതമായി എതിർത്തിരുന്നു അദ്ദേഹം. അടിയന്തരാവസ്ഥ കൊടികുത്തിവാണ സമയത്ത് ഇന്ദിരയെ അപഹസിച്ച പോസ്റ്റർ കാർട്ടൂൺ വരച്ചു എന്ന കുറ്റത്തിൻമേൽ ജാമ്യമില്ലാ വാറണ്ടുമായെത്തിയ കുറെ പൊലീസുകാർ കെ വിയെ വിചാരണ കൂടാതെ ജയിലിടച്ചത് 1976 ലാണ്. കാർട്ടൂണിസ്റ്റ് കുട്ടി, പുരി എന്നിവരൊക്കെ ചേർന്നാണ് അദ്ദേഹത്തെ അന്ന് പുറത്തിറക്കിയത്. 1978 ൽ *ഹിന്ദ് സമാചാർ* പത്രത്തിൽ വരച്ച ഒരു കാർട്ടൂണിന്റെ പേരിൽ കെ വിക്ക് വക്കീൽ നോട്ടീസ് ലഭിച്ചു. ഹരിയാനയിലെ അന്നത്തെ മുഖ്യമന്ത്രി ദേവിലാലിന്റെ സന്നിധിയിൽ വിനീതനായി ആശ്രിതമട്ടിൽ നിൽക്കുന്ന തരത്തിൽ തന്റെ ചിത്രം *ഹിന്ദ് സമാചാറിൽ* കണ്ടപ്പോൾ അന്നത്തെ എം എൽ എ ഭജൻലാൽ കാർട്ടൂണിനും കാർട്ടൂണിസ്റ്റിനുമെതിരെ തുനിഞ്ഞിറങ്ങി. അഞ്ചു ലക്ഷം രൂപ നഷ്ടപരിഹാരം ആവശ്യപ്പെട്ടാണ് ഭജൻലാലിന്റെ കേസ്. പക്ഷെ കെ വി പിൻതിരിയാൻ തയാറായില്ല. ഭജൻലാലിന് ഇത്രത്തോളം വിഷമിക്കാൻ മാത്രം കാർട്ടൂണിൽ യാതൊന്നുമില്ലെന്ന് സൂചിപ്പിച്ചുകൊണ്ട് കത്തെഴുതി. നഷ്ടപരിഹാരം നൽകുന്ന പ്രശ്നമില്ലെന്നും അദ്ദേഹം അറിയിച്ചു. ഒടുവിൽ ഗത്യന്തരമില്ലാതെയാണ് ഭജൻലാൽ നിയമനടപടികളിൽനിന്ന് പിന്മാറിയത്.

1980 ൽ കെ കരുണാകരന്റെ നേതൃത്വത്തിലുള്ള മന്ത്രിസഭ അവിശ്വാസപ്രമേയത്തെ തുടർന്ന് നിലംപൊത്തി. തുടർന്ന് ബുദ്ധിരാക്ഷസനായ കരുണാകരൻ നടത്തിയ ചാക്കിട്ടുപിടുത്തം പരാമർശിച്ച് ഇതിഹാസ കാർട്ടൂണിസ്റ്റ് ടോംസ് വരച്ച കാർട്ടൂൺ കരുണാകരനെ കേസിനു പോകാൻ നിർബന്ധിതനാക്കി. കൊല്ലത്തുനിന്നു പ്രസിദ്ധീകരിച്ചിരുന്ന *മലയാള നാട്* വാരികയിലാണ് ആ കാർട്ടൂൺ പ്രസിദ്ധീകരിച്ചത്. ഏറെക്കാലം ടോംസിന് കോടതി കയറിയിറങ്ങേണ്ടി വന്നു. അമൃതാനന്ദമയിയെ കഥാപാത്രമാക്കി കാർട്ടൂൺ വരച്ചതിന്റെ പേരിൽ അമൃതാ ഹോസ്പിറ്റലിൽ ടോംസിന്റെ കാർട്ടൂൺ പ്രസിദ്ധീകരണത്തിന് വിലക്ക് ഏർപ്പെടുത്തിയ കഥയും ടോംസ് പറഞ്ഞിട്ടുണ്ട്.

മലയാളത്തിന്റെ ഈ കുഞ്ഞു ലോകത്തും ഉദാഹരണങ്ങളുണ്ട്. കേരളത്തിൽ സി എച്ച് മുഹമ്മദ് കോയ മന്ത്രിയായിരിക്കെ അദ്ദേഹത്തെ പരിഹസിച്ചു കാർട്ടൂൺ വരച്ചതിന് കാർട്ടൂണിസ്റ്റ് പി കെ മന്ത്രിക്ക് ഗവൺമെന്റ് സ്കൂളിലെ അധ്യാപക ജോലി നഷ്ടമായതും ചരിത്രമാണ്. ഇ

പ്രകാരം ചട്ടക്കൂടുകളുടെയും വാൾമുനകളുടെയും പ്രതിബന്ധങ്ങളെ ഏറെ കണ്ടിട്ടുള്ള കലാരൂപമാണ് കാർട്ടൂൺ. മേൽവിവരിച്ചതൊക്കെ കൂട്ടത്തിലെ ചില ശ്രദ്ധേയ സംഭവങ്ങളാണ്. അതിനുമപ്പുറം നമ്മുടെ മാധ്യമങ്ങളുടെ എഡിറ്റ് ഡസ്കിലേക്കെത്തപ്പെടാത്ത വേറെയും ഉദാഹരണങ്ങളുണ്ട്. അവയൊക്കെ മറ്റൊരു പോസ്റ്റുമാർട്ടത്തിലേ പുറത്തു വരികയുള്ളൂ.

രക്തനക്ഷത്രങ്ങൾ സാക്ഷി

വിപ്ലവം പേനക്കുഴലിലൂടെ

ആയിരത്തി തൊള്ളായിരത്തി നാൽപ്പത്തിയെട്ടിലെ ഇസ്രയേൽ അധിനിവേശത്തിൽനിന്നും കഷ്ടിച്ചു രക്ഷപ്പെട്ട നാജി അലി എന്നൊരു പത്തുവയസുകാരൻ ബാലന്റെ കഥയാണിത്. അന്ന് അവനും കുടുംബവും തെക്കൻ പലസ്തീനിലേക്ക് കുടിയേറിപ്പാർത്തു. പലസ്തീനിലെ ഷത്തീല എന്നു പേരുള്ള അഭയാർഥിക്യാമ്പിൽ അവർ അഭയം പ്രാപിച്ചു. കാർ മെക്കാനിക്കായും ചില ഓഫീസുകളിലെ സർവീസ്ബോയിയായുമൊക്കെ നാജി കഴിഞ്ഞുകൂടി. പട്ടിണിയുടെയും രോഗങ്ങളുടെയും കൊട്ടാരത്തിൽനിന്ന് ദാരിദ്ര്യത്തിന്റെ കുടിലിലേക്ക് അലി കുടുംബത്തെ മാറ്റി താമസിച്ചു, പിന്നെപ്പിന്നെ കുഞ്ഞു കുഞ്ഞുസന്തോഷങ്ങൾ അവരുടെ കുടുസു വീട്ടിലേക്ക് വിരുന്നുവന്നു. പക്ഷെ എല്ലാ പുതുസന്തോഷങ്ങൾക്കിടയിലും അലിയുടെ മനസ്സ് അസ്വസ്ഥമായിക്കൊണ്ടേയിരുന്നു.

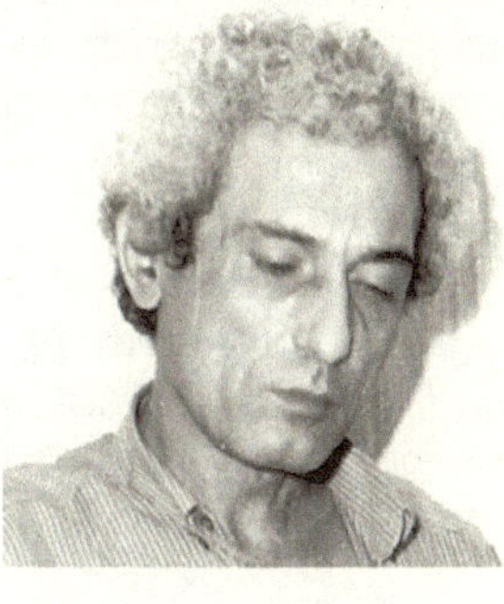

പിന്നേയും പതിറ്റാണ്ടുകൾ കഴിഞ്ഞ് 1987 ജൂലൈ 22 എന്ന കറുത്തദിനത്തിൽ പ്രശസ്തമായ *അൽഖബാസ്* പത്രത്തിന്റെ ലണ്ടൻ ഓഫീസിൽ വച്ച് ഹഷാൻസോവൻ എന്ന കൊലയാളിയുടെ തോക്കിനിരയാകുന്നതു വരെയുള്ള അലിയുടെ പിൽക്കാല ജീവിതം പലസ്തീൻജനതയുടെ കഷ്ടപ്പാടുകളുടെയും അതിജീവനശ്രമങ്ങളുടെയും നേർചിത്രംകൂടിയാണ്.

1838 ൽ വടക്കൻ പലസ്തീനിലെ അൽശജറ ഗ്രാമത്തിലാണ് അലിയുടെ ജനനം. പത്താംവയസിൽ ഇസ്രയേലി തോക്കുക

വര: നാജി അലി

ളെ ഭയന്ന് കുടുംബത്തോടൊപ്പം തെക്കൻ പലസ്തീനിലേക്ക് പാലായനം. കഷ്ടപ്പാടുകൾക്കപ്പുറം പുതിയൊരു വിജയപാത സ്വപ്നം കണ്ട അലി ഇസ്രയേവിരുദ്ധ പോരാട്ടത്തിൽ മുന്നണിപ്പോരാളിയായി. അറബ് നാഷണൽ മൂവ്മെന്റിന്റെ സജീവപ്രവർത്തകനായി. അവിടെനിന്നും മടങ്ങിയശേഷം കുറെക്കാലം വിപ്ലവപ്രവർത്തനത്തിന്റെ പേരിൽ ജയിൽ ശിക്ഷ അനുഭവിച്ചു. ഇസ്രയേലികൾക്കുമുന്നിൽ മുട്ടുവിറച്ചു നിൽക്കാൻ നാജി അലി സന്നദ്ധനായി ഒരു വലിയ ഭരണവർഗത്തിനെതിരെ ഒറ്റയ്ക്ക്, സ്വന്തം നിലയിൽ പോരാടാൻ അവനൊരു ആയുധമുണ്ടായിരുന്നു –കാർട്ടൂൺ. ജയിലിൽ കിടന്നും അലി വരച്ചു. യാദൃച്ഛികമായാണ് ഈ കാർട്ടൂണുകൾ പലസ്തീൻ പോരാട്ടത്തിലെ അധ്യാത്മകനേതാവായ ഗസാന ഹനഫാനിയുടെ കണ്ണിൽപ്പെട്ടത്. അദ്ദേഹം ഒരു ഇംഗ്ലീഷ് പത്രത്തിൽ അവ പ്രസിദ്ധീകരിച്ചതോടെ അലിയും അദ്ദേഹത്തിന്റെ ഇസ്രയേൽ വിരുദ്ധകാർട്ടൂണുകളും ഏറെ ശ്രദ്ധിക്കപ്പെട്ടു. 1969 ൽ കുവൈത്തിലെ പ്രമുഖപത്രമായ *അൽസിയാസയിൽ* ഒരു കാർട്ടൂൺ കോളം പ്രത്യക്ഷപ്പെട്ടു. ഹൻ ഇല. വരച്ചത് നാജി അലി. പിന്നെയീ കഥാപാത്രം ഇതിഹാസതുല്യമായി വിമോചനപ്പോരാളികളാൽ വാഴ്ത്തപ്പെ

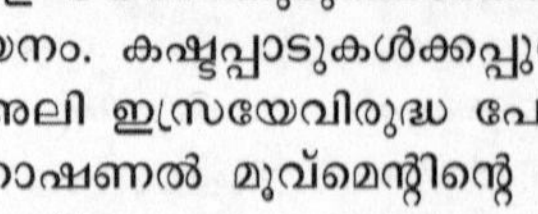

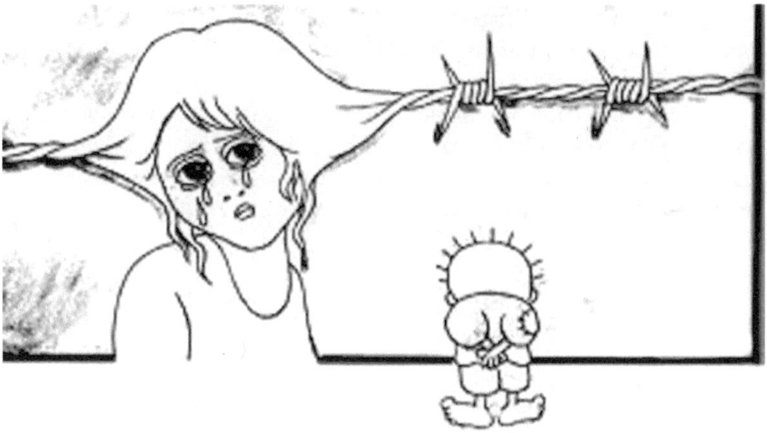

വര: നാജി അലി

ട്ടു. ഹൻ ഇല, ഒരു പത്തുവയസുകാരൻ അഭയാർഥി ബാലനാണ്. പാല സ്തീൻ ജനതയുടെ കഷ്ടപ്പാടുകളുടെ നേർരൂപം. ഇസ്രയേലിൽ പീര ങ്കികൾ തകർത്ത ഒരു സമൂഹത്തിന്റെ ദാരിദ്ര്യത്തിന്റെയും ദയനീയത യുടെയുമെല്ലാം കാർട്ടൂൺ സാക്ഷ്യപ്പെടുത്തലാണ് ഹൻ ഇല. പത്താമ ത്തെ വയസിൽ അഭയാർഥിയാവേണ്ടിവന്ന കാർട്ടൂണിസ്റ്റിന്റെ ജീവിത സാമ്യമുള്ള കാർട്ടൂൺസൃഷ്ടി. ഈ കഥാപാത്രം പലസ്തീനിലെങ്ങും തരംഗമായി. പലസ്തീനികൾ മാത്രം കാണുന്ന തരത്തിലായിരുന്നില്ല നാജിയുടെ കാർട്ടൂണുകൾ. മറ്റ് അറേബ്യൻ രാജ്യങ്ങളിൽനിന്നും വരച്ച തുകൊണ്ടുതന്നെ ലോകം മുഴുവൻ അവ ശ്രദ്ധ നേടി. എതു നിമിഷ വും കഴുകനെപ്പോലെ പതുങ്ങിവന്നു ആക്രമിക്കുന്ന ഇസ്രായേൽ എ ന്ന ഭീകരരൂപിയായിരുന്നു എപ്പോഴും നാജി അലിയുടെ മുഖ്യ കഥാപാ ത്രം. രക്തത്തിൽ മുങ്ങിക്കുളിച്ച് ആനന്ദിക്കുന്ന ഇസ്രായേൽ ഭരണാധി കാരികളും തലയോടു പൊട്ടിയും കൈകാലുകളറ്റും വിറങ്ങലിച്ചു നിന്ന പലസ്തീൻ മണ്ണിന്റെ ദുരിതവും അവ പറഞ്ഞു. അത് ലോകം കണ്ടു. സമൂഹത്തിലെ പാവപ്പെട്ട സാധാരണക്കാരായ ആളുകളെയാണ് എപ്പോ ഴും അലി വരച്ചത്. സ്വാഭാവികമായും ഇസ്രയേൽ ഭരണവർഗത്തിന്റെ കഴുകൻ കണ്ണുകൾ അലിയെ നോട്ടമിട്ടു.

"എന്റെ അടുക്കളയിലെ കരിപ്പെട്ടികളിലെ ചോക്കുകൾ കൊണ്ടല്ല ഞാൻ കാർട്ടൂൺ വരയ്ക്കുന്നത്. എന്റെ കൂടെപ്പിറപ്പുകളുടെ ചോരയിൽ മുക്കിയ കൈ കൊണ്ടാണ്." – എന്നൊരിക്കൽ നാജി അഭിപ്രായപ്പെട്ടു. പലതവണ അദ്ദേഹത്തിനു നേരെ വധശ്രമമുണ്ടായി. ഇസ്രയേലി ചാര സംഘടനയായ മൊസാദാണ് എല്ലാ ശ്രമങ്ങളുടേയും പിന്നിൽ പ്രവർ ത്തിച്ചത്. എല്ലാ എതിർപ്പുകളെയും അലി അതിജീവിച്ചെങ്കിലും *അൽ സിയാസ*യുടെ ലണ്ടൻ ഓഫീസിൽവച്ച് അദ്ദേഹം മൊസാദിന്റെ തോ ക്കിൻ കുഴലിനു മുന്നിൽ നിലംപതിച്ചു.

ഇനി കൗതുകകരമായ മറ്റൊരു വസ്തുത കൂടി. പലസ്തീൻ വിമോചനമെന്ന് കേട്ടാൽ നമ്മുടെ മുന്നിൽ ആദ്യം തെളിഞ്ഞുവരുന്ന മുഖം യാസർ അരാഫത്തിന്റേതു തന്നെ. എന്നാൽ ഒരേ ലക്ഷ്യത്തിനുവേണ്ടി പോരാടിയ അരാഫത്തും നാജി അലിയും പരസ്പരം തെറ്റിദ്ധരിച്ചിരുന്നു എന്നതും യാഥാർത്ഥ്യമാണ്. ലണ്ടനിൽ വച്ച് നാജി അലിയെ വെടിവച്ചുകൊന്നതിൽ അരാഫത്തിന്റെ നിർദേശപ്രകാരം പി എൽ ഒയ്ക്കും പങ്കുണ്ടെന്ന് അന്ന് ആരോപണമുയർന്നിരുന്നു!

രക്ത കാർട്ടൂണുകൾ

അലിയുടെ കഥയിൽനിന്നും, അദ്ദേഹം കൊല്ലപ്പെട്ട 1987 ജൂലൈ 22ലെ ആ കറുത്തദിനത്തിന്റെ മായാത്ത ഓർമപ്പേജിൽനിന്നും അധികം കാലദൂരമകലെയല്ലാത്ത രണ്ടായിരത്തിനാല് ജനുവരിയിലെ ഒരു പതിവുദിനത്തിലേക്ക് വരാം. പലസ്തീനിലെ ഗാസയിൽ ഇസ്രയേൽ അധിനിവേശം നടത്തിയിട്ട് ഒരാഴ്ചപോലും കഴിഞ്ഞിട്ടില്ല. അമേരിക്കയുടെ സംരക്ഷണത്തിന്റെ പിൻബലം എക്കാലത്തും സ്വന്തമായുണ്ടായിരുന്ന ഇസ്രയേൽ എന്ന ക്രൂരരാജ്യം അതിന്റെ എല്ലാ യന്ത്രക്കണ്ണുകളും കൈകളും കൊണ്ട് പാലസ്തീൻ ജനതയെ മനുഷ്യത്വരഹിതമായ പ്രവൃത്തികളിലൂടെ കീഴടക്കാൻ നടത്തുന്ന ശ്രമങ്ങളിൽ ഏറ്റവും വലുതായിരുന്നു ഗാസ അധിനിവേശം. നിഷ്പക്ഷ നിലപാടുകളിലൂടെ ലോകസമൂഹത്തിലെ രാഷ്ട്രസൗഹാർദം നിലനിർത്താൻ യത്നിക്കേണ്ട ഐക്യരാഷ്ട്രസഭപോലും അക്കാലത്ത് ശക്തരായ ഇസ്രയേലിനെയും പ്രധാനമന്ത്രി ഏരിയൽ ഷാറോണിനെയും ഏറെ ഭയപ്പെട്ടിരുന്നു.

വര: ഉമയ്യ ജൂഹ

വര: ഉമയ്യ ജൂഹ

ഗാസയിലെ കടന്നുകയറ്റത്തിനെതിരെ പ്രായോഗികമായി പ്രതികരിക്കാനോ പ്രതിഷേധിക്കാനോ യുഎൻ രക്ഷാസമിതിക്ക് സാധിച്ചില്ല.

നീതിനിഷേധത്തിന്റെ നാളുകളിലെ ഒരു പ്രഭാതത്തിൽ ഇസ്‌ളാമിക് പലസ്തീനിലെ പ്രമുഖ പത്രങ്ങളിലൊന്നായ *രിസാല*യിൽ ഒരു കാർട്ടൂൺ പ്രത്യക്ഷപ്പെട്ടു–ഏരിയൽ ഷാറോണിനെ കണക്കറ്റു പരിഹസിക്കുന്ന ഒരു കാർട്ടൂൺ. ഒരേയൊരു പകൽ കൊണ്ട് ആ കാർട്ടൂൺ പലസ്തീൻ മുഴുവൻ പ്രചരിക്കപ്പെട്ടു. ഇന്റർനെറ്റിലൂടെ ലോകം മുഴുവനും ആ കാർട്ടൂൺ കണ്ടു. എന്നാൽ പിറ്റേന്നു രാവിലെ *രിസാല*യിലെ ജീവനക്കാരുടെ തലയ്ക്കുമുകളിലൂടെ ഇസ്രയേൽ പട്ടാളത്തിന്റെ ബോംബുകൾ ചീറിപ്പാഞ്ഞു. *രിസാല*യുടെ ഓഫീസിന്റെ പ്രധാനഭാഗങ്ങൾ ഉച്ചയ്ക്കുമുൻപുതന്നെ ബോംബിങ്ങിൽ നിലംപതിച്ചു. കാർട്ടൂൺ വരച്ച ചിത്രകാരനെയും അതു പ്രസിദ്ധീകരിച്ച പത്രത്തിന്റെ പത്രാധിപരെയും തിരക്കി ഷാറോണിന്റെ പട്ടാളക്കാർ വേട്ടപ്പട്ടികളെപ്പോലെ നാലുപാടും പാഞ്ഞു. പത്രാ

വര:ഉമയ്യ ജൂഹ

ധിപർ പട്ടാളത്തിന് പിടികൊടുക്കുകയും മാപ്പപേക്ഷിച്ചു ജയിൽമോചിതനാവുകയും ചെയ്തു. എന്നാൽ അപ്പോഴും കാർട്ടൂണിസ്റ്റ് അവരുടെ കണ്ണെത്താമറയത്തുതന്നെ നിന്നു. അതിനൊരു കാരണമുണ്ടായിരുന്നു. കീഴടങ്ങാനോ മാപ്പെഴുതി നൽകി രക്ഷപ്പെടാനോ തക്ക ഭീരുവായിരുന്നില്ല *രിസാല*യുടെ സ്റ്റാഫ് കാർട്ടൂണിസ്റ്റ്. മാതൃരാജ്യത്തിൽ അടിമകളാക്കപ്പെട്ട ഒരു ജനതയുടെ സ്വാതന്ത്ര്യദാഹം നെഞ്ചിലും പോരാട്ടവീര്യം തന്റെ മഷിക്കുപ്പിയിലും നിറച്ചുജീവിച്ച ഒരു ധീരവനിത-ഉമയ്യ ജൂഹ-ആയിരുന്നു ആ സ്റ്റാഫ് കാർട്ടൂണിസ്റ്റ്.

ഉമയ്യ ജൂഹ

ആയിരത്തി തൊള്ളായിരത്തി എഴുപത്തിരണ്ടിൽ ജനിച്ച ജൂഹ ഈജിപ്തിലെ അസ്ഹർ സർവകലാശാലയിൽനിന്നും ബിരുദം നേടി അധികം കഴിയുന്നതിനുമുൻപ് വിവാഹിതയായി. പലസ്തീൻ വിമോചന പോരാളിയായിരുന്ന ഭർത്താവിനെ ഇസ്രയേൽ പട്ടാളം വെടിവെച്ചുകൊല്ലുന്നത് അവർക്ക് കാണേണ്ടിവന്നു. എന്നാൽ ഭർത്താവിന്റെ മരണത്തിനുമുൻപേ, യൗവനാരംഭത്തിന്റെ നാളുകളിൽ തന്നെ അടിമത്തത്തിന്റെ കാർ മേഘലങ്ങൾ പലസ്തീന്റെ പച്ചമണ്ണുപേക്ഷിച്ചു പോകുന്ന ഒരു വരുംകാലം ജൂഹ സ്വപ്നം കണ്ടിരുന്നു. അതുകൊണ്ടുതന്നെയാണ് ഹമാസ് പോരാളിയായ ഒരു യുവാവിനെ അവർ വിവാഹം ചെയ്തതും. പരിമിതികളുള്ള ഒരു ശരീരവും അതിലൊതുങ്ങാത്ത പോരാട്ടവീര്യവും അവളെ പേനയെടുപ്പിച്ചു. ഒരു പെയിന്ററായി ജോലിനോക്കണമെന്ന് ആദ്യമൊക്കെ ആഗ്രഹിച്ചിരുന്ന ജൂഹ തന്റെ മേഖല കാർട്ടൂണാണെന്ന് തിരി

വര: ഉമയ്യ ജൂഹ

ച്ചറിഞ്ഞതോടെ വരച്ചുതുടങ്ങി. പലസ്തീനിലെ പ്രമുഖ പത്രങ്ങളിലൊന്നായ *അൽ ഹയാത് അൽ ജദീദ*യിലാണ് ജൂഹയുടെ കാർട്ടൂണുകൾ ആദ്യമായി പ്രസിദ്ധീകരിക്കപ്പെട്ടത്. പത്രത്തിലെ ജോലിയുടെ സ്ഥിരത ലക്ഷ്യമിട്ട് ആഭ്യന്തര രാഷ്ട്രീയ കാർട്ടൂണുകളാണ് അവർ ആദ്യം വരച്ചിരുന്നതെങ്കിൽ, അൽപ്പകാലം കഴിഞ്ഞപ്പോൾ അതിശക്തമായ രീതിയിൽ അവർ ഇസ്രയേൽ വിരുദ്ധപോരാട്ടം തന്റെ കാർട്ടൂണുകളിലൂടെ ആരംഭിച്ചു. വെളുത്ത കടലാസിൽ കറുത്ത അക്ഷരങ്ങൾകൊണ്ട് അവർ അമേരിക്കൻ ശിങ്കിടി രാജ്യത്തിലെ ഭരണവർഗത്തെ നോക്കി പരിഹസിച്ചു.

"നിങ്ങൾക്ക് ഒരു തോക്ക് കൈവശമുണ്ടായിരിക്കാം. അതല്ലെങ്കിൽ ഒരായിരമോ ഒരുലക്ഷമോ ഒരുകോടിയോ തോക്കുകളും പീരങ്കികളും നിങ്ങൾക്കുണ്ടായിരിക്കാം. എന്നാൽ എനിക്ക് ഒരു പേനയും ഒരു മഷിക്കുപ്പിയും പിന്നെ കുറെ വെള്ളക്കടലാസുകളുമാണുള്ളത്. പക്ഷേ, കിങ്കരന്മാരേ. മറക്കരുത്, അന്തിമ വിജയം എന്റേതായിരിക്കും" –ഒരിക്കൽ അവർ പ്രഖ്യാപിച്ചു.

നോക്കൂ, ഒരു വനിതയുടെ ആത്മവിശ്വാസം, മനസിന്റെ കരുത്ത്. പലസ്തീനികളിൽ പലരും വിദേശ പട്ടാളക്കാരുടെ സ്തുതിപാഠകരായപ്പോൾ പെണ്ണൊരുത്തി തന്റേടത്തോടെ വരയ്ക്കുന്നു, ഭരണവർഗത്തെ ധൈര്യപൂർവം നേരിടുന്നു. ഒത്തുതീർപ്പുകളില്ലാത്ത ലോകത്തിൽ സർഗാത്മകതയുടെ വിശുദ്ധരക്തത്താൽ നാജി അലിയും ഉമയ്യജൂഹയും ലോകകാർട്ടൂണിസ്റ്റുകളെ മഹത്തായൊരു പാഠം പഠിപ്പിക്കുന്നു. മന്ത്രിമാരുടെ അബദ്ധങ്ങളെയും എത്ര മനോഹരമായ നടക്കാത്ത സ്വപ്നങ്ങളെയും അവലംബിച്ച് കാർട്ടൂണുകൾ വരയ്ക്കുന്ന ചില മലയാളി കാർട്ടൂണിസ്റ്റുകളെ ചങ്കൂറ്റമെന്നത് കേവലം മൂന്നക്ഷരങ്ങളല്ലെന്നും അതൊരു രക്തഭാഷയാമെന്നും അവർ ഓർമപ്പെടുത്തുന്നു.

ഇർഫാന്റെ ലോകം

ആയിരത്തി തൊള്ളായിരത്തി തൊണ്ണൂറ്റിഒൻപതിലെ മാർച്ച് മാസം 8–ാം തീയതി കിഴക്കൻ ഡൽഹിയിലെ ഘാസിപ്പൂർ ഭാഗത്തെ ഒരു അഴുക്കുചാലിൽനിന്നും ഒരു മൃതദേഹം കണ്ടെടുക്കപ്പെട്ടു. അജ്ഞാതനെന്ന് കരുതി ഏറെ സമയം ആശയക്കുഴപ്പത്തിലായ ഉദ്യോഗസ്ഥർ പിന്നെപ്പോഴോ അത് ഒരു കാർട്ടൂണിസ്റ്റിന്റേതാണെന്ന് തിരിച്ചറിഞ്ഞു. ഡൽഹി പൊലീസ് പത്രസമ്മേളനം വിളിച്ചുകൂട്ടുകയും *ഔട്ട്ലുക്ക്* വാരികയിലെ സീനിയർ കാർട്ടൂണിസ്റ്റ് ഇർഫാൻ ഹുസൈൻ കൊല്ലപ്പെട്ടതായി അറിയിക്കുകയും ചെയ്തു.

വര: *ഇർഫാൻ ഹുസൈൻ*

ഇന്തോ–പാകിസ്ഥാനി കാർട്ടൂണിസ്റ്റ് എന്ന നിലയിലാണ് പൊതുവെ ഇർഫാൻ ഹുസൈൻ അറിയപ്പെട്ടിരുന്നത്. *പയനീർ, ഔട്ട്ലുക്ക്* തുടങ്ങിയ പ്രസിദ്ധീകരണങ്ങളിലൊക്കെ ഇർഫാന്റെ കാർട്ടൂണുകൾ പ്രസിദ്ധീകരിക്കപ്പെട്ടിരുന്നു. രാഷ്ട്രീയ വിഷയങ്ങളെ നിർഭയത്തോടെ സമീപിച്ച അദ്ദേഹത്തിന്റെ വരകൾ വ്യക്തവും അതുപോലെ ശക്തവുമായിരുന്നു. ഇർഫാൻ ഒരു കാർട്ടൂണിസ്റ്റ് എന്ന നിലയിൽ തിളങ്ങിനിന്ന എൺപത്–തൊണ്ണൂറുകൾക്ക് ഇന്ത്യ

യുടെയും പാകിസ്ഥാന്റെയും സാമൂഹിക രാഷ്ട്രീയ ചരിത്രത്തിൽ വലിയ സ്ഥാനമുണ്ട്. ഇരുരാഷ്ട്രങ്ങളും തമ്മിലുള്ള ബന്ധം ഇടയ്ക്ക് മെച്ചപ്പെടുകയും തൊണ്ണൂറുകളുടെ അവസാനം അത് നശിക്കുകയും ചെയ്തു. എ ബി വാജ്പേയ് ഇന്ത്യൻ പ്രധാനമന്ത്രിയായിരുന്ന സമയത്ത് ഇന്ത്യയിലേയ്ക്ക് പാക്പിന്തുണയോടെ ഭീകരവാദികൾ നുഴഞ്ഞുകയറാൻ ശ്രമിച്ചതും കാർഗിൽ യുദ്ധത്തിലേയ്ക്ക് സംഭവഗതി എത്തിച്ചേർന്നതും പെട്ടെന്ന് വിസ്മരിക്കപ്പെടുന്ന കാര്യങ്ങളല്ല. ഈ ഘട്ടത്തിൽ നമ്മുടെ നാട്ടിലെ വർഗീയശക്തികൾക്ക് കരുത്തും കൂടുതലായിരുന്നു. എം എഫ് ഹുസൈനും തസ്ലീമാ നസ്റീനുമൊക്കെ ചോദ്യം ചെയ്യപ്പെട്ടു. ഇർഫാന്റെ കാർട്ടൂണുകൾ പൊതുവെ രാഷ്ട്രീയമാണ് കൈകാര്യം ചെയ്തിരുന്നത്. സ്വാഭാവികമായും അന്നത്തെ സാഹചര്യത്തിൽ ഒരു നിർഭയനായ കാർട്ടൂണിസ്റ്റിനും മേൽപ്പറഞ്ഞ അരക്ഷിതാവസ്ഥയോട് സന്ധി ചെയ്യുക സാധ്യമല്ല. ഇർഫാന്റെ ഇത്തരം സാമൂഹികരാഷ്ട്രീയ വിമർശനങ്ങൾ ചിലരെയെങ്കിലും അസ്വസ്ഥപ്പെടുത്തി.

വര: ഇർഫാൻ ഹുസൈൻ

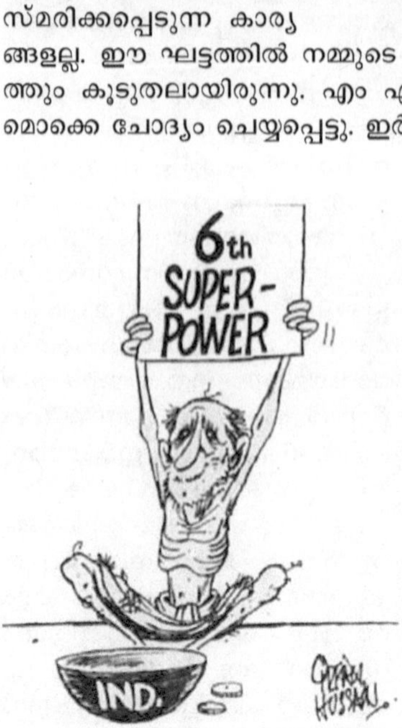

വര: ഇർഫാൻ ഹുസൈൻ

അപ്രതീക്ഷിതമായി ഇർഫാന്റെ മൃതശരീരം കിട്ടിയതോടെ നമ്മുടെ രാഷ്ട്രീയ കാർട്ടൂണിസ്റ്റുകളുടെ സുരക്ഷിതത്വവും ആശങ്കയുണർത്തുന്ന വിഷയമായി. എന്നാൽ പിൽക്കാലത്തെ ചില അന്വേഷണങ്ങളിൽ ഇർഫാനെ വധിച്ചത് ഡൽഹി കേന്ദ്രമായി പ്രവർത്തിക്കുന്ന ഒ

വര: ഇർഫാൻ ഹുസൈൻ

രുസംഘം തട്ടിപ്പുകാരാണെന്ന ഒരു വാദം ഉയർന്നുവന്നു. ഇന്ന് ഏറിയ പങ്ക് ആളുകളും അക്കാര്യം ന്യായീകരിക്കുന്നു. നാഗ്പൂരിലെ പേരുകേട്ട വ്യവസായ കുടുംബത്തിലാണ് ഇർഫാൻ ജനിച്ചത്. കൊർമേഴ്സ്യൽ ആർട്ടിൽ ബിരുദം നേടിയ അദ്ദേഹം 1986–ലാണ് ഒരു കാർട്ടൂണിസ്റ്റ് എന്ന നിലയിൽ ശ്രദ്ധയാകർഷിക്കുന്നത്. ആ വർഷം ഹിന്ദുസ്ഥാൻ ടൈംസ് നടത്തിയ ഒരു കാരിക്കേച്ചർ മത്സരത്തിൽ ഇർഫാൻ വരച്ച വി പി സിങ് ഒന്നാം സ്ഥാനം നേടുകയുണ്ടായി. ബാബ്റി മസ്ജിദ് തകർക്കപ്പെട്ട സംഭവം, തമിഴ് പുലി പ്രശ്നം, ഇന്ത്യാ–പാകിസ്ഥാൻ ബന്ധങ്ങൾ, ചന്ദ്രസ്വാമി, സാമ്പത്തിക ഉദാരവൽക്കരണം തുടങ്ങിയവയൊക്കെ ഇർഫാന്റെ കാർട്ടൂൺ വിഷയങ്ങളായിരുന്നു. ഇർഫാന്റെ മരണത്തിന്റെ കാരണമെന്തുമാകട്ടെ, പക്ഷേ അദ്ദേഹത്തിന്റെ രക്തസാക്ഷിത്വത്തോടെ സുരക്ഷയുടെ പേരിലുള്ള ആശങ്കളുടെ കാർമേഘമാണ് നിർഭയരുടെ സാങ്കേതമായ കാർട്ടൂൺലോകത്ത് പിന്നീട് ഉയർന്നു വന്നത്.

ഇർഫാൻ ഹുസൈൻ

ബ്ലാക്ക് കാർട്ടൂണുകൾ

അടുത്ത കാലം വരെ ബ്ലാക്ക് കാർട്ടൂണുകൾക്ക് നമ്മുടെ പൊതു സമൂഹം അതർഹിക്കുന്ന വിധത്തിലുള്ള പ്രാധാന്യം നൽകിയിരുന്നില്ല.

ബ്ലാക്ക് കാർട്ടൂൺ

ബ്ലാക്ക് കാർട്ടൂൺ

വർണവിവേചനം ഒരു വലിയ സത്യമായി നിലനിൽക്കുന്ന നാട്ടിൽ കറുത്തവന്റെ ഹാസ്യത്തെ കോമാളിത്തമായാണ് പലരും കണ്ടിരുന്നത്. നമ്മുടെ നാട്ടിൽ പോലും ബ്ലാക്ക് കാർട്ടൂൺ എന്ന പദം പലർക്കും പരിചയമില്ല. വാസ്തവത്തിൽ ജീവിത അസന്തുലിതാവസ്ഥയ്ക്ക് മാറ്റം വരാതെ കഴിഞ്ഞു പോന്നിരുന്ന ഒരു ജനസമൂഹത്തിലേക്കു പ്രതീക്ഷാനിർഭരമായ ഒരു സ്ഥഹചര്യത്തെ കുറിച്ചുള്ള വ്യത്യസ്തമായ ചിന്താപദ്ധതികൾ സമ്മാനിച്ച കാർട്ടൂൺ ചരിത്രമാണ് കറുത്തവന്റെ ഹാസ്യം പറയുന്നത്. സ്വന്തം നാട്ടിലിറങ്ങുന്ന ദിനപത്രങ്ങൾ പോലും വെളുത്തവന്റെ വരയ്ക്കും ചിന്തയ്ക്കും മാത്രം പ്രാധാന്യം കൊടുത്തിരുന്ന അവസ്ഥ എത്രയോ ഭീകരമാണ്. വിപണി വിജയം മാത്രം ലക്ഷ്യമിട്ടാണ് ഈ പ്രസിദ്ധീകരണങ്ങളിൽ പലതും നിലനിൽക്കുന്നത് തന്നെ. അത്തരം സാഹചര്യങ്ങളിൽ നിന്നുമാണ് ഇരുപതാംനൂറ്റാണ്ടിന്റെ അന്ത്യത്തോടെ ബ്ലാക്ക് കാർട്ടൂണുകളെ ലോകം ശ്രദ്ധിക്കുന്നതും ചർച്ച ചെയ്യുന്നതും.

ബ്ലാക്ക് കാർട്ടൂൺ

നന്ദസൂബൻ

നന്ദസൂബന്റെ പ്രതിരോധം

ബ്ലാക്ക് കാർട്ടൂണുകളുടെ ചരിത്രത്തിലെ തന്നെ ഏറ്റവും വിഖ്യാതനായ കാർട്ടൂണിസ്റ്റാണ് നന്ദസൂബൻ. വെളുത്ത നിറക്കാരുടെ അധീശത്വത്തിൽനിന്നും യാഥാസ്ഥിതിക കാർട്ടൂണിനെ പുറത്ത് ചാടിയ്ക്കാൻ അക്ഷീണം യത്നം നടത്തിയ സൂബന്റെ കാർട്ടൂണുകൾ ആധുനിക ലോകം ഏറെ പ്രാധാന്യത്തോടെ പരിഗണിക്കുന്നു. എൺപതുകളുടെ ഒടുവിൽ വർണവിവേചനത്തിന്റെ ബലിയാടായി ബ്രസീലിലേക്ക് ഒളിച്ചോടിപ്പോവേണ്ടി വന്ന ചരിത്രമുണ്ട് അദ്ദേഹത്തിന്. നെൽസൺ മണ്ടേല ജയിൽമോചിതനാകുകയും ദക്ഷിണാഫ്രിക്ക സ്വാതന്ത്ര്യം നേടിയതുമൊക്കെ നമ്മുടെ ബ്ലാക്ക് കാർട്ടൂണിസ്റ്റുകളെ സ്വാധീനിച്ചിട്ടുണ്ട്. ഇക്കാലത്ത് സൂബൻ വരച്ച *ദി അദർ സൈഡ്* (*The Other Side*)ഏറെ ചർച്ച ചെയ്യപ്പെട്ടു. ബ്ലാക്ക് കാർട്ടൂണുകളുടെ മൊത്തം പ്രതിനിധിയായി നന്ദ സൂബനെ ഇന്ന് ലോകം ചർച്ച കാണുന്നു.

നന്ദസൂബന്റെ കാർട്ടൂൺ

ഇന്ത്യൻ കാർട്ടൂണിന്റെ കഥ

ബൃഹത്തായൊരു സാംസ്കാരികപാരമ്പര്യം സ്വന്തമായുള്ള ഇന്ത്യയിൽ ഇരുപതാം നൂറ്റാണ്ടിൽ ശക്തമായൊരു കാർട്ടൂൺപ്രസ്ഥാനം ഉടലെടുത്തു. ഇന്ത്യയിലെ പരമ്പരാഗതമായ ആഘോഷങ്ങളിൽ ദൈവകഥാപാത്രങ്ങളെ വരയ്ക്കുന്നതിൽ കാർട്ടൂണുകൾക്ക് ഏറെ പ്രസക്തിയുണ്ടായിരുന്നു. രാവണൻ, ഹനുമാൻ, ഭീമൻ തുടങ്ങിയ പുരാതന രൂപങ്ങൾ വരയ്ക്കുമ്പോഴുണ്ടായ കാർട്ടൂണിങ്ങിന്റെ സാധ്യത അന്നത്തെ ചിത്രകാരൻ ഉപയോഗിച്ചിരുന്നു. 1850 കൾക്കുശേഷമുള്ള ഇന്ത്യൻ ചിത്രകലയിൽ പശ്ചാത്യ രാജ്യങ്ങളിൽ വളർന്നു വികാസംപ്രാപിച്ചുകൊണ്ടിരുന്ന കാരിക്കേച്ചർ സ്വഭാവം അത്ര ശക്തമായിട്ടൊന്നുമല്ലെങ്കിലും

പ്രകടമായിരുന്നു. നാട്ടുരാജ്യങ്ങൾ പരസ്പരം കലഹിച്ചിരുന്ന ഇവിടെ കൊട്ടാരം കലാകാരന്മാർ വരച്ചിരുന്ന വ്യക്തിരൂപങ്ങളിൽ ഈ മാറ്റം വ്യക്തമായിരുന്നു. എന്നാൽ ആയിരത്തിയെണ്ണൂറ്റിതൊണ്ണൂറുകളോടെ ഇന്ത്യൻ ദേശീയ പ്രസ്ഥാനം ശക്തമായതോടെ പത്രമാസികകളിൽ കാർട്ടൂണുകളും സ്ഥാനംപിടിച്ചു. മലയാളത്തിലുൾപ്പടെയുള്ള പ്രസിദ്ധീകരണങ്ങളിലും അവ പ്രത്യക്ഷപ്പെട്ടു. തൊള്ളായിരത്തി നാൽപ്പതുകളോടെ കാർട്ടൂണിസ്റ്റ് ശങ്കർ രംഗപ്രവേശം ചെയ്യുകയും ഇന്ത്യൻ കാർട്ടൂൺപ്രസ്ഥാനത്തിന്റെ ഗതിവിഗതികളിലേയ്ക്ക് പുതിയൊരു പാത രൂപപ്പെട്ടുവരുകയും ചെയ്തു.

ഒരു പഴയകാല ഇന്ത്യൻ കാർട്ടൂൺ

ആദ്യത്തെ ഇന്ത്യൻ കാർട്ടൂണിസ്റ്റ് ആരാണ് എന്ന ചോദ്യത്തിന് വ്യക്തമായ ഉത്തരം കിട്ടാൻ പാടാണ്. ഈ മേഖലയിൽ ഉണ്ടായിരുന്ന

ഒരു പഴയകാല ഇന്ത്യൻ കാർട്ടൂൺ

ഒരു പഴയകാല ഇന്ത്യൻ കാർട്ടൂൺ

വരെ പറ്റി വ്യക്തമായ ധാരണ ഇല്ലായ്മ തന്നെയാണ് പ്രശ്നം. പ്രൊഫഷണൽ സ്വഭാവമുള്ള കാർട്ടൂണിസ്റ്റുകൾ തുലോം കുറവായിരുന്നു. പ്രശസ്ത ചിത്രകാരന്മാരൊക്കെ കാർട്ടൂൺ സ്വഭാവമുള്ള രചനകളും നടത്തി. ഇന്ത്യൻ ചിത്രകലയിലെ ആചാര്യ സ്ഥാനത്തുള്ള ഗജാനേന്ദ്രടാഗൂർ ഈ മട്ടിൽ വരച്ച രണ്ട് ചിത്രങ്ങൾ 1920 ലാണ് പുറത്തു വന്നത്. എന്നു കരുതി ആദ്യത്തെ ഇന്ത്യൻ കാർട്ടൂണിസ്റ്റ് അദ്ദേഹമാണെന്ന് പറയാൻ കഴിയില്ല. 1919 ൽ നമ്മുടെ കൊച്ചു കേരളത്തിൽ കാർട്ടൂൺ പ്രസ്ഥാനത്തിന് നാന്ദികുറിക്കപ്പെട്ടിരുന്നു. കൊല്ലത്തെ പരവൂരിൽനിന്നും പ്രസിദ്ധീകരണം തുടങ്ങിയ *വിദൂഷകൻ* മാസികയുടെ ആദ്യലക്കത്തിൽ (1918 ജൂൺ മാസം, കൊല്ലവർഷം 1093 ഇടവം) തന്നെ പ്രത്യക്ഷപ്പെട്ട 'മഹാക്ഷാമദേവത' കേരളത്തിൽനിന്നുള്ള ആദ്യ കാർട്ടൂൺ എന്ന നിലയിലാണ് പരിഗണിക്കപ്പെടുന്നത്. എന്നു മാത്രമല്ല *വിദൂഷകനെ* കൂടാതെ *രസികൻ തമാശ, പുഞ്ചിരി* എന്നീ പേരുകളിലൊക്കെ മുൻകാലത്ത് നമ്മുടെ നാട്ടിൽ ഹാസ്യ പ്രസിദ്ധീകരണങ്ങളുണ്ടായിരുന്നു.

"You say that life is suffering, but isn't it also complaining?"
ഒരു പഴയകാല ഇന്ത്യൻ കാർട്ടൂൺ

സ്വാഭാവികമായും കാർട്ടൂണിന്റെ ഉത്ഭവത്തിൽ ബ്രിട്ടീഷ്കാരുടെ പങ്കും ശക്തമാണ്. ഇന്ത്യൻ ചിത്രകാരന്മാരെ ഉപയോഗിച്ച് സ്വന്തം ചിത്രങ്ങൾ വരപ്പിക്കാൻ ഉത്സാഹം കാട്ടിയിരുന്ന നിരവധി ബ്രിട്ടീഷ് ഭരണാധികാരികളും ഉണ്ടായിരു

ഒരു പഴയകാല ഇന്ത്യൻ കാർട്ടൂൺ

ന്നതായി ചരിത്രം പറയുന്നു. നെഹ്റു മുതൽ മൻമോഹൻസിങ് വരെയുള്ള പ്രധാനമന്ത്രിമാർ, സർദാർ പട്ടേൽ മുതൽ മമതാ ബാനർജി വരെയുള്ള രാഷ്ട്രീയ പ്രതിഭകൾ, സ്വാതന്ത്ര്യനാന്തര കാലത്തിന്റെ തുടക്കത്തിൽ സംഭവിച്ച ഇന്തോ–പാക്, ഇന്തോ–ചൈന യുദ്ധങ്ങൾ, അടിയന്തരാവസ്ഥ, ബ്ലൂസ്റ്റാർ ഓപ്പറേഷൻ, ഇന്ദിരാവധം, ശ്രീലങ്കയിലെ തമിഴ്വംശജരുടെ പ്രശ്നങ്ങളും അതിനെ തുടർന്നുണ്ടായ രാജീവ് വധവും ആഗോള–ഉദാര–സ്വകാര്യവൽക്കരണങ്ങൾ, ബഫോഴ്സ്, ഗാട്ട്–സായുധപരിശീലന കരാറുകൾ, ബാബറി മസ്ജിദ് ആക്രമണം, മുംബൈ മുതൽ ബാംഗ്ലൂരിൽ വരെ നടന്ന ബോംബ് സ്ഫോടനങ്ങൾ, ആന്ധ്രാപ്രദേശ്, ബംഗാൾ, കാശ്മീർ, മണിപ്പൂർ, നാഗാലാന്റ് സംസ്ഥാനങ്ങളിലെ വിഘടന പ്രസ്ഥാനങ്ങൾ, മാവോയിസ്റ്റുകളും മറ്റു ഭീകരപ്രസ്ഥാനങ്ങളും ഗുജറാത്തിലെയടക്കം വർഗീയ ലഹളകൾ, ദേശീയരാഷ്ട്രീയത്തിൽ നിർണായകമായി മാറുന്ന പ്രാദേശിക സംഘടനകളും അവയുടെ ലോക്കൽ നേതാക്കളും, വില പേശാനറിയാവുന്ന സാമുദായിക പ്രസ്ഥാനങ്ങൾ, വഴിമുട്ടുന്ന വികസനങ്ങൾ, പാ

മായാ കമ്മത്ത്

വര: മായാ കമ്മത്ത്

രിസ്ഥിതിക ആഘാതങ്ങൾ, മുണ്ഡ്രന്ധ മുതൽ ടു ജി സ്പെക്ട്രം, കൽക്കരിപ്പാടം വിൽപ്പന വരെയുള്ള അഴിമതികൾ...

ഇപ്രകാരം സ്വാതന്ത്ര്യാനന്തര ഭാരതം നേരിട്ടു കണ്ടതും തൊട്ടറിഞ്ഞതുമായ എല്ലാത്തരം സംഭവവികാസങ്ങളെയും വിശകലനം ചെയ്തത് മാധ്യമ പ്രവർത്തകരായിരുന്നു. അവരിൽപ്പെട്ട കാർട്ടൂണിസ്റ്റുകൾ ഏറിയ പങ്കും നിഷ്പക്ഷനിലപാടുകളിലൂടെ വേറിട്ടു നിന്നു. എണ്ണിയാലൊടുങ്ങാത്തത്ര കാർട്ടൂൺ പ്രതിഭകൾ നമ്മുടെ പൊതുസമൂഹത്തിൽ വെളിച്ചത്തിലേക്കു വന്നു. അവർ ഉയർത്തിയ ചോദ്യങ്ങളും ആശയങ്ങളും വിപുലവും പരിധികൾ ഇല്ലാത്തവയുമായിരുന്നു. ശങ്കർ, അബു, പുരി, കുട്ടി, ലക്ഷ്മൺ, രങ്ക, മരിയോ മിരാന്റ, സുരേന്ദ്ര, സാമുവൽ, ബാൽ താക്കറെ, കെ കെ രാഘവ, ഗുപ്ത, ശേഖർ, പ്രാൺകുമാർ, ശർമ്മ, മോഹൻ, ശിവാനന്ദ്, എൻ പൊന്നപ്പ, സുധീർ തൈലങ്, കെ പി ഗൗതം, മദൻ, കേശവ, മഞ്ജുൾ, വസന്ത് സർവ്ഥേ, തുലാൽ, രാജ് താക്കറെ, ആർ കെ ഫാനിഷ്, ദീപക്, രവിശങ്കർ, കേശവ, അജിത് നൈനാൻ, കെ വി ഗൗതം, രാമമൂർത്തി, ജയന്തോ ബാനർജി, സതീഷ് ആചാര്യ, മങ്കേഷ് ടെൻഡുൽക്കർ, മാണിക് സർക്കാർ.. ലിസ്റ്റ് ഇപ്രകാരം അപൂർണമാണ്.

ആർ കെ ലക്ഷ്മൺ

ഇന്ത്യൻ ഇൻസ്റ്റിറ്റ്യൂട്ട് ഓഫ് കാർട്ടൂൺ

നമ്മുടെ കാർട്ടൂൺ പ്രസ്ഥാനത്തിന്റെ വളർച്ചയ്ക്ക് കാര്യമായ സഹായം ചെയ്യുന്ന പ്രസ്ഥാനമാണ് ഇന്ത്യൻ ഇൻസ്റ്റിറ്റ്യൂട്ട് ഓഫ് കാർട്ടൂൺ. 2001 ൽ തുടക്കം കുറിച്ച ഈ പ്രസ്ഥാനത്തിന് ഒട്ടേറെ ലക്ഷ്യങ്ങളുണ്ട്. അന്താരാഷ്ട്രതലത്തിൽ തന്നെ ഐ ഐ സി നടത്തുന്ന കാർ

ട്ടൂൺ മത്സരങ്ങളിലൂടെ പുതിയ പ്രതിഭകളെ കണ്ടെത്താനാകുന്നു. ഇന്ത്യയുടെ പ്രാദേശിക മേഖലകളിലും മറ്റുമായി വ്യാപിച്ചിട്ടുള്ള കാർട്ടൂൺ പ്രസ്ഥാനത്തിന് ദേശീയമായൊരു ഐക്യം രൂപപ്പെടുത്തിയെടുക്കാൻ ഐ ഐ സിക്ക് സാധിച്ചിട്ടുണ്ടെന്ന് നിസ്സംശയം പറയാവുന്നതാണ്. കാർട്ടൂൺ എക്സിബിഷനുകൾ, സിംമ്പോസിയങ്ങൾ തുടങ്ങിയവയിലൂടെ പുതുനാമ്പുകളെ കണ്ടെത്താൻ ഐ ഐ സി ശ്രമം നടത്തിവരുന്നു.

വര: ആർ കെ ലക്ഷ്മൺ

ലക്ഷ്മണും കോമൺമാനും

ശങ്കർ എന്ന കുലപതിക്ക് ശേഷം ഇന്ത്യൻ കാർട്ടൂൺപ്രസ്ഥാനത്തിൽ ഏറ്റവും ചർച്ചചെയ്യപ്പെട്ട ആർ കെ ലക്ഷ്മണിന്റെ കാർട്ടൂണുകൾക്ക് സ്വാതന്ത്ര്യാനന്തര ഭാരതത്തിന്റെ രാഷ്ട്രീയ സാമൂഹിക ജീവിതത്തെ ഏറ്റവും മികച്ച രീതിയിൽ ആവിഷ്കരിക്കാൻ സാധിച്ചിട്ടുണ്ട്. 1924 ഒക്ടോബർ മാസം 23–ാം തീയതി മൈസൂറിൽ ജനിച്ച ലക്ഷ്മണ് ആറ് സഹോദരങ്ങളുണ്ടായിരുന്നു. കൂട്ടത്തിൽ ആർ കെ നാരായൺ എന്ന മൂത്ത ജ്യേഷ്ഠനെ അറിയാത്തവർ ചുരുക്കം. *മാൽഗുഡി ഡേയ്സ്* പോലുള്ള കൃതികൾ രചിച്ച് ഇൻഡോ–ആംഗ്ലോ എഴുത്തുകാരിൽ ഒന്നാം സ്ഥാനക്കാരനായ നാരായൺ തന്നെ സ്വാധീനിച്ച വ്യക്തികളിൽ ഒരാളായി ലക്ഷ്മൺ തന്റെ ആത്മകഥയായ *The Tunnel of Time* പ്രതിപാദിക്കുന്നുണ്ട്.

വര: ആർ കെ ലക്ഷ്മണൻ

പിതാവിന്റെ ആകസ്മിക മരണ

കോമൺമാൻ കഥാപാത്രമായ ലക്ഷ്മണിന്റെ കാർട്ടൂൺ

ത്തെ തുടർന്ന് ജ്യേഷ്ഠൻമാരുടെ നിർദേശാനുസരണം പഠനത്തിൽ സജീവമായ ലക്ഷ്മൺ മൈസൂർ യൂണിവേഴ്സിറ്റിയിൽനിന്നും ആർട്സ് ബിരുദം നേടി. അക്കാലത്ത് ആർ കെ നാരായണന്റെ രചനകൾ *ദി ഹിന്ദു*വിൽ പ്രസിദ്ധീകരിക്കപ്പെടുന്നുണ്ടായിരുന്നു. അവയ്ക്ക് കാർട്ടൂൺ–ഇലസ്ട്രേഷൻ ആവശ്യമായി വന്നപ്പോൾ സ്വാഭാവികമായും ലക്ഷ്മണിന് അവസരം ലഭിച്ചു. പിന്നീട് മദ്രാസിലെ ജെമിനി സ്റ്റുഡിയോയിൽ താൽക്കാലികമായി ജോലി നോക്കിയെങ്കിലും മുഴുവൻസമയ കലാകാരനായി ലക്ഷ്മൺ കാർട്ടൂൺ ജീവിതം ആരംഭിക്കുന്നത് *ഫ്രീ പ്രസ്സ് ജേർണലി*ലൂടെയാണ്. അക്കാലത്ത് അവിടെ ലക്ഷ്മണിന് ഒരു കൂട്ടുകാരനുണ്ടായിരുന്നു. കണിശമായ വിമർശനങ്ങളിലൂടെ രാഷ്ട്രീയക്കാരെയൊക്കെ കൊന്ന് കൊലവിളിച്ച ആ കാർട്ടൂണിസ്റ്റ് പിൽക്കാലത്ത് ഇന്ത്യൻരാഷ്ട്രീയത്തിൽ ചോദ്യം ചെയ്യപ്പെടാനാവാത്ത അധികാരകേന്ദ്രമായി വളർന്നു. മുംബൈ കടുവ എന്ന് വിളിപ്പേര് നേടിയ ആ എക്സ്–കാർട്ടൂണിസ്റ്റിനെ നമ്മളറിയുന്നത് ബാൽതാക്കറെ എന്ന പേരിലാണ്.

*ഫ്രീ പ്രസ്സ് ജേർണലി*ലെ വരജീവിതത്തിന് ശേഷം *The times of India* യിൽ ചേർന്ന ലക്ഷ്മണിന്റെ പിൽക്കാല കാർട്ടൂൺ ജീവിതത്തിൽ പ്രതിഭയുടെ അടയാളപ്പെടുത്തലുകളുള്ള ഒരുപാട് രചനകളുണ്ടായി. ‘കോമൺമാൻ’ എന്ന കഥാപാത്രം ഇന്ത്യൻ പോക്കറ്റ് കാർട്ടൂൺ ചരിത്രത്തിൽ തന്നെ പ്രധാനമായൊരു സ്ഥാനം നേടിയ ഒന്നാണ്. അദ്ദേഹത്തിന്റെ കാർട്ടൂണുകൾ *Mrs. and Mrs, കാമരാജ്* തുടങ്ങിയ ചലച്ചിത്രങ്ങളിലും പ്രത്യക്ഷപ്പെട്ടു.

വ്യക്തിജീവിതത്തിലെ ലക്ഷ്മൺ വ്യത്യസ്തനായിരുന്നു. ഭരതനാ

ട്യം നർത്തകിയും നടിയുമായ കമലയെ വിവാഹം കഴിച്ചെങ്കിലും ഏറെക്കാലം കഴിഞ്ഞ് ആ ബന്ധം ഉപേക്ഷിച്ചു. കമല എന്നുതന്നെ പേരുള്ള ഒരു ബാലസാഹിത്യകാരിയെ പിന്നീട് വിവാഹം കഴിച്ചു. ബി ഡി ഗോയങ്ക അവാർഡ്, മഗ്സാസെ അവാർഡ്, സി എൻ എൻ സമഗ്ര സംഭാവനാ പുരസ്കാരം, പത്മഭൂഷൺ-പത്മവിഭൂഷൺ പുരസ്കാരങ്ങളൊക്കെ കരസ്ഥമാക്കിയ ലക്ഷ്മണിനെ ആധുനിക ഇന്ത്യൻ കാർട്ടൂണിലെ ഇതിഹാസം എന്നു വിളിക്കുന്നതിലും തെറ്റില്ല.

രങ്ക

ലോകം മുഴുവൻ ചങ്കിലേറ്റിയ രണ്ടേരണ്ടു വരകൾ. അഹിംസയുടെ ആധുനികകാല പ്രവാചകനായിരുന്ന മഹാത്മാഗാന്ധിയെ രണ്ടേ രണ്ടു വരകളിലൂടെ ആവിഷ്കരിച്ച കാർട്ടൂണിസ്റ്റാണ് രങ്ക. ലൈഫ് സ്കെച്ചുകളിലൂടെ ഏറെ പേരുനേടിയ രങ്ക പല ലോകനേതാക്കളെയും മറ്റ് സെലിബ്രിറ്റികളെയും ആകാശവാണിക്കു വേണ്ടി ഇന്റർവ്യൂ ചെയ്യുകയും കൂട്ടത്തിൽ അവരുടെയൊക്കെ ചിത്രം വരച്ച് നൽകുകയും ചെയ്തു. ഇത്തരത്തിലുള്ള 2000ത്തോളം കാർട്ടൂണുകൾ രങ്കയുടെ കൈവശമുണ്ടായിരുന്നു. തന്നെ സ്കെച്ച് ചെയ്യുന്നതിൽ വലിയ താൽപ്പര്യം കാണിക്കാ

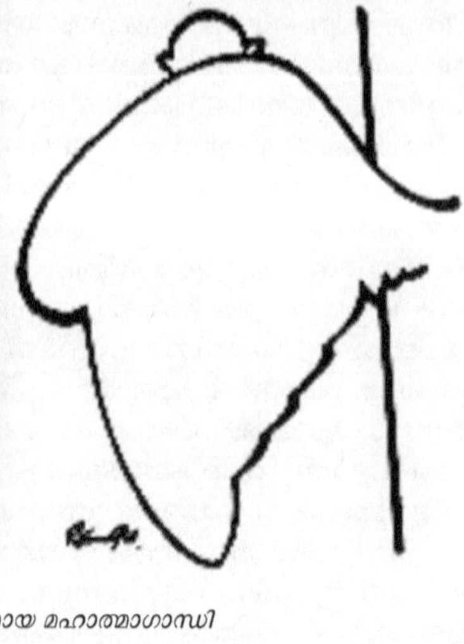

രങ്കയുടെ വിഖ്യാതമായ മഹാത്മാഗാന്ധി

ത്ത മാർഗരറ്റ് താച്ചർ, സുൾഫിക്കർ അലി ഭൂട്ടോ എന്നിവരെ പോലുള്ള രാഷ്ട്രീയ നേതാക്കളുടെ നിരുത്സാഹസമീപനവും രങ്കയ്ക്ക് അഭിമുഖീകരിക്കേണ്ടി വന്നിട്ടുണ്ട്.

ബി വി രാമമൂർത്തി

കർണാടക ജനതയുടെ ദൈനംദിന സ്വാഭാവങ്ങളിൽ ഒന്ന് എന്ന്

ബി വി രാമമൂർത്തി

വിശേഷിപ്പിക്കുന്ന ഒരു കാർട്ടൂൺ കോളമുണ്ട്. മിസ്റ്റർ സിറ്റിസൺ. ഇന്ത്യൻ കാർട്ടൂണിന് കർണാടകത്തിന്റെ മഹത്തായ സംഭാവനയായ ബി വി രാമമൂർത്തിയാണ് ആ കഥാപാത്രത്തിന്റെ പിതാവ്. *ഡക്കാൺ ഹെറാൾഡി*ന്റെ പേജുകളിൽ ആശയഗാംഭീര്യത്താൽ, പൗരസംശയങ്ങളുടെ ചാട്ടുളികളാൽ തിളങ്ങിയ ആ കഥാപാത്രം ഏറെ വലിയ ജനപിന്തുണ ആർജിച്ചിട്ടുണ്ട്. ശാസ്ത്ര ബിരുദധാരിയായ മൂർത്തി കാലഘട്ടത്തിനൊപ്പം സാങ്കേതികതയെ ഉൾക്കൊണ്ട കലാകാരനാണ്. നിരവധി എക്സിബിഷനുകളിലൂടെയും രാമമൂർത്തിയുടെ കാർട്ടൂണുകൾ പ്രശസ്തമായി.

വര: മരിയോ മിറാന്റ

മരിയോ മിരാന്റ

ശങ്കർ, അബു, ലക്ഷമണൻ എന്നിവർക്കൊപ്പം ചേർത്തു വായിക്കാവുന്ന ഇന്ത്യൻ കാർട്ടൂണിസ്റ്റാണ് മരിയോ മിരാന്റ. ലോകപ്രശസ്തമായ *ഇലസ്ട്രേറ്റഡ് വീക്കിലി*യിൽ വരയ്ക്കാൻ അവസരം ലഭിച്ചിട്ടുള്ള മിരാന്റ *കറന്റ്മാഗസിൻ, ടൈംസ് ഓഫ് ഇന്ത്യ* എന്നിവയിൽ സ്റ്റാഫ് കാർട്ടൂണിസ്റ്റായും പ്രവർത്തിച്ചു. *ഇക്കണോമിക്സ് ടൈംസി*ലും അദ്ദേഹം വരച്ചിട്ടുണ്ട്. ഗോവയിൽ ജനിച്ച മരിയോയ്ക്ക് ആഗ്ലോ-ഇന്ത്യൻ സംസ്കാരം നിറഞ്ഞുനിൽക്കുന്ന കാർട്ടൂൺ വരയ്ക്കാൻ സാധിച്ചിരുന്നു. വിഖ്യാതമായ *മാഡ്, ലില്ലിപ്പുട്ട്* തുടങ്ങിയ പ്രസിദ്ധീകരണങ്ങളിൽ വരയ്ക്കുകയും ചാൾസ് ഷുൾസിനെ പോലുള്ള ഇതിഹാസ കാർട്ടൂണിസ്റ്റുകൾക്കൊപ്പം സഹകരിച്ച് പ്രവർത്തിക്കുകയും ചെയ്തു. പത്മശ്രീ, പത്മഭൂഷൺ പുരസ്കാരങ്ങൾ നൽകി രാജ്യം അദ്ദേഹത്തെ ആദരിച്ചിട്ടുണ്ട്.

സുധീർധാർ

സുധീർധാർ ഇന്ത്യയിലെ ഏറെ വ്യത്യസ്തനായ കാർട്ടൂണിസ്റ്റാണ്. 1934 ൽ അലഹബാദിൽ ജനിച്ച അദ്ദേഹം നമ്മുടെ എഡിറ്റോറിയൽ കാർട്ടൂണിസ്റ്റുകളിലെ രണ്ടാം തലമുറയിൽപ്പെട്ടയാളാണ്. അബു, രജീന്ദ്രർ പുരി, ആർ കെ ലക്ഷ്മൺ തുടങ്ങിയവരുടെ സമശീർഷനായ കാർട്ടൂണിസ്റ്റാണ് അദ്ദേഹം. *ദി സ്റ്റേറ്റ്മാനി*ലെ കാർട്ടൂണിസ്റ്റായി തുടക്കം കുറിച്ച അദ്ദേഹം *ഹിന്ദുസ്ഥാൻ ടൈംസി*ലെ സ്റ്റാഫ് കാർട്ടൂണിസ്റ്റായി. ആൾ ഇന്ത്യാ റേഡിയോയിലെ ഒരു അനൗൺസറായാണ് ധാർ ഔദ്യോഗിക ജീവിതം ആരംഭിക്കുന്നത്. *പയനീറി*ലും *മാഡ്* മാഗസിനിലുമടക്കം ഒട്ടേറെ പ്രസിദ്ധീകരണങ്ങളിൽ അദ്ദേഹത്തിന്റെ കാർട്ടൂണുകൾ പ്രസിദ്ധീകരിച്ചിട്ടുണ്ട്.

വര: സുധീർധാർ

രജീന്ദർപുരി

1934 ൽ ഇന്നത്തെ പാകിസ്ഥാനിലെ കറാച്ചിയിൽ ജനിച്ച് സമകാലികരായ മറ്റു കാർട്ടൂണിസ്റ്റുകളെപ്പോലെ പേര് നേടിയ രജീന്ദർപുരി *ഹിന്ദുസ്ഥാൻ ടൈംസി*ലും *സ്റ്റേറ്റ്മാനി*ലും വരച്ച കാർട്ടൂണുകൾ എക്കാലത്തേയും മികച്ച രാഷ്ട്രീയ കാർട്ടൂണുകളെന്ന നിലയിൽ പ്രസിദ്ധമാണ്. ഇന്ത്യയിൽ കാർട്ടൂണിസ്റ്റെന്ന നിലയിൽ ഖ്യാതി നേടിയ ശേഷം

വര: രജീന്ദർപുരി

ലണ്ടനിലേക്ക് പോയ അദ്ദേഹം *ഗാർഡിയ*നിലും *ഹെറാൾഡി*ലും വരയ്ക്കുകയുണ്ടായി. ലോക കാർട്ടൂണിസ്റ്റുകളിൽ തന്നെ മുൻനിരയിൽ പേരുനേടിയശേഷമാണ് 1959 ൽ അദ്ദേഹം ഇന്ത്യയിലേക്ക് മടങ്ങിവന്നത്. ഒരു സ്വതന്ത്ര കോളമിസ്റ്റ് എന്ന നിലയിൽ അദ്ദേഹം ഇവിടെ പ്രശസ്തനായി. അടിയന്തരാവസ്ഥയ്ക്കുശേഷം ജനതാപാർട്ടിയിൽ സജീവമായ പുരി പിൽക്കാലത്ത് രാഷ്ട്രീയബന്ധങ്ങൾ ഉപേക്ഷിച്ചു. അടിയന്തരാവസ്ഥക്കാലത്ത് പുരി വരച്ച കാർട്ടൂണുകൾ സ്വതന്ത്ര ഇന്ത്യയുടെ രാഷ്ട്രീയ പരിച്ഛേദ ചിത്രങ്ങളായിരുന്നു.

എൻ പൊന്നപ്പ

ബാംഗ്ലൂർ കാർട്ടൂണിസ്റ്റുകളിൽ പ്രധാനിയാണ് എൻ പൊന്നപ്പ. *ടൈംസ് ഓഫ് ഇന്ത്യ*യുടെ ലോക്കൽ പേജുകളിൽ അനുദിനം വന്നിരുന്ന ഓഫ് സൈഡ് ഏറെ ശ്രദ്ധേയമായ ഒന്നാണ്. പതിനെട്ടു വർഷത്തോളമായി മുംബൈയിൽനിന്നുള്ള *മിഡ്ഡേയ്* എന്ന പ്രസിദ്ധീകരണത്തിൽ അദ്ദേഹത്തിന്റെ കാർട്ടൂണുകൾ വരുന്നുണ്ട്. മംഗലാപുരത്ത് 1948 ലാണ് അദ്ദേഹം ജനിച്ചത്. മംഗലാപുരത്തും പൂനെയിലും മദ്രാസിലുമായി വിദ്യാഭ്യാസം പൂർത്തിയാക്കിയ അദ്ദേഹം ആർക്കിടെക് ബിരുദം നേടിയിട്ടുണ്ട്. ചില പ്രാദേശിക പ്രസിദ്ധീകരണങ്ങളിൽ വരച്ച് പ്രസിദ്ധനായിത്തു

വര: എൻ പൊന്നപ്പ

ടങ്ങിയ അദ്ദേഹം പഠനാന്തരം ചിക്കാഗോയിൽ പോയതോടെയാണ് കാർട്ടൂണിൽ ശ്രദ്ധേയനായത്. ഏറെക്കാലത്തെ ആർക്കിടെക് പ്രൊഫഷനുശേഷമാണ് പൂർണസമയ കാർട്ടൂണിസ്റ്റ് എന്ന നിലയിൽ അദ്ദേഹം സജീവമായതും ഫ്രീലാൻഡ് എന്ന നിലയിൽ ശ്രദ്ധേയനായതും.

സുധീർ തൈലങ്

രാജസ്ഥാനിയാണ് സുധീർ തൈലങ്. എന്നാൽ പ്രാദേശികമായി ഒതുങ്ങുന്നതല്ല അദ്ദേഹത്തിന്റെ രചനകൾ. ഇന്ത്യയിലെ പുതുതലമുറ കാർട്ടൂണിസ്റ്റുകളിൽ മുൻനിര സ്ഥാനത്താണ് അദ്ദേഹം. 1960 ൽ ജനിച്ച സുധീർ തൈലങ്. മുംബൈയിൽനിന്നുള്ള *ഇലസ്ട്രേറ്റ്സ് വീക്കിലി*യിലാണ് വരച്ചു തുടങ്ങിയത്. *നവഭാരത് ടൈംസ്, ഹിന്ദുസ്ഥാൻ ടൈംസ്, ഇന്ത്യൻ എക്സ്പ്രസ്, ടൈംസ് ഓഫ്* ഇന്ത്യയിലൊക്കെ അദ്ദേഹം തന്റെ

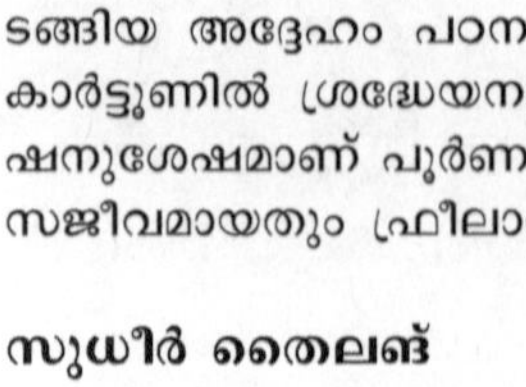

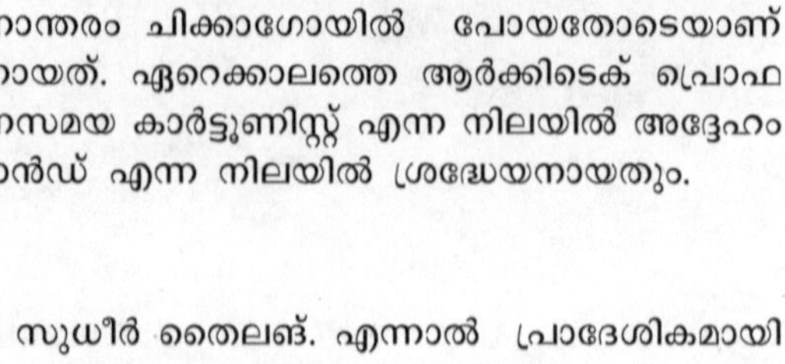

വര: സുധീർ ടൈലാംഗ്

കാർട്ടൂൺ സമ്മാനിച്ചിട്ടുണ്ട്. പത്മശ്രീ പുരസ്കാരം നേടിയിട്ടുള്ള തൈലണ്ട് *ഏഷ്യൻ ഏജിലാണ്* ഇപ്പോൾ വരയ്ക്കുന്നത്.

മദൻ

1947 ൽ തമിഴ്നാട്ടിൽ ജനിച്ച മദൻ തമിഴ്നാട്ടിൽ ഏറെ പ്രശസ്തി നേടിയ കാർട്ടൂണിസ്റ്റാണ്. തമിഴിലെ *ആനന്ദ വികടനിൽ* വരജീവിതം

വര: മദൻ

തുടങ്ങിയ അദ്ദേഹത്തിന് ചലച്ചിത്ര മേഖലയോടുള്ള പ്രിയവും പ്രശസ്തമാണ്. വിജയ് ടി വിയിൽ ഏറെ പേരുള്ള 'മദൻസ് തിരൈ പാർവൈ' എന്ന ചലച്ചിത്ര നിരൂപണ പരിപാടി തമിഴ്നാട്ടിൽ ഏറെ പ്രശസ്തമാണ്. *അൻപേ ശിവം* എന്ന കമലഹാസൻ ചിത്രത്തിലെ സംഭാഷണങ്ങളും മദനാണ് നിർവഹിച്ചത്. *മദൻ വിൺനായകൻ* എന്ന മാസികയും ആരംഭിച്ചു. കാർട്ടൂണിന് ഏറെ പ്രാധാന്യം നൽകിയിരുന്ന ഈ പ്രസിദ്ധീകരണം എ ഐ ഡി എം കെ–ഡി എം കെ തർക്കം നിലനിൽക്കുന്ന തമിഴ്നാട്ടിൽ അധികകാലം നിലനിൽക്കാതെ പിരിച്ചുവിടപ്പെട്ടു. മദന്റെ കാർട്ടൂണുകൾ തമിഴ്നാടിന്റെ രാഷ്ട്രീയം മാത്രമല്ല, തമിഴ് സംസ്ക്കാരത്തിന്റെ വകഭേദം കൂടിയാണ്.

വസന്ത് സർവ്ഥേ

മറാത്ത കാർട്ടൂണിസ്റ്റായ വസന്ത് സർവ്ഥേ ഇന്ത്യയിലെ സീനിയർ കാർട്ടൂണിസ്റ്റുകളിൽ പ്രധാനിയാണ്.1927 ൽ ജനിച്ച അദ്ദേഹം ഒരു സിവിൽ എൻജിനീയറായാണ് ജോലി തുടങ്ങിയത്. മറാത്ത കാർട്ടൂണിലൂടെ ഇന്ത്യയിലെ ഒന്നാം നിര കാർട്ടൂണിസ്റ്റുകളിൽ ഒരാളായി സ്ഥാനം നേടിയെങ്കിലും തന്റെ രചനകളിലെ പ്രാദേശികത കാരണം പലപ്പോഴും അദ്ദേഹത്തിന്റെ രചനകൾ പലതും വേണ്ടവിധം ശ്രദ്ധിക്കപ്പെടാതെ പോയി.

വര: വസന്ത് സർവ്വേ

അജിത് നൈനാൻ

അബു എബ്രഹാമിന്റെ അനന്തരവനാണ് അജിത് നൈനാൻ. എന്നാൽ ആ മേൽവിലാസത്തിന്റെ പിൻബലത്തിലല്ല അദ്ദേഹത്തെ ആധുനിക കാർട്ടൂൺ ലോകം ചർച്ച ചെയ്യുന്നത്. *ഇന്ത്യ ടുഡേ*യിലും *ടൈംസ് ഓഫ് ഇന്ത്യ*യിലുമൊക്കെ പ്രസിദ്ധീകരിച്ചുവന്ന അജിത് നൈനാന്റെ കാർട്ടൂണുകൾ ദിനംപ്രതിയുള്ള രാഷ്ട്രീയ സംഭവവികാസങ്ങളെ പോസ്റ്റുമോർട്ടത്തിന് വിധേയമാക്കുന്നവയാണ്. 'മച്ചുവാല' എന്ന ആദ്യ കോളം കാർട്ടൂൺ മുതൽ 'നൈനാൻസ് വേൾഡ്' വരെയുള്ള ഒട്ടനവധി പംക്തികളിലൂടെ ഈ മലയാളി നമ്മുടെ പൊതു സാമൂഹിക –രാഷ്ട്രീയ വിഷയങ്ങളിൽ തന്റെ പ്രതികരണസാന്നിധ്യം അറിയിക്കുന്നു. ഗർഭച്ഛിദ്രത്തിന് കത്തോലിക്ക സഭ നൽകിയ അനുമതിയെ ആസ്പദമാക്കി വരച്ച കാർട്ടൂൺ അദ്ദേഹത്തിന്റെ സർഗാത്മകതയിലെ പുരോഗമന നിലപാടുകളെ തെളിയിക്കുന്നതാണ്. കെയ്റോയിലെ അന്താരാഷ്ട്ര ജനസംഖ്യ ഉച്ചകോടി മികച്ച രചനയായി ഈ കാർട്ടൂൺ തെരഞ്ഞെടുത്തി

വര: അജിത് നൈനാൻ

രുന്നു. ഒരിക്കൽ രാജീവ് ഗാന്ധിയെ പോപ്പുമായി സാമ്യപ്പെടുത്തിയതിന്റെ പേരിലും ഏറെ വിമർശനം കേൾക്കേണ്ടി വന്നു.

സുരേന്ദ്ര

നമ്മുടെ പുതുതലമുറ ഹാസ്യവരക്കാരിൽ നിശ്ശബ്ദതയുടെ രചനാസാധ്യതകൾ കാര്യമായി പ്രയോജനപ്പെടുത്തുന്ന കാർട്ടൂണിസ്റ്റാണ് സുരേന്ദ്ര. കാർട്ടൂണിസ്റ്റുകൾക്കെതിരെ നടക്കുന്ന ഗവൺമെന്റ് അതിക്രമമായിരുന്നാലും കായികമേഖലയിലെ പ്രശ്നങ്ങളായിരുന്നാലും

വര: സുരേന്ദ്ര

ശബ്ദസാന്നിധ്യം ഇല്ലാതെ തന്നെ വായനക്കാരനെ ചിരിപ്പിക്കാനും ചിന്തിപ്പിക്കാനും സുരേന്ദ്രയ്ക്ക് സാധിക്കുന്നു.

കേശവ

സമകാലിക ഇന്ത്യൻ കാർട്ടൂണിസ്റ്റുകളിൽ ഏറ്റവും ചർച്ചചെയ്യുന്ന കാർട്ടൂണിസ്റ്റാണ് കേശവ. ചെറിയൊരു രാഷ്ട്രീയ വിഷയത്തെ പോലും ഒട്ടുമിക്കയാളുകളുടെയും ശ്രദ്ധചെലുത്തുന്ന വിധത്തിൽ മാറ്റിവരയ്ക്കാൻ അദ്ദേ

വര: കേശവ

ഹത്തിന് കഴിയാറുണ്ട്. കേശവയുടെ ദിനംപ്രതിയുള്ള പ്രതികരണങ്ങൾക്കനുസരിച്ച് എഡിറ്റോറിയലുകൾ ഉണ്ടാവുകയാണ് എന്നാണ് പറയപ്പെടുന്നത്. ഒരു രാഷ്ട്രീയ സംഭവം നടന്നാലുടൻ അതൊരു വിവാദവിഷയമാകാനിടയാകുന്നതും പലപ്പോഴും കേശവയുടെ കാർട്ടൂണുകളുടെ പ്രത്യേകതയാണ്.

രവിശങ്കർ

പാലക്കാട്ടാണ് രവിശങ്കറിന്റെ ജനനം. വിശ്രുത എഴുത്തുകാരനും കാർട്ടൂണിസ്റ്റുമായ ഒ വി വിജയന്റെ അനന്തരവനാണദ്ദേഹം. *ഇന്ത്യൻ എക്സ്പ്രസ്, ഇന്ത്യ ടുഡേ* എന്നിവയിൽ ജോലിചെയ്തിട്ടുണ്ട് അദ്ദേഹം. കഥാകൃത്ത് എന്ന നിലയിലും അദ്ദേഹം അറിയപ്പെടുന്നു. ഒ വി വിജയൻ, ശങ്കർ, അബു എബ്രഹാം കുട്ടി, സാമുവൽ തുടങ്ങി മലയാളികളായ കാർട്ടൂണിസ്റ്റുകൾ ഡൽഹിയിൽ ശ്രദ്ധേയരായശേഷം ഏറെ

വര: രവിശങ്കർ

ചർച്ചചെയ്യപ്പെട്ട മലയാളികൂടിയാണ് രവിശങ്കർ. ഇപ്പോൾ ഡൽഹിയിൽ *ന്യൂ ഇന്ത്യ എക്സ്പ്രസിൽ* എക്സിക്യൂട്ടീവ് എഡിറ്ററാണ് രവിശങ്കർ.

പ്രാൺകുമാർ ശർമ

നമ്മുടെ മുഖ്യധാരാ കാർട്ടൂൺ ലോകം വളരെയേറെയൊന്നും ചർച്ച ചെയ്യാതെപോയ, എന്നാൽ കുട്ടികൾക്കിടയിൽ വളരെ പ്രശസ്തനുമായ കാർട്ടൂണിസ്റ്റാണ് പ്രാൺകുമാർ ശർമ. 1938 ൽ

ചാച്ചാ ചൗധരി

വര: പ്രാൺകുമാർ ശർമ

കാസൂറിൽ (ഇന്നത്തെ പാകിസ്ഥാൻ) ജനിച്ച പ്രാണിനെക്കാൾ നമ്മുടെ ഹാസ്യലോകത്തിനു പരിചയം 1971 ൽ അദ്ദേഹം സൃഷ്ടിച്ച ഒരു കഥാപാത്രത്തെയാണ്. ചാച്ചാ ചൗധരി. ഡൽഹിയിലെ ചില ചില്ലറ പ്രസിദ്ധീകരണങ്ങളിൽ അൽപ്പം ചെറിയ വരകളും മറ്റുമായി കഴിഞ്ഞുപോകവയാണ് *ലോട്ട്പോട്ട്* എന്ന ഹിന്ദി മാഗസിനിൽ വരയ്ക്കാൻ അവസരം ലഭിക്കുന്നത്. അക്കാലത്താണ് 'ചാച്ചാ ചൗധരി' ആരംഭിക്കുന്നത്. 'ചാച്ചാ ചൗധരി' ചില്ലറ തമാശകൾ പറഞ്ഞു ജീവിക്കുന്ന ഒരാളാണ്. പലപ്പോഴും കുട്ടികൾക്ക് ഇഷ്ടമായ വിഷയങ്ങൾ മാത്രമല്ല ആ കഥാപാത്രം പറഞ്ഞതും. ആർ കെ ലക്ഷ്മൺന്റെ 'കോമൺമാനു'മായി ഏറെ സാദൃശ്യവുമുണ്ട് ആ കഥാപാത്രത്തിന്. കാർട്ടൂണിസ്റ്റ് കാര്യമായി ശ്രദ്ധിക്കപ്പെട്ടില്ലെങ്കിലും അദ്ദേഹം സൃഷ്ടിച്ച കഥാപാത്രം ഏറെ സ്വീകരിക്കപ്പെട്ട ചരിത്രമാണ് പ്രാണിന്റേത്.

കാക്

ഹരീഷ്ചന്ദ്ര ശുക്ല എന്ന കാക് ഹിന്ദി കാർട്ടൂൺ രംഗത്തെ അതികായൻമാരിലൊരാളാണ്. *ജനസത്ത, നവഭാരത് ടൈംസ്, ദൈനിക് ജാഗരൺ, രാജസ്ഥാൻ* പത്രിക തുടങ്ങിയ പ്രസിദ്ധീകരണങ്ങളിലൊക്കെ അദ്ദേഹത്തിന്റെ രചനകൾ വന്നിട്ടുണ്ട്. 1940 ൽ ഉത്തർപ്രദേശിലെ ഒരു കൊച്ചുഗ്രാമത്തിൽ ജനിച്ച അദ്ദേഹത്തിന്റെ രചനകൾ അടിയന്തരാവസ്ഥക്കാലത്തൊക്കെ ഏറെ ശ്രദ്ധിക്കപ്പെട്ടു. ഹിന്ദി ഭാഷയിലാണ് കൂടുതലും വരച്ചതെന്നത് അദ്ദേഹത്തിന്റെ ഒരു പോരായ്മയായിരുന്നു. എങ്കിലും ഇന്ത്യൻ കാർട്ടൂണിന്റെ ചരിത്രത്തിൽ അദ്ദേഹത്തിന്റെ സ്ഥാനം ഒഴിവാക്കാനാവില്ല.

വര: കാക്

മഞ്ജുൾ

1971 ൽ ജനിച്ച മഞ്ജുൾ *ദൈനിക് ജാഗരൺ, രാഷ്ട്രീയ സഹാറ, ഫിനാൻസ്യൽ എക്സ്പ്രസ്സ്, ഇന്ത്യ ടുഡേ, എക്കണോമിക്സ് ടൈംസ്* തുടങ്ങിയ പ്രസിദ്ധീകരണങ്ങളിൽ വരച്ചിട്ടുണ്ട്. മായാ കമ്മത്തിന്റെ പേരിലുള്ള കാർട്ടൂൺ പുരസ്കാരം നേടിയിട്ടുള്ള മഞ്ജുൾ ഇന്ത്യയിലെ പുതുതലമുറ കാർട്ടൂണിസ്റ്റുകളിൽ മുൻപന്തിക്കാരനാണ്.

വര: മഞ്ജുൾ

മലയാളിയുടെ വരയാത്ര

നമ്മുടെ സാംസ്കാരിക സാമൂഹിക മണ്ഡലത്തിൽ സവിശേഷ സ്ഥാനമുള്ള ചിത്രരചനാ ശൈലിയാണ്, ഏതു തെറ്റിനു നേരെയും ധൈര്യമായി വിരൽചൂണ്ടാൻ ആർജവമുള്ള കാർട്ടൂണുകൾ. ചിരിയുടെ പരിമിതിയില്ലാത്ത ലോകം മാത്രമല്ല വിശാലമായ ചിന്തയ്ക്കും കാർട്ടൂണിസ്റ്റുകൾ വലിയ ഇടം നൽകുന്നുണ്ട്. ചരിത്രം പരിശോധിച്ചാൽ, കാർട്ടൂണിസ്റ്റുകൾ പ്രകടിപ്പിച്ചിട്ടുള്ള തന്റേടം മറ്റേതു കലാരൂപങ്ങൾക്കുള്ളതിനേക്കാളും വലിയ സാമൂഹികബോധത്തിന്റെ അടിസ്ഥാനത്തിലാണെന്നു വ്യക്തമായി തിരിച്ചറിയാം. പണ്ഡിതനെയും പാമരനെയും ഒരുപോലെ വശീകരിക്കാൻ ശേഷിയുള്ള ഒരു മാധ്യമം എന്ന നിലയിൽ കാർട്ടൂ

കാർട്ടൂണിസ്റ്റ് സജീവ് ഇല്ലസ്ട്രേറ്റ് ചെയ്ത കേരളീയ കാർട്ടൂണിസ്റ്റുകൾ.
ഈ ചിത്രം ഇപ്പോൾ കേരള കാർട്ടൂൺ അക്കാദമിയുടെ വെബ്സൈറ്റ് അലങ്കരിക്കുന്നു.

മഹാക്ഷാമദേവത

ണുകളിൽ വിഷയമാകാൻ, കഥാപാത്രമാകാൻ മോഹിക്കാത്ത ഒരു സെലിബ്രിറ്റിയും ഉണ്ടാകില്ല. കാർട്ടൂണിസ്റ്റുകളുടെ ഏറ്റവും മികച്ച ഇരകളായ രാഷ്ട്രീയ പ്രവർത്തകർ എത്ര കാര്യമായി പരിഹസിക്കപ്പെട്ടാലും ഒരു കാർട്ടൂണിലെങ്കിലും പ്രത്യക്ഷപ്പെടാൻ കഴിഞ്ഞതിൽ ഏറ്റവും സ്വകാര്യമായി സന്തോഷിക്കുന്നവരുമാണ്.

മലയാളിക്കും ഇന്ന് കാർട്ടൂണുകളെ ഒഴിവാക്കാനാകില്ല. 1919 ഒക്ടോബറിൽ കൊല്ലത്തെ പരവൂരിൽനിന്നും പുറത്തിറങ്ങിയ വിദൂഷകൻ എന്ന മാസികയിലാണ് മലയാളത്തിലെ ആദ്യത്തെ കാർട്ടൂൺ പ്രത്യക്ഷപ്പെട്ടതെന്ന് ചരിത്രം പറയുന്നു. 'മഹാക്ഷാമദേവത' എന്ന പേരിലായിരുന്നു ഈ കാർട്ടൂൺ. വരച്ചതാരെന്ന് അറിവില്ല. സഞ്ജയൻ നടത്തിപ്പോന്ന *വിശ്വരൂപം* എന്ന പ്രസിദ്ധീകരണത്തിൽ രേഖാചിത്രങ്ങൾ വരച്ചിരുന്ന എം ഭാസ്കരനാണ് ആദ്യത്തെ ലക്ഷണമൊത്ത മലയാളി കാർട്ടൂണിസ്റ്റെന്ന് പരിഗണിക്കാമെന്ന് തോന്നുന്നു. രാഘവൻ നായർ, എ ശിവരാമൻനായർ, കെ ശ്രീധരപിള്ള, നരീക്കുറ്റി മോഹൻ, കെ എസ്. രാജൻ, ശിവറാം എന്നിവരൊക്കെ മലയാളത്തിൽനിന്നുള്ള ആദ്യകാല കാർട്ടൂണിസ്റ്റുകളാണ്. എന്നാൽ ആദ്യകാലത്ത് മലയാളികൾ അവരുടെ സ്വന്തം കാർട്ടൂണുകളെ അത്രയ്ക്കങ്ങ് ഇഷ്ടപ്പെട്ടിരുന്നില്ല. *മിക്കിമൗസും ഡൊണാൾഡ് ഡക്കും* മാത്ര

വര: ചെല്ലൻ

മായിരുന്നു ആദ്ധ്യമലയാളികൾക്ക് പ്രിയപ്പെട്ടവർ. എന്നാൽ പിൽക്കാലത്ത് ഇന്ത്യയിലെ രാഷ്ട്രീയ കാർട്ടൂണുകളുടെ രാസശാലയായി കേരളം മാറി എന്നതാണ് സത്യം. എന്നാൽ ഇന്ന് കാർട്ടൂണുകളും കാർട്ടൂണിസ്റ്റുകളും പൊതുവെ അവഗണിക്കപ്പെടുകയാണെന്നൊരു വാദമുണ്ട്. പ്രമുഖ കാർട്ടൂണിസ്റ്റുകളായ ശങ്കറും അബു എബ്രഹാമും ഒ വി വിജയനും ലക്ഷ്മണുമൊക്കെ പ്രകടിപ്പിച്ച ധൈര്യവും കർത്തവ്യബോധവും അതേ രീതിയിൽ ഇന്നത്തെ കാർട്ടൂണിസ്റ്റുകൾക്ക് ഇല്ലാത്തതാണോ അതോ അത്തരം ധാർമിക ചിന്തകൾ ഉണ്ടെങ്കിൽകൂടി അവ പ്രകടമാക്കാനാകാത്ത വിധം മാളങ്ങളിൽ ഒളിക്കേണ്ടിവരുന്നതുകൊണ്ടാണോ എന്നതാണ് പ്രധാനചോദ്യം.

അതിശക്തമായ കഥാശൈലി സ്വന്തമായുണ്ടായിരുന്നെങ്കിലും പൊതുവെ ദുർബലനെന്നറിയപ്പെട്ടിരുന്ന ഒ വി വിജയൻ വരച്ചിരുന്ന കാർട്ടൂണുകൾ ഒരു ഇന്ത്യൻ കലാകാരന്റെ ഏറ്റവും വലിയ രാഷ്ട്രീയ പ്രതികരണമായി ഇന്നും അറിയപ്പെടുന്നു. കവലകളിൽ ആൾക്കൂട്ടം നിരോധിക്കപ്പെട്ടിരുന്ന കാലത്ത് ആളൊഴിഞ്ഞ മൂലകളിലിരുന്ന് ജനാധിപത്യം പ്രസംഗിച്ച രാഷ്ട്രീയക്കാരെക്കാൾ കോൺഗ്രസ് സർക്കാരിന്റെ "ഇന്ദിര ഈസ് ഇന്ത്യ" എന്ന ആപ്തവാക്യത്തിന് എതിരായി "ഹൂ ഈസ് ഇന്ദിര?" എന്നു തിരിച്ചുചോദിക്കാനുള്ള തന്റേടം കാട്ടിയത് കാർട്ടൂണി

വര: മിസി

സ്റ്റുകൾ മാത്രമായിരുന്നു. ബാത്ത്ടബ്ബിൽ കിടന്നുകൊണ്ട് കർട്ടനടിയിൽ കൂടി കയ്യിട്ട് ഇന്ദിരാഗാന്ധിയുടെ അടിയന്തരാവസ്ഥ പ്രഖ്യാപന ഉത്തരവിൽ ഒപ്പുവയ്ക്കുന്ന രാഷ്ട്രപതിയുടെ ചിത്രം വരച്ച അബു എബ്രഹാമിനേയും അടിയന്തരാവസ്ഥയെ പരിഹസിച്ച് വരച്ചതിന്റെ പേരിൽ ജയിലിൽ കിടക്കേണ്ടിവന്ന കേരളവർമ്മയേയും മറക്കുന്നതെങ്ങനെ?

അടിയന്തരാവസ്ഥക്കാൾ ഭീകരമാണ് ഇന്ന് ഇന്ത്യയിലെ രാഷ്ട്രീയ സാമൂഹ്യ സാഹചര്യം. അതിനാൽ കാർട്ടൂണുകൾ പ്രതിനിധാനം ചെയ്യുന്ന പ്രതികരണവാഞ്ഛയെ അർഹമായ പ്രാധാന്യത്തോടെ കാണേണ്ടിയിരിക്കുന്നു. മൂന്നാംകിട പ്രസിദ്ധീകരണങ്ങളിലെ നിലവാരം കുറഞ്ഞ അശ്ലീല കാർട്ടൂൺ ഉച്ഛിഷ്ടങ്ങളേക്കാൾ സാമൂഹികബോധം നിറയുന്ന കാർട്ടൂണുകൾ വരയ്ക്കാൻ പല–കാർട്ടൂണിസ്റ്റുകളും തയാറാകുന്നുണ്ടെങ്കിലും 'പൈങ്കിളിയാണ് വായനക്കാരന് ഇഷ്ടം' എന്ന സ്ഥിരം പല്ലവി ആവർത്തിച്ച് കാർട്ടൂണുകളെ തമസ്കരിക്കുക എന്നത് പല പത്രാധിപന്മാരുടെയും പതിവായിരിക്കുകയാണ്. പ്രതിഭയുള്ള ഒട്ടേറെ കാർട്ടൂണിസ്റ്റുകൾ കേരളത്തിലുണ്ട്. മുഖ്യധാരാ പ്രസിദ്ധീകരണങ്ങളിൽ വരയ്ക്കുന്ന കാർട്ടൂണിസ്റ്റുകളുടെ കാര്യം മാത്രമല്ലിത്. ചെറുകിട പ്രസിദ്ധീകരണങ്ങൾ എന്നു വിവക്ഷിക്കപ്പെടുന്ന പല മാധ്യമങ്ങളിലും ഉചിതമായ നർമബോധം തുളുമ്പുന്നതും എന്നാൽ അധികമാരും കാണാതെ പോകുന്നതുമായ ചിന്തോദ്ദീപകങ്ങളായ നിരവധി കാർട്ടൂണുകൾ പ്രത്യക്ഷപ്പെടുന്നുണ്ട്. താരതമ്യേന കുറച്ചുകോപ്പികൾ മാത്രം അച്ചടിക്കുന്ന സമാന്തരപ്രസിദ്ധീകരണങ്ങളിലെ മികച്ച കാർട്ടൂണിനേക്കാൾ ലക്ഷങ്ങൾ അച്ചടിക്കുന്ന മുഖ്യധാരാമാധ്യമങ്ങളിലെ ചവറുകൾ മാത്രം വായനക്കാരൻ കണ്ട് തൃപ്തി അടയേണ്ടിവരുന്നത് ഏതർഥത്തിലും ഭീകരമാണ്.

വര: സീരി

ഒരു പ്രസിദ്ധീകരണത്തിൽ എങ്ങനെയാണ് ഒരു കാർട്ടൂണിസ്റ്റിന് അവസരം കിട്ടുക? അയാൾ ഒരു സ്റ്റാഫല്ലെങ്കിൽ വീട്ടിലിരുന്ന് വരച്ച ഒരു രചന അയച്ചു കൊടുത്താൽ പത്ര മുതലാളി അത് തിരസ്കരിക്കാനാണ് തൊണ്ണൂറ്റൊമ്പത് ശതമാനവും സാധ്യത, അതെത്ര മികച്ച രചനയാണെങ്കിലും. പകരം സ്റ്റാഫ് കാർട്ടൂണിസ്റ്റ് തസ്തികയിൽ പ്രവർത്തിക്കുന്ന വിദ്വാന്റെ ഒന്നാന്തരം ചവറ് പ്രസിദ്ധീകരി

ക്കാൻ തീരെ മടികാണിക്കുകയുമില്ല. സർഗാത്മകതയുള്ള മികച്ച കാർട്ടൂണിസ്റ്റും മുഖ്യധാരയിലുണ്ട് എന്ന കാര്യത്തിൽ തർക്കമില്ല. ചില പത്രമുതലാളിമാർ കാർട്ടൂണിസ്റ്റ് തസ്തിക നികത്തുന്നതിന് വർഗ–സാമുദായിക താൽപ്പര്യങ്ങൾക്ക് മുൻഗണനന കൊടുക്കുന്നു എന്നതും പരാമർശിക്കേണ്ടിയിരിക്കുന്നു. ചിലർ ആർട്ടിസ്റ്റ് എന്നൊരു പേരിൽ ഒതുക്കുന്നു. ആർട്ടിസ്റ്റ് എന്ന പദവി പൊതുവെ വളർച്ചാസാധ്യതയില്ലാത്ത തസ്തികയുമാണ്.

സാമൂഹിക നീതികേടുകൾക്കുനേരെ പൊരുതുന്ന മാധ്യമമെന്ന നിലയിൽ വരുംകാല ജീവിതസാഹചര്യങ്ങൾ ഈ ചിത്രകലാരൂപത്തിനു നൽകുന്ന സാധ്യതകൾ എത്രയോ വിപുലമാണെന്ന് നാം തിരിച്ചറിയേണ്ടതുണ്ട്. വാസ്തവത്തിൽ നമ്മുടെ സാമൂഹിക രാഷ്ട്രീയ സാംസ്കാരികരംഗത്ത് ദൈനംദിന സംഭവവികാസങ്ങളിൽ കൃത്യമായ പ്രതികരണം രേഖപ്പെടുത്തുന്ന കലാമാധ്യമങ്ങൾ നന്നെ കുറവാണ്. അതുകൊണ്ടുതന്നെ ഇക്കാര്യത്തിൽ കാർട്ടൂണിസ്റ്റുകളും മിമിക്രിക്കാരും നൽകുന്ന സംഭാവനകൾ വളരെ വലുതാണ്. ഓരോ ദിവസവും ചുറ്റുപാടും നടക്കുന്ന അരാജകത്വത്തെയും അനിശ്ചിതത്വങ്ങളെയും അനീതികളെയും വരകളിലൂടെ അടയാളപ്പെടുത്തുന്നു ഇക്കൂട്ടർ. അതുകൊണ്ടാണ് അടിയന്തരാവസ്ഥക്കാലത്തെ ദുഷ്സാഹചര്യങ്ങളെയും അരാജകത്വത്തെയും നമ്മളിപ്പോഴും ചില കാർട്ടൂണുകളിലൂടെ ഓർമിക്കുന്നത്. വാർത്തകൾ സൃഷ്ടിച്ച കാർട്ടൂണുകളും കാർട്ടൂണുകൾ സൃഷ്ടിച്ച വാർത്തകളും എല്ലാക്കാലത്തും സമകാലിക സാഹചര്യങ്ങളെ കാര്യമായി സ്വാധീനിച്ചിട്ടുണ്ട്. നിത്യജീവിതത്തിൽ ഒഴിവാക്കാൻ പറ്റാത്ത ഒന്നായിമാറിക്കഴിഞ്ഞ കാർട്ടൂണുകൾ മറ്റേതൊരു ചിത്രകലാരൂപത്തേക്കാളും പൊതുജനസമ്പർക്കമുള്ളതുകൊണ്ടുതന്നെ കാർട്ടൂണിസ്റ്റും ജനകീയനാവുന്നു. അതുകൊണ്ടാണ് 'ബോബനുംമോളിയും' എന്നു പറയുന്നതിനോടൊപ്പം നമ്മൾ 'ടോംസ്' എന്നുകൂടി ചേർക്കുന്നതും.

വര: ഷിലിൻ വി എസ്

കാർട്ടൂണിസ്റ്റുകളുടെ അരക്ഷിതാവസ്ഥ പ്രധാനപ്പെട്ടൊരു വിഷയമാണ്. അടുത്തകാലത്ത് പലസ്തീനിയൻ കാർട്ടൂണിസ്റ്റായ നാജി അലിയെ സാമ്രാജ്യത്വശക്തികൾ അപായപ്പെടുത്തിയ വാർത്ത അത്ര പെട്ടെന്നൊന്നും വിസ്മരിക്കപ്പെട്ടില്ല. ഇരുപതാം നൂറ്റാണ്ടിന്റെ അവസാനത്തിൽ പാകിസ്ഥാനിയായ

ഇർഫാൻ ഹുസൈനെ കുറേ സാമൂഹ്യവിരുദ്ധർ ചേർന്ന് കൊലപ്പെടുത്തുകയുണ്ടായി. പലസ്തീനിയനായ ഉമയ്യജൂഹയെന്ന ധീരയായ ഇസ്രയേൽ വിരുദ്ധ വനിതാ കാർട്ടൂണിസ്റ്റ് അക്രമികളുടെ വധഭീഷണിയെ തുടർന്ന് ഒളിവിലുമാണ്. വരച്ചതിന്റെ പേരിൽ ജയിൽ കയറേണ്ടി വന്ന കേരളവർമയും ജോലിയിൽനിന്ന് പുറത്താക്കപ്പെട്ട പി കെ മന്ത്രിയും കോടതി കയറിയിറങ്ങേണ്ടിവന്ന ടോംസും സുരക്ഷിതത്വമില്ലായ്മയെന്തെന്നറിഞ്ഞവരാണ്. വരക്കലാകാരന്മാരുടെ അരക്ഷിതാവസ്ഥ ഇവിടെ നമ്മുടെ നാട്ടിൽ മറ്റൊരു തരത്തിലാണ് സജീവം. സംസ്ഥാന സ്കൂൾ-കോളേജ് കലോത്സവങ്ങളുടെ കാര്യം തന്നെ പരിശോധിക്കാം. കാർട്ടൂൺ രചനയിൽ ഒന്നാംസ്ഥാനം നേടുന്ന കുട്ടിക്ക് സർക്കാർ വക അംഗീകാരങ്ങൾ തീരെ കുറവാണ്. പത്താംക്ലാസിലും പ്ലസ്ടുവിലും ആ വിദ്യാർഥിക്കു കിട്ടുന്ന ആനുകൂല്യമാർക്ക് മറ്റുരംഗങ്ങളിലെ ജേതാക്കളെക്കാൾ വളരെ കുറവാണ്. അതിനുള്ള കാരണം പറയുന്നതോ, കാർട്ടൂൺ മത്സരത്തിൽ പങ്കെടുക്കാൻ അധികം ചെലവില്ല എന്നും. എന്നാൽ കാർട്ടൂൺകല ഒരു വിദ്യാലയത്തിലും പോയി അഭ്യസിക്കാൻ സാധിക്കില്ലെന്ന് അധികൃതർ ഓർക്കുന്നതേയില്ല. ഇനി, കാർട്ടൂൺവര സ്ഥിരമായി കൊണ്ടുനടക്കുന്നവരുടെ സ്ഥിതിയും വ്യത്യസ്തമല്ല. പ്രതിഫലത്തിന്റെ കാര്യത്തിലാണ് ഇക്കൂട്ടർ നേരിടുന്ന ബുദ്ധിമുട്ട്. ചുരുക്കംചിലർ ഒഴികെ മിക്കവരും പിടിച്ചുനിൽക്കാൻ പറ്റാത്തവരാണെന്നും കലാകാരനെന്ന ലേബലിൽ ജീവിക്കാൻ സാധിക്കില്ലെന്നുള്ള തിരിച്ചറിവ് പൊതുവെ ഒട്ടുമിക്ക കാർട്ടൂണിസ്റ്റുകളുടെയും ചിന്താഗതിയാണെന്നും മറ്റും അഭിപ്രായപ്പെടുന്നു ഒരുപാടുപേർ.

കാർട്ടൂണിസ്റ്റിന്റെ പക്ഷങ്ങൾ

ഒരു കാർട്ടൂണിസ്റ്റിന്റെ പക്ഷം, നിലപാട്, ഏറെ പ്രാധാന്യമുള്ള ഒരു സംഗതിയാണ്. പൊതു സമൂഹത്തിലെ ഏതൊരു വിഷയത്തേയും കാർട്ടൂണിലൂടെ സമീപിക്കുന്ന ഒരു വരക്കാരന് രണ്ടുതരത്തിൽ നിലപാടെടുക്കാമെന്ന് വിശ്വസിക്കപ്പെടുന്നു. ഒന്നാമതായി ഒരു പക്ഷത്തിലും ചേരാതെ തികച്ചും സ്വതന്ത്രനായി വരയ്ക്കുക. മനസിൽ തോന്നുന്ന സത്യസന്ധമായ എന്തുകാര്യവും തുറന്ന് അഭിപ്രായപ്പെടുക. രണ്ടാമത്തേത് ഏതെങ്കിലും ഒരു പക്ഷത്ത് നിലയുറപ്പിക്കുകയും അവിടെ മാത്രം നിന്ന് കാര്യങ്ങൾ കാണുകയും ആ പക്ഷത്തിന്റെ മാത്രം വക്താവാകുകയും ചെയ്യുക. ഇതിൽ ആദ്യത്തെ വിഭാഗം കാർട്ടൂണിസ്റ്റുകൾ ഇന്നത്തെ നിലയിൽ വിരലിലെണ്ണാവുന്നവർ മാത്രമേയുള്ളൂ മലയാളത്തിൽ. ആ കൂട്ടത്തിൽപ്പെട്ട മഹാഭൂരിപക്ഷം പേരും ചില 'മ' വാരികകളിലും മറ്റും വരച്ച് കാലം പോക്കുന്നു. ജോയ് കുളനട, പ്രസന്നൻ ആനിക്കാട്, നാഥൻ, സീരി, ശിവൻ, എസ് ജിതേഷ്, സുധീർനാഥ്, കാർത്തിക കറ്റാനം, പ്രശോഭ് വാഴൂർ, രാഗേഷ് അൻസേര, എം അജയകുമാർ, പീറ്റർ, രോഹിണി മധു പാണ്ഡവപുരം, ജി ഹരി, വാമനപുരം മണി, ഷിലിൻ

വര: ഹാരിസ് ചേർത്തല

വി എസ്, മേതിൽ വേണുഗോപാലൻ, വി സി സുരേന്ദ്രൻ, അബ വാഴൂർ, മോഹൻ വിലങ്ങറ, ദിൻരാജ്, ഷാജി മലയാലപ്പുഴ, കുട്ടി എടക്കഴിയൂർ, ജയരാജ് വെള്ളൂർ, നാരായണൻ തേവന്നൂർ, ടെൻസിങ്, ശശി താഴേക്കാട്, കൊല്ലം പാപ്പച്ചൻ, ഹകു, ബിനു എച്ച്, തോംസൺ, ഹേമന്ത് കുളക്കട, ചേർത്തല ഹാരിസ്, ശ്രീകുമാർ വിലങ്ങറ, സുരേഷ് കക്കറയിൽ, നൈന മണ്ണഞ്ചേരി, ദിലീപ് തിരുവട്ടാർ, എൽ സുബ്രമണ്യം, സോളമൻ, ജയറാം, സത്യദേവ്, പാച്ചൻ കൊട്ടിയം, ബിനീഷ് ചുങ്കക്കുന്ന് തുടങ്ങി ഒരുകൂട്ടം കഴിവുള്ള കാർട്ടൂണിസ്റ്റുകൾ ഇപ്പോൾ ഇങ്ങനെ പുറത്തുനിന്ന് സ്വതന്ത്രരായി വരയ്ക്കുന്നു. രണ്ടാമത്തെ വിഭാഗത്തിൽപ്പെടുന്ന കാർട്ടൂണിസ്റ്റുകൾ അധികമില്ല. ഇക്കൂട്ടരുടെയും അടിസ്ഥാന സ്വഭാവം സ്വതന്ത്ര നിലപാടായിരിക്കും എന്ന് ചിലപ്പോഴെങ്കിലും തോന്നിപ്പോകും. പത്രത്തിന്റെ എഡിറ്റോറിയൽ ബോർഡ് കൂടി എടുക്കുന്ന തീരുമാനത്തിനനുസരിച്ച് പ്രധാന കോളം കാർട്ടൂൺ വരയ്ക്കുമ്പോൾ തന്നെ ഈ കലാകാരന്മാർ പലപ്പോഴും മതിൽക്കെട്ടിനു പുറത്തുചാടാൻ അതേ പത്രത്തിലെ പോക്കറ്റ് കാർട്ടൂണുകളെ ഉപയോഗിക്കുന്നു. രാജുനായരും വേണുവും സക്കീർ ഹുസൈനും ഗോപീകൃഷ്ണനും സുജിത്തും തോമസ് ആന്റണിയുമൊക്കെ സ്വതന്ത്രനിലപാടെടുത്ത് വരയ്ക്കുന്നു എന്നത് നല്ലകാര്യമാണ്.

മേൽപ്പറഞ്ഞ രണ്ടു വിഭാഗത്തിലും പെടാതെ അവസരത്തിനൊത്ത് നിലപാടുമാറുന്നത് ഉചിതമായ കാര്യമാണോ? കാർട്ടൂൺ അക്കാദമിപോലുള്ള സ്ഥാപനങ്ങൾ ഇടപെടേണ്ട വിഷയമാണത്. അല്ലെങ്കിൽ–കാർട്ടൂണിൽ ജനങ്ങൾക്കുള്ള വിശ്വാസ്യതയെ ഇത് തകിടംമറിക്കും. നിലപാടുകളാണ് കാർട്ടൂണിസ്റ്റിനു വേണ്ടത്. പാർട്ടിപത്രങ്ങളായ *ജനയുഗ*ത്തിനും *ദേശാഭിമാനി*ക്കും *വീക്ഷണ*ത്തിനുമൊക്കെ കാർട്ടൂണിസ്റ്റിനെ വയ്ക്കാം. കാർട്ടൂണിസ്റ്റുകൾക്ക് ഈ പത്രങ്ങൾക്കുവേണ്ടി വരയ്ക്കുകയും ചെയ്യാം. അവയൊന്നും തെറ്റുകളല്ല എന്നുമാത്രമല്ല, ആ കാർട്ടൂണിസ്റ്റിനെ സംബന്ധിച്ച് തന്റെ നിലപാടിന്റെ അടിത്തറ ബോധ്യപ്പെടുത്താനുള്ള അവസരം കൂടിയാണത്. എന്നാൽ പിന്നീട് ഒരു നിഷ്പക്ഷ

നിലപാടെടുത്ത് ഒരു പ്രസിദ്ധീകരണത്തിനോ അല്ലെങ്കിൽ സ്വതന്ത്രമായോ അതുമല്ലെങ്കിൽ ഏതെങ്കിലും ഒരു പക്ഷം ചേർന്ന് പ്രൊഫഷണൽ കാലം മുഴുവൻ ആ പക്ഷത്തിനുവേണ്ടി വരയ്ക്കുകയോ ചെയ്യാം. ഇതൊന്നും വലിയ പാപമായി ആരും വിശേഷിപ്പിക്കുമെന്ന് തോന്നുന്നില്ല. എൻഡോസൾഫാൻ എന്ന ഭീകരകീടനാശിനിയുടെ ഉപയോഗംമൂലം കാസർഗോഡ് ജില്ലയിലെ ഗ്രാമങ്ങളിലെ സാധാരണ ജനങ്ങൾക്കുണ്ടായ ദുരിതം കേരളത്തിൽ ഏറെ ചർച്ചചെയ്യപ്പെട്ട ഒരു വാർത്തയാണ്. ഈ വിഷയത്തിൽ ഒരു പ്രസാധകനുവേണ്ടി ഈ ലേഖകൻ മലയാളത്തിലെ കാർട്ടൂണിസ്റ്റുകളുടെ രചനകൾ പരതിയപ്പോൾ വിരലിലെണ്ണാവുന്നവയാണ് ലഭിച്ചത്. മുഖ്യധാരാമാധ്യമങ്ങളിലെ പല 'എസ്റ്റാബ്ളിഷ്ഡ്' കാർട്ടൂണിസ്റ്റുകളും എൻഡോസൾഫാൻ വിഷയം സൗകര്യപൂർവം ഒഴിവാക്കി. എൻഡോസൾഫാൻ ദിവസങ്ങളിലെ പീക്ക്ടൈമിൽ ഒരു കാർട്ടൂൺ ഒരുദിവസം തള്ളിനീക്കാനെന്ന മട്ടിൽ വരച്ച് സ്വയമൊഴിയുകയായിരുന്നു അവർ.

വര: കാർത്തിക കറ്റാനം

മണിപ്പൂരിൽ കിരാതമായ പട്ടാളനിയമത്തിനെതിരെ പത്തുവർഷമായി നിരന്തര സമരം ചെയ്യുന്ന ഇറോം ചാനു ശർമ്മിള, ഝാർഖണ്ഡിലെ

വര: നാഥൻ

വര: സുകുമാർ

മനുഷ്യാവകാശ പ്രവർത്തകൻ ഡോ. വിനായക് സെൻ, മതവികാരം വ്രണപ്പെടുത്തിയെന്നാരോപിച്ച് കൈപ്പത്തി ഛേദിക്കപ്പെട്ട പ്രൊഫ. ടി ജെ ജോസഫ്, ട്രെയിനിൽനിന്നു പുറത്തേക്ക് തള്ളിയിട്ട് പീഡനത്തിരയാക്കി കൊല്ലപ്പെട്ട സൗമ്യ, വനിതകൾ നേരിടുന്ന മറ്റ് അരക്ഷിതാവസ്ഥകൾ തുടങ്ങി നമ്മുടെ സാമൂഹിക മനഃസാക്ഷിക്കു മുന്നിൽ ചോദ്യങ്ങൾ ഉയർത്തിവിട്ട നിരവധി വ്യക്തിത്വങ്ങളും കൂടംകുളം പ്ലാച്ചിമട, സൈലന്റ്

വാലി, ആതിരപ്പള്ളി, എൻഡോസൾഫാൻ ദുരിതബാധിതരുടെ കാസർഗോഡൻ ഗ്രാമങ്ങൾ എന്നിങ്ങനെ നിരന്തരം ചർച്ചചെയ്യപ്പെടേണ്ട വിഷയങ്ങൾ കൺമുന്നിലുള്ളപ്പോഴാണ് നമ്മുടെ കാർട്ടൂണിസ്റ്റുകൾ കേവലം കെ കരുണാകരനെയോ പിണറായി വിജയനെയോ സോണിയാഗാന്ധിയെയോ മാത്രം കേന്ദ്രീകരിച്ച് കാർട്ടൂൺ വരച്ച് കളിക്കുന്നത്. ഈ കലാമാധ്യമം എന്തുകൊണ്ടാണ് രാഷ്ട്രീയക്കാരെയും അവരുടെ ജീവിതത്തെയും മാത്രം ചുറ്റിപ്പറ്റി കറങ്ങുന്നത്? ലോകത്തെ കാർട്ടൂൺ കലാസംസ്കാരത്തിന്റെ തുടക്കംമുതലുള്ള കാലഘട്ടത്തിലും ഈ കല രാഷ്ട്രീയത്തെ ആശ്രയിച്ചാണ് മുന്നോട്ടുപോയിരുന്നതതെന്നു കാണാം. അമേരിക്കൻ കാർട്ടൂണിസ്റ്റുകളിൽ പ്രമുഖനായിരുന്ന ജോസഫ് കെപ്ളർ 1876 ൽ ആരംഭിച്ച വിഖ്യാത മാസികയായ *പക്ക്* അക്കാലത്തെ അമേരിക്കൻ രാഷ്ട്രീയത്തിലെ പ്രധാന സ്വാധീനശക്തിയായിരുന്നു. ഡെമോക്രാറ്റിക് പാർട്ടിയെ സ്തുതിക്കാനും അവരുടെ ആശയങ്ങളെ പ്രകീർത്തിക്കുന്ന കാർട്ടൂണുകൾ വരയ്ക്കാനുമാണ് ജോസഫ് കൊപ്ളർ തന്റെ പ്രസിദ്ധീകരണത്തിന്റെ മുഴുവൻ പേജുകളും നീക്കിവച്ചിരുന്നത്. ഡെമോക്രാറ്റിക് കക്ഷിയുടെ ശത്രുസ്ഥാനത്തുള്ള റിപ്പബ്ലിക്കൻ പാർട്ടി *ജഡ്ജ്* എന്ന പേരിൽ ഒരു കാർട്ടൂൺമാസിക ആരംഭിച്ചാണ് ഇതിനെ തിരിച്ചടിച്ചതെന്നത് മറ്റൊരു ചരിത്രസത്യം. രാഷ്ട്രീയമാണ് അല്ലെങ്കിൽ രാഷ്ട്രീയക്കാരാണ് എല്ലാക്കാലത്തും കാർട്ടൂണിസ്റ്റുകൾക്ക് വിഷയങ്ങൾ എത്തിക്കുന്നതെങ്കിലും നിലവിലെ സാഹചര്യങ്ങൾ നമ്മുടെ കൺമുന്നിൽ മറ്റൊരു ലോകമവതരിപ്പിക്കുന്നുണ്ട്. വായനക്കാർ രാഷ്ട്രീയകാർട്ടൂണുകൾ മാത്രമേ ശ്രദ്ധിക്കുന്നുള്ളൂ എന്ന മണ്ടൻ ധാരണയാണ് മുഖ്യധാരാമാധ്യമങ്ങളിലെ പല കാർട്ടൂണിസ്റ്റുകൾക്കുമുള്ളത്. വരുംകാലത്തെങ്കിലും കാർട്ടൂണിസ്റ്റുകളുടെ ഈ ധാരണയ്ക്ക് മാറ്റമുണ്ടാകും എന്നു ചിന്തിക്കുകയേ തൽക്കാലം നിവൃത്തിയുള്ളൂ.

from Rajunair`s cartoon collection
വര: രാജുനായർ

അശ്ലീല കാർ

വര:പീറ്റർ

ട്ടൂൺ ഉച്ഛിഷ്ടങ്ങളേക്കാൾ സാമൂഹികബോധം നിറയുന്ന കാർട്ടൂണുകൾ വരയ്ക്കാൻ പല കാർട്ടൂണിസ്റ്റുകളും തയാറാകുന്നുണ്ടെങ്കിലും 'പൈങ്കിളിയാണ് വായനക്കാരന് ഇഷ്ടം' എന്ന സ്ഥിരം പല്ലവി ആവർത്തിച്ച് കാർട്ടൂണുകളെ തമസ്കരിക്കുക എന്നത് പല പത്രാധിപന്മാരുടെയും പതിവായിരിക്കുകയാണ്. പ്രതിഭയുള്ള ഒട്ടേറെ കാർട്ടൂണിസ്റ്റുകൾ കേരളത്തിലുണ്ട്. മുഖ്യധാരാ പ്രസിദ്ധീകരണങ്ങളിൽ വരയ്ക്കുന്ന കാർട്ടൂണിസ്റ്റുകളുടെ കാര്യം മാത്രമല്ലിത്. ചെറുകിട പ്രസിദ്ധീകരണങ്ങൾ എന്നു വിവക്ഷിക്കപ്പെടുന്ന പല മാധ്യമങ്ങളിലും ഉചിതമായ നർമബോധം തുളുമ്പുന്ന ചിന്തോദ്ദീപകങ്ങളായ നിരവധി കാർട്ടൂണുകൾ പ്രത്യക്ഷപ്പെടുന്നുണ്ട്. എന്നാലിത് അധികമാരും കാണാതെപോകുന്നു. താരതമ്യേന കുറച്ചുകോപ്പികൾ മാത്രം അച്ചടിക്കുന്ന സമാന്തര പ്രസിദ്ധീകരണങ്ങളിലെ മികച്ച കാർട്ടൂണിനേക്കാൾ ലക്ഷങ്ങൾ അച്ചടിക്കുന്ന മുഖ്യധാരാമാധ്യമങ്ങളിലെ ചവറുകൾ മാത്രം വായനക്കാരൻ കണ്ട് തൃപ്തി അടയേണ്ടിവരുന്നത് ഒരർഥത്തിൽ ഭീകരമാണ്. മുഖ്യധാരാ കാർട്ടൂണിസ്റ്റുകളെയെല്ലാം ഒന്നടങ്കം വിമർശിക്കുന്നതല്ല ഈ വരികളെന്ന് ബുദ്ധിയുള്ള വായനക്കാരൻ തിരിച്ചറിയും.

ഒരുപാട് പേർ കാർട്ടൂണിസ്റ്റുകളാവുന്നു. എന്നാൽ വൈവിധ്യമുള്ള ശൈലിക്കുവേണ്ടി എത്ര പേർ ശ്രമിക്കുന്നുണ്ടാവും? ചിലർക്ക് വ്യത്യസ്തതയെന്നത് ഒ വി വിജയനെ കോപ്പിയടിക്കലാണ്. ചിലയാളുകൾ വരയുടെ ഏ ബി സി ഡിയറിയാതെ തങ്ങളെ കൊണ്ടാവുംവിധം ഒരു രൂപം വരച്ച് അതുതന്നെ എല്ലാ കോളത്തിലും നിരത്തി പോസ്റ്റ് ചെയ്തു തന്റെ വികാരവിചാരങ്ങൾ അച്ചടിച്ച് വയ്ക്കും. ഈ സംഭാഷണങ്ങൾ ഒട്ടുമിക്കതും സൈദ്ധാന്തിക തലത്തിലുള്ളതായിരിക്കും. ഒരുവിധത്തിൽ പെട്ടവനൊന്നും അത്ര പെട്ടെന്ന് പിടികിട്ടരുത് എന്ന മട്ടിൽ ചില ഭീകരൻമാർ ഈ സൈദ്ധാന്തികബോംബ് തീരെ മുൻ വിചാരമില്ലാതെ തന്നെ പൈ

ങ്കിളി പ്രസാധർക്കുപോലും അയച്ചു കൊടുക്കും. ഈ സാഹചര്യത്തിൽ നമ്മുടെ ചില കാർട്ടൂണിസ്റ്റുകളെങ്കിലും പുതുവഴികൾ സ്വീകരിക്കുന്നത് നല്ല കാര്യമാണ്.

ഗ്രാഫിക് കഥകൾ

ചെറിയ മനുഷ്യരും വലിയ ലോകവും

ഗ്രാഫിക് സൃഷ്ടികൾ ഒരർഥത്തിൽ മറ്റൊരു സാഹിത്യ ഭാവവുമായി ബന്ധപ്പെട്ടിരിക്കുന്നു. അത് നോവലോ കഥയോ നാടകമോ കവിതയോ ആവാം. വിൽ ഇസ്നർ (Will Eisner) എന്ന ചിത്രകാരനാണ് ആദ്യ ഗ്രാഫിക് നോവൽ *contract with god* 1976 ൽ പ്രസിദ്ധീകരിക്കുന്നത്. എന്നാൽ നമ്മുടെ കേരളത്തിൽ മറ്റൊരു സർഗധനൻ 1961 ൽ തുടക്കംകുറിച്ച ഒരു പംക്തി അന്നത്തെ സാഹചര്യത്തിൽ ഗ്രാഫിക് നോവലിനു വേണ്ട എല്ലാ ഗുണങ്ങളെയും അനുസരിച്ചു തന്നെ വിജയകരമായി മുന്നോട്ടു പോവുന്നുണ്ടായിരുന്നു. കാർട്ടൂണിസ്റ്റ് ജി അരവിന്ദൻ. പംക്തി: *ചെറിയ മനുഷ്യരും വലിയ ലോകവും. contract with god* പ്രസിദ്ധീകരിക്കപ്പെടുന്നതിനു മുമ്പു തന്നെ ചെറിയ മനുഷ്യരും വലിയ ലോകവും അത്ഭുതപൂർണമായ ജനപിന്തുണയോടെ കേരളീയ ജീവിതത്ത നേരാംവണ്ണം കണ്ട കാർട്ടൂൺ വരകളെന്ന നിലയിൽ വിജയം നേടിക്കഴിഞ്ഞിരുന്നു. മുഖ്യ കഥാപാത്രമായ രാമു നമ്മുടെ കൺമുന്നിൽ നമുക്കൊപ്പം വളർന്നു. രാമുവിന് ജോലി കിട്ടിയോ എന്ന ചോദ്യം കുട്ടിക്കാലത്ത് ആഴ്ചതോറും കേൾക്കാമായിരുന്നു.

1976 ൽ വിൽ ഇസ്നറുടെ നോവൽ വരുമ്പോഴേയ്ക്കും രാമുവിന്റെ ജീവിതം അരവിന്ദൻ വരയ്ക്കാൻ തുടങ്ങിയിട്ട് 13 വർഷങ്ങൾ കഴിഞ്ഞിരുന്നു. ഇതിനിടെ മലയാളി വായനക്കാർ തുടർവായന

മരിയോ മിരാന്റയുടെ ഗ്രാഫിക് കഥ

യിലൂടെ കാർട്ടൂൺ രൂപത്തിൽ ഒരു നോവൽ കണ്ടു കഴിഞ്ഞിരുന്നു. ഒരു കോലാഹലവും കൂടാതെ, ഒരു മുഖവുരയുമില്ലാതെ, ഇങ്ങനെയൊന്ന് നമുക്കിടയിൽ നടന്നത് വിസ്മയത്തോടെ മാത്രമേ എനിക്കിന്നും കാണാനാവൂ- എന്ന് കാർട്ടൂണിസ്റ്റ് ഇ പി ഉണ്ണി അഭിപ്രായപ്പെട്ടതോർക്കുന്നു.

ഗ്രാഫിക് നോവലെഴുത്തിന് ഇവിടെ മുൻഗാമികളുണ്ട്. അറുപതുകളിൽ യൂറോപ്പിൽ ഇത്തരം രചനകൾ ഉദയംകൊണ്ടിരുന്നു. ആർട്സ്

വിഹലിന്റേയും മറ്റും രചനകൾ ഇതിൽപ്പെടുന്നു. ഉണ്ണിയുടേതായി *കലി, ഉത്തരരാമായണം, ക്ഷൗരസംഹിത* എന്നീ കാർട്ടൂൺ ഗ്രാഫിക് നോവലുകൾ പുറത്തുവന്നു. സഗീർ, അമൽ, കവിതാ ബാലകൃഷ്ണൻ, ഷിലിൻ വി എസ് തുടങ്ങിയവരൊക്കെ ഇന്ന് ഗ്രാഫിക് രചനകൾ ചെയ്യുന്നു. കാർട്ടൂണുകളിലെ സ്ഥലകാലബോധത്തിന്റെ നിലനിൽപ്പിനെ ഗ്രാഫിക് രചനകൾ മറ്റൊരു തലത്തിലേക്കെത്തിക്കുന്നു.

പെൺകാർട്ടൂണിസ്റ്റിന്റെ അഭാവം

സർഗാത്മകതയുടെ സമൃദ്ധികൊണ്ട് ആഗോളാംഗീകാരം നേടുമ്പോഴും ഇന്ത്യയിൽ കാർട്ടൂണിസ്റ്റുകളിൽ പെൺ സാന്നിധ്യം വളരെ കുറവാണ്. വിരലിലെണ്ണാവുന്ന ചിലർ മാത്രം വളയിട്ട കൈകളാൽ പേനവാളെടുക്കുന്നു. ഇന്ത്യയിൽ ഒരുപക്ഷേ മായാ കമ്മത്ത് മാത്രമായിരിക്കും ഈ മേഖലയിൽ പുരുഷാധിപത്യത്തെ വെല്ലുവിളിച്ചെത്തി പേരു നേടിയത്. *ഡെക്കാൻ ഹെറാൾഡ്* ഗ്രൂപ്പിലൊക്കെ വരയ്ക്കാൻ അവസരം ലഭിച്ച മായ 1986 ൽ *ഇന്ത്യൻ എക്സ്പ്രസിൽ* പോക്കറ്റ് കാർട്ടൂൺ ചെയ്തിരുന്നു. അർബുദബാധിതയായി മരണമടയുന്നതുവരെ ഇന്ത്യൻ കാർട്ടൂണിലെ ശക്തസാന്നിധ്യമായിരുന്ന മായയുടെ സ്മരണാർഥം ഇന്ത്യൻ ഇൻസ്റ്റിറ്റ്യൂട്ട് ഓഫ് കാർട്ടൂണിസ്റ്റ് മായാ കമ്മത്ത് മെമ്മോറിയൽ പുരസ്കാരം എല്ലാവർഷവും നൽകി വരുന്നു. എല്ലാവർഷവും കാർട്ടൂൺ

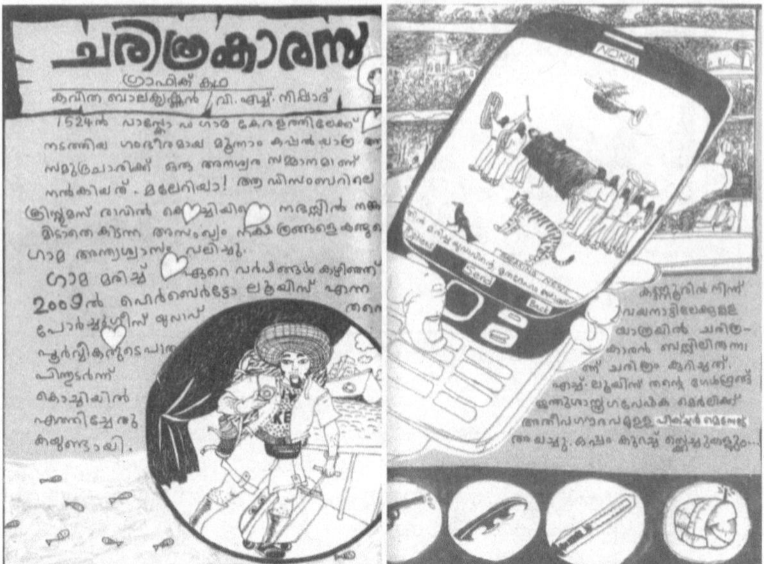

കവിതാ ബാലകൃഷ്ണനും വി.എച്ച്.നിഷാദും ചേർന്ന് മാധ്യമം വാരികയ്ക്ക്വേണ്ടി രചിച്ച ചരിത്രകാരൻ എന്ന ഗ്രാഫിക് നോവലിന്റെ ഒരു ഭാഗം

അനിമേഷൻ കാർട്ടൂൺ

അക്കാദമി സംഘടിപ്പിക്കുന്ന കാർട്ടൂൺക്യാമ്പുകളിൽ നൂറുകണക്കിന് പെൺമണികളെ കാണാം. എന്നാൽ പിന്നീട് ഇവർ എവിടെയോ പോയ് മറയുന്നു!

അനിമേഷൻ കാർട്ടൂണിസ്റ്റ്

അനിമേഷൻ എന്ന വാക്കിന് കാർട്ടൂൺ കലയുമായുള്ള ബന്ധം വിപുലമാണ്. വാൾട്ട് ഡിസ്നിയുടെ കാലം മുതൽ ചരിത്രം അതിന് തെളിവു നൽകുന്നു. എന്നാൽ ഇന്ന് കാലം അവിടെയും കൈവച്ചിരിക്കുന്നു. മികച്ച കാർട്ടൂൺ വരക്കാരനാണെന്ന ആത്മവിശ്വാസവുമായി നിങ്ങളൊരു അനിമേഷൻ പ്രൊഡക്ഷൻ ഹൗസിൽ ചെന്നു നോക്കൂ, നിങ്ങൾക്കവിടെ രണ്ടാംതരം സ്ഥാനമേ കാണൂ. പകരം വരയുമായി എതൊരു ബന്ധമില്ലെങ്കിലും കയ്യിൽ അൽപ്പം കാശുമായി ചെന്നു നോക്കൂ. നിങ്ങൾക്ക് പരിശീലനം നൽകാൻ ആളുണ്ടാവും. അവിടെ ഒരു ക്രിയേറ്റീവ് ആർട്ടിസ്റ്റിന് സ്ഥാനമില്ല. പകരം ഒരു തൊഴിലാളിയെ അവർ സ്വീകരിക്കുന്നു, തൊഴിലെടുക്കുന്നതിനനുസരിച്ചുള്ള ശമ്പളം നൽകുന്നു. ഇവ്വിധം കയ്യിലെ കാശിനനുസരിച്ച് അനിമേറ്ററാവുന്നവർ ഒരുപാടുണ്ട് കേരളത്തിൽ. അക്കാദമിക് ഗുണങ്ങളുടെ മേളപ്പകിട്ടിനാൽ ക്രിയേറ്റിവിറ്റിക്ക് പ്രാധാന്യമില്ലാതാവുന്ന ഒരു കലാസമൂഹത്തിൽ കാർട്ടൂണിസ്റ്റുകൾ പൊളിറ്റിക്കലൈസ് ചെയ്യപ്പെട്ടാൽ അതിശയിക്കാനുമില്ല.

സിനിമ, സാഹിത്യം കാർട്ടൂണിൽ

സിനിമ എന്ന കലാരൂപത്തെ തൊണ്ണൂറുകൾക്കു ശേഷമാണ് നമ്മുടെ ചിത്രകാരന്മാർ കാർട്ടൂണിലും ഉപയോഗിച്ചു തുടങ്ങിയത്. പ്രത്യേകിച്ച് ഗോപീകൃഷ്ണന്റെ വരവോടെ. സിനിമയിലെ തമാശ കാർട്ടൂണാക്കൽ, സിനിമാക്കാരുടെ രൂപം വരയ്ക്കൽ ഇത്യാദി പരിപാടികളുണ്ടായിരുന്നു പണ്ടും. എന്നാൽ ഇന്നത്തെ കാർട്ടൂണിസ്റ്റുകൾ പരിചിത സിനിമാരംഗങ്ങളെ കാർട്ടൂണിന്റെ സ്ട്രക്ചറിനോട് സന്നിവേശിപ്പിച്ച് പുതിയ ഭാവുകത്വങ്ങൾ വരയിൽ കൊണ്ടുവരുന്നു. ഇന്ന് മിക്ക കാർട്ടൂണിസ്റ്റുകളും ആ രീതി അവലംബിക്കുന്നുണ്ട്. ഒരു ഹിറ്റ് സിനിമയിലെ രംഗമോ ഒരു സാഹിത്യകൃതിയിലെ ഭാഗമോ ഉദാഹരിക്കും മട്ടിൽ സമകാലിക സാമൂഹികാവസ്ഥയിൽ അവർ വിഷയത്തെ കൈകാര്യം ചെയ്യുന്നു.

ചങ്ങമ്പുഴയുടെ വാഴക്കുല എന്ന കവിത അധികരിച്ച് സുജിത്തിന്റെ രാഷ്ട്രീയ കാർട്ടൂൺ

ഭാവുകത്വ- ശൈലീമാറ്റങ്ങളുടെ പറുദീസയാൽ ചില വരയന്മാർ നമ്മുടെ മലയാളത്തിലും നല്ലവരയുടെ പ്രത്യാശ സമ്മാനിക്കുന്നു. ഉറ്റമിത്രമായ പ്രധാനമന്ത്രിയെപ്പോലും പരിഹസിച്ച് വരച്ച ശങ്കറും അടിയന്തരാവസ്ഥയിലെ ഇന്ദിരാഗാന്ധിയെ പ്രത്യക്ഷത്തിൽ തന്നെ പരിഹസിക്കാൻ ധൈര്യം കാട്ടിയ അബുവും *കോമൺമാന്റെ* സാന്നിധ്യത്തിലൂടെ സ്വാതന്ത്ര്യാനന്തര ഭാരതത്തിലെ സാമ്പത്തിക-സാമൂഹിക പ്രതിസന്ധികളെ മറികടക്കാൻ ഉപദേശങ്ങൾ നൽകിയ ആർ കെ ലക്ഷ്മണും ഇങ്ങു കൊച്ചുകേരളത്തിൽ മന്ത്രിമാരുടെ രാഷ്ട്രീയ ചെയ്ത്തുകൾക്കെതിരെ മുഖം നോക്കാതെ വരെ നടപടിയെടുത്ത ടോംസും പി കെ മന്ത്രിയും കൃഷണനും ഗഫൂറും ഗോപീകൃഷ്ണനും സുജിത്തും വരുംകാല കാർട്ടൂൺ പ്രതിഭകൾക്ക് കാർട്ടൂണിന്റെ മഹത്വത്തെ പഠിപ്പിക്കുന്നതിൽ വലിയ പങ്കു വഹിക്കുന്നു.

ചിലർ കാർട്ടൂൺ വരച്ചതിന്റെ പേരിൽ കൊലചെയ്യപ്പെടുമ്പോൾ വേറൊരു കൂട്ടർ വരച്ച് സുഖിപ്പിച്ച് പണമുണ്ടാക്കുന്നു. ചിലയാളുകൾ കാർട്ടൂണിനെ രാഷ്ട്രീയമായി ആയുധമാക്കി ഉപയോഗിക്കുമ്പോൾ മറ്റു ചിലർ ഈ കലയെ കുട്ടികളുടെ കളിപ്പാട്ടമായി ദൃശ്യപഥത്തിലെത്തിക്കുന്നു!

നമ്മൾ കണ്ട വലിയ വരയന്മാർ

ആരെയും ഒഴിവാക്കാത്ത ശങ്കർ

ഇന്ത്യൻ കാർട്ടൂണിസ്റ്റുകളുടെ കുലപതിയായ ശങ്കർ ജനിച്ചത് കായംകുളം ഇല്ലക്കുളത്ത് തറവാട്ടിൽ 1902 ജൂലായ് 31 നാണ്. കുട്ടിക്കാലം മുതൽ കാർട്ടൂൺ വരച്ചിരുന്ന ശങ്കർ *ബോംബെ ക്രോണിക്കിൾ, ഫ്രീ പ്രസ് ജേർണൽ* എന്നിവയിലൊക്കെ ആദ്യസമയത്ത് കാർട്ടൂൺ വരയ്ക്കുന്നത് പതിവാക്കി. *ഹിന്ദുസ്ഥാൻ ടൈംസി*ലെ കാർട്ടൂണിസ്റ്റായശേഷം അദ്ദേഹം ലണ്ടനിൽ ഈ മേഖലയിലുള്ള ഉപരിപഠനത്തിനുപോയി. തിരികെവന്ന് അധികകാലം കഴിയുന്നതിനുമുൻപ് *ശങ്കേഴ്സ് വീക്കിലി* ആരംഭിച്ചു. 1948 ലാണിത്. മഹാത്മാഗാന്ധി മുതൽ സാധാരണക്കാരായ,നാട്ടുമ്പുറത്തുകാരായ മനുഷ്യർ വരെ ശങ്കറിന്റെ സൗഹൃദവലയത്തിലുണ്ടായിരുന്നു. ജവാഹർലാൽ നെഹ്റുവുമായും വലിയൊരു സൗഹൃദബന്ധമുണ്ടായിരുന്നു അദ്ദേഹത്തിന്. നെഹ്റുവിനെ കഥാപാത്രമാക്കി ഏറ്റവുമധികം കാർട്ടൂണുകൾ വരച്ചതും ശങ്കർ തന്നെ. എങ്കിലും എപ്പോഴെങ്കിലും തുടർച്ചയായി തന്നെ ഒഴിവാക്കിയാൽ കാർട്ടൂണിസ്റ്റിനോട് പരിഭവിക്കുമായിരുന്നു പ്രധാനമന്ത്രി. "don't spare me sankar" എന്ന് അദ്ദേഹം ശങ്കറിനോട് ആവശ്യപ്പെട്ടിരുന്നു. ഈ വാചകം പിന്നീട് ഏറെ പ്രഖ്യാതമായി. അദ്ദേഹത്തിന്റെ കാർട്ടൂണുകളിൽ ദീർഘദർശന ചാതുരി പ്രകടമായിരുന്നു. 'നെഹ്റുവിനു ശേഷം ആര്'എന്ന പ്രമേയം ആസ്പദമാക്കി അദ്ദേഹം വരച്ച കാർട്ടൂൺ ശ്രദ്ധേയമായതിനുപിന്നിലും ഈ ചിന്താശക്തിയുടെ പിൻബലമുണ്ട്. രാഷ്ട്രീയാധികാരവിളക്കുമായി ഓടുന്ന നെഹ്റുവിനു പിന്നിലായോടുന്നവരിൽ ഒട്ടുമിക്കവരും

ശങ്കർ

പിൽക്കാലത്ത് പ്രധാനമന്ത്രിയായി മാറി.

കാർട്ടൂണിൽ തികച്ചും യാഥാസ്ഥിതികനായിരുന്നു ശങ്കർ. ഒ വി വിജയൻ സ്വീകരിച്ചതുപോലുള്ള വരയിലേയും ആശയസ്വീകരണത്തിലേയും ആധുനികത ശങ്കറിന് ഇഷ്ടമായിരുന്നില്ല. സാധാരണക്കാർക്കുകൂടി പെട്ടെന്ന് പിടികിട്ടുന്നതാവണം കാർട്ടൂണുകൾ എന്നതായിരുന്നു ശങ്കറിന്റെ വാദം. ഡൽഹിയിൽ അദ്ദേഹം സ്ഥാപിച്ച *ശങ്കേഴ്സ് വീക്കിലി* എന്ന പ്രസിദ്ധീകരണത്തിലൂടെ ഒട്ടേറെ പുതിയ പ്രതിഭകൾ രംഗത്തുവന്നു. ഇടയ്ക്ക് നിലച്ചുപോയ വീക്കിലി ഏറ്റെടുത്ത് നടത്താൻ പിന്നീട് ഒരുപാട്പേർ മുന്നോട്ടുവന്നെങ്കിലും ശങ്കർ തയാറായിരുന്നില്ല. താൻ തുടക്കം കുറിച്ചത് തന്നിലൂടെ മാത്രം എന്ന ചിന്താഗതിക്കാരനായിരുന്നു ശങ്കർ. അദ്ദേഹം സ്ഥാപിച്ച ഡോൾസ് മ്യൂസിയവും അന്താരാഷ്ട്രതലത്തിലുള്ള ചിത്രരചനാ മത്സരങ്ങളും ഏറെ ശ്രദ്ധനേടിയവയാണ്. വരയിലും ജീവിതത്തിലും അടിമുടി മാന്യനായിരുന്ന ശങ്കർ 1989 ഡിസംബർ 26 ന് നിര്യാതനായി. ശങ്കറിന്റെ ജന്മനാട്ടിൽ, കായംകുളത്ത് സർക്കാർ ആരംഭിച്ച കാർട്ടൂൺ മ്യൂസിയം അദ്ദേഹത്തിനോടുള്ള നിത്യസ്മാരകമാണ്.

ടോംസിന്റെ പിള്ളേർ

മലയാളകാർട്ടൂൺ കലാരംഗത്തെ ഏറ്റവും ഏറ്റവും ജനകീയനായ ടോംസ് രണ്ടു കൊച്ചുകുട്ടികളെ കേന്ദ്ര കഥാപാത്രമാക്കി സൃഷ്ടിച്ച *ബോബനും മോളിയും* എന്ന കാർട്ടൂൺ പരമ്പരയുടെ ആരംഭകാലം അൻപതുകളുടെ അവസാനമാണ്. എന്നാൽ ബോബനും മോളിക്കും അന്നും ഇന്നും അതേ പ്രായം–ഏറിയാൽ പത്തുവയസ്സ്. ഒരു ഗ്രാമപഞ്ചായത്തിലെ നർമയുക്തിക്കാരായ കുറേ കഥാപാത്രങ്ങൾ. ടോംസിന്റെ ഭാവനയിൽ ഉരുത്തിരിഞ്ഞ പഞ്ചായത്തിലെ താമസക്കാരനായിരുന്നെങ്കിലെന്ന് ഏതൊരു ടോംസ് വായനക്കാരനും ആഗ്രഹിച്ചുപോകുന്നത് സ്വാഭാവികം. *മലയാളമനോരമ*യിലെ കാർട്ടൂണിസ്റ്റായിരുന്നു ഏറെക്കാലം ടോംസ്. *ബോബനും മോളിയും* മലയാളിയുടെ ശീലമായതും അക്കാലത്തു തന്നെ. *മലയാളമനോരമ* വാരികയുടെ അവസാനപേജ് പൂർണമായും ടോംസിന്റെ *ബോബനും മോളിക്കും* വേണ്ടി മാറ്റിവയ്ക്കപ്പെട്ടു. ടോംസിന്റെ കാർട്ടൂൺ കാണാൻ വേണ്ടിമാത്രം വാരിക വാങ്ങുന്ന ഒട്ടേറെപ്പേർ ആ കാലത്തുണ്ടായി. വാരികയുടെ പ്രചാരം ആയിരക്കണക്കിൽനിന്നും ലക്ഷക്കണക്കിലേയ്ക്ക് വർദ്ധിച്ചു.

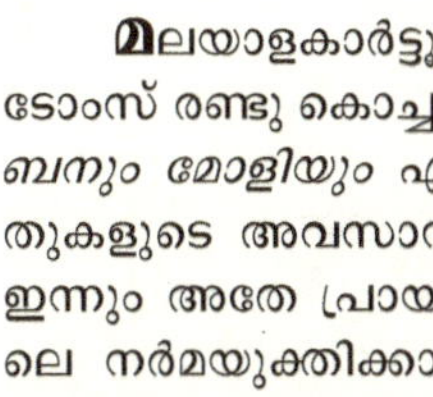
ടോംസ്

വർഷങ്ങൾക്കു ശേഷം *മനോരമ*യിൽനിന്നു ടോംസ് വിരമിച്ചു. *ബോബനും മോളിയും* സ്വന്തമായി അച്ചടിക്കാൻ തുടങ്ങി. സാംസ്കാരിക കേരളം നെറികെട്ട ഒരു പത്രധർമം പിന്നീട് കാണേണ്ടിവന്നു. പതിറ്റാണ്ടുകളായി ടോംസ് വരച്ച *ബോബനും മോളിയുടെയും* ഉടമസ്ഥാവകാശം തങ്ങൾക്കാണെന്ന വാദവുമായി *മനോരമ* മുതലാളി കേ

സിനു പോയി. ലോക മാധ്യമ സംസ്കാരത്തിൽ തന്നെ അമ്പേ മ്ലേച്ഛമെന്ന് വിശേഷിപ്പിക്കാവുന്ന തരത്തിൽ അതേ പ്രസിദ്ധീകരണത്തിൽ തന്നെ *ബോബനും മോളിയും* അതുപോലെ അനുകരിച്ച് പ്രസിദ്ധീകരിക്കുന്നതും മലയാളി കണ്ടു. ടോംസ് കോടതി കയറിയിറങ്ങേണ്ടി വന്നു ഏറെക്കാലം. ഒന്നാലോചിച്ചു നോക്കൂ, സ്വന്തം കുഞ്ഞിന്റെ ഉടമസ്ഥാവകാശം മറ്റൊരാൾ ആവശ്യപ്പെടുന്നത്. കേസിൽ ടോംസിന്റെ പ്രധാന അഭിഭാഷകൻ മുൻ എം പിയും ഇടതുപക്ഷ സഹയാത്രികനുമായ ഡോ. സെബാസ്റ്റ്യൻ പോളായിരുന്നു. മറ്റൊരു മലയാളി കാർട്ടൂണിസ്റ്റും ഇന്ത്യൻ പോക്കറ്റ് കാർട്ടൂണിന്റെ പിതാവുമായ സാമുവലിന്റെ *കാളുവും മീനയും* എന്ന പംക്തിയുടെ അനുകരണമാണ് *ബോബനും മോളി*യുമെന്നായിരുന്നു *മനോരമ*യുടെ പ്രധാനവാദം. ടോംസിനെ സ്വാധീനിച്ച കാർട്ടൂൺ പംക്തിയായിരുന്നു *കാളുവും മീന*യും എന്ന് അദ്ദേഹം തന്നെ വെളിപ്പെടുത്തിയിട്ടുണ്ട്. എന്നാൽ അനുകരണവും പ്രചോദനവും രണ്ടും രണ്ടാണല്ലോ. *കാളുവും മീനയും* ബോബനും മോളിയും തമ്മിൽ വിദൂരബന്ധമില്ലെന്നൊക്കെ വാദിച്ചെങ്കിലും കോടതിവിധി ടോംസിനെതിരായിരുന്നു. ബോബനും മോളിയുടെ പ്രസിദ്ധീകരണാവകാശം മലയാളമനോരമയ്ക്കാണെന്നായിരുന്നു വിധി. എന്നാൽ ബോബനും മോളിയും ടോംസിനു വിട്ടുകൊടുക്കുന്നുവെന്ന് മലയാളമനോരമ പിറ്റേദിവസം തന്നെ പ്രസ്താവന പ്രസിദ്ധീകരിച്ചതായാണ് ചരിത്രം. സർഗാത്മകതയ്ക്കും അനുകരണത്തിനും ഒരേ വിലയല്ലെന്ന തിരിച്ചറിവ് ഒരുപക്ഷേ വൈകിയാവും മാത്തുക്കുട്ടിച്ചായന് തോന്നിയിട്ടുണ്ടാവുക. ഈയിടെ ഡൽഹിയിൽ വെച്ച് ഈ കഥാപാത്രങ്ങളുടെ അൻപതാം ജന്മദിനം സമുചിതമായി ആ

ബോബനും മോളിയും

ഘോഷിച്ചു ടോംസും കുടുംബവും. അന്നത്തെ ആ കുട്ടികൾ ഇന്നു മധ്യവയസ്സ് പിന്നിട്ടിരിക്കുന്നു.

ടോംസിന്റെ കാർട്ടൂണുകളിലെ ഫലിതബോധം അപാരവും സ്ഫോടനാത്മകവുമാണ്. ചക്ക വീണു മുയലു ചത്തതുപോലെയാണ് താൻ കാർട്ടൂണിസ്റ്റായതെന്ന് അദ്ദേഹം പറഞ്ഞിട്ടുണ്ട്. *ബോബനും മോളിയി*ലൂടെ ടോംസ് പരാമർശിക്കാത്ത വിഷയങ്ങളില്ല. ചക്ക വീണു മുയലു ചത്തതുപോലെയുള്ളതല്ല അതെന്ന് നിസ്സംശയം പറയാം.

വിശ്വപൗരൻ അബു

തന്റെ തലയിലെ കുടുമയെ പരിഹസിച്ചുകൊണ്ട് ഒരു വിദ്യാർഥി ഒരു ചിത്രം വരച്ചിരിക്കുന്നു എന്ന വിവരം മറ്റുവിദ്യാർഥികളിൽനിന്നും അറിഞ്ഞുകൊണ്ടാണ് പ്രധാന അധ്യാപകൻ അന്ന് ക്ലാസ്മുറിയിലേക്ക് കടന്നുചെന്നത്. കുടിപ്പള്ളിക്കൂടമാണ്. അച്ചടക്കമുള്ള കുട്ടികൾ. കൂട്ടത്തിൽ ഒരു വികൃതി. അധ്യാപകൻ ചിത്രം വാങ്ങിനോക്കി. തന്റെ തലയിലെ കുടുമ പ്രത്യേകമായൊരു രീതിയിൽ വിവക്ഷിക്കപ്പെട്ടിരിക്കുന്നു. നിറഞ്ഞുനിന്ന ഗൗരവത്തെ പൊട്ടിച്ചെറിഞ്ഞ് വാധ്യാർ കുടുകുടെ ചിരിച്ചു. ആ ബാലചിത്രകാരനെ അടുത്തുവിളിച്ച് അധികമായാൽ അമൃതും വിഷമാണെന്ന് ഓർമപ്പെടുത്തിയശേഷം തെല്ലൊന്ന് അഭിനന്ദിച്ചു. വാധ്യാർ ചിത്രം മടക്കികൊടുക്കാതെ കയ്യിലെ ബാഗിലാക്കി തിരികെ കൊണ്ടുപോയി.

ഇന്ത്യയിലെ മലയാളി ഹാസ്യവരക്കാരിൽ മുടിചൂടാമന്നനായ അബു എബ്രഹാമിന്റെ ആദ്യ കാർട്ടൂൺ പ്രകടനമാണ് മേൽ വിവരിച്ചത്. ഇന്ത്യൻ

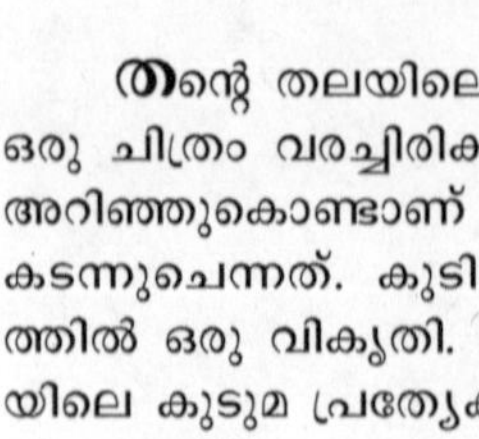

അബു

കാർട്ടൂണിസ്റ്റുകളുടെ കുലപതി എന്ന വിശേഷണം തീർച്ചയായും മറ്റൊരു മലയാളിയായ കായംകുളത്തുകാരൻ ശങ്കറിനുതന്നെ, തർക്കമില്ല. എന്നാൽ ഇന്ത്യയിലെ കാർട്ടൂൺ ചൈതന്യം പുറംലോകത്തെത്തിച്ചതിൽ ഒന്നാം സ്ഥാനം അബു എബ്രഹാമിനാണ് എന്നുതന്നെ പറയേണ്ടിയിരിക്കുന്നു. അടിയന്തരാവസ്ഥയുടെ ദുർഭൂതം ബാധിച്ച ഇന്ത്യൻ ജനാധിപത്യകാലത്ത് സമകാലികരായ മറ്റേതൊരു കാർട്ടൂണിസ്റ്റിനേക്കാളും ഉഗ്രമായി പ്രതികരിച്ചു അബു.

അബുവിന്റെ സെൽഫ് സ്കെച്ച്

1924–ൽ തിരുവല്ലയിലാണ് ജനിച്ചത്. അഭിഭാഷകനായിരുന്നു അബുവിന്റെ പിതാവ്. നിറയെ വക്കാലത്തുകളുള്ള പെരുമയേറിയയൊരു വക്കീൽ. അദ്ദേഹത്തിന്റെ വിമർശനബോധം മകനായ അബുവിലേക്കും വന്നിട്ടുണ്ടാവണം. കോളേജ് വിദ്യാഭ്യാസാനന്തരം അബു ബോംബെയിലേക്ക് വണ്ടികയറി. *ബോംബെ ക്രോണിക്കിളിൽ* റിപ്പോർട്ടറായി ജോലി. തുച്ഛശമ്പളം. ഇടയ്ക്കിടയ്ക്ക് ഫ്രീലാൻസറായി മറ്റുചില പ്രസിദ്ധീകരണങ്ങളിലും അബു കാർട്ടൂൺ വരച്ചിരുന്നു. *ശങ്കേഴ്സ് വീക്ക്ലി* അക്കാലത്ത് ഇന്ത്യൻ കാർട്ടൂണിന്റെ *ബൈബിളാണ്*. രാഷ്ട്രതന്ത്രജ്ഞന്മാർ വരെ സ്വാധീന വലയത്തിലായിരുന്നു ശങ്കറിന്. പ്രധാനമന്ത്രി നെഹ്റുവും ശങ്കറും തമ്മിലുള്ള ബന്ധം വിഖ്യാതം. അബു ഫ്രീലാൻസറായി വരച്ച ഒരു കാർട്ടൂൺ കണ്ടിട്ട് ശങ്കർ അദ്ദേഹത്തെ തന്റെ പ്രസ്ഥാനത്തിലേക്കു ക്ഷണിച്ചു. ഇന്ത്യയിലെ വിഖ്യാതരായ മറ്റേതൊരു കാർട്ടൂണിസ്റ്റിനേയുംപോലെ അബുവിലെ കാർട്ടൂണിസ്റ്റും പരുവപ്പെട്ടത് *ശങ്കേഴ്സ് വീക്കിലി*യിൽ വച്ചാണ്. ലണ്ടനിലെ ഒരു സുഹൃത്തിന്റെ ക്ഷണം സ്വീകരിച്ച് അബു ഇംഗ്ലണ്ടിലെത്തി. 1953 ലായിരുന്നു ഇത്. *ഗാർഡിയൻ* പത്രത്തിൽ അദ്ദേഹത്തിന്റെ ചില കാർട്ടൂണുകൾ പ്രസിദ്ധീകരിക്കപ്പെട്ടു. *പഞ്ച്* പോലെയുള്ള കാർട്ടൂൺ പ്രസിദ്ധീകരണങ്ങളിലും അബുവിന്റെ കാർട്ടൂണുകൾ പ്രസിദ്ധീകരിക്കപ്പെട്ടു. ആയിടക്ക് *ഒബ്സർവർ* എന്ന പത്രമുത്തശ്ശിയിലെ പൊളിറ്റിക്കൽ കാർട്ടൂണിസ്റ്റ് എന്ന തസ്തികയിലേക്ക് അബു ക്ഷണിക്കപ്പെട്ടു. *ഒബ്സർവറിലെ* ആദ്യത്തെ പൊളിറ്റിക്കൽ കാർട്ടൂണിസ്റ്റ് അങ്ങനെ ഒരു മാവേലിക്കരക്കാരനായി. *ഒബ്സർവർ* പോലുള്ള രാഷ്ട്രീയപ്രസിദ്ധീകരണത്തിൽ വരയ്ക്കാനുള്ള സാധ്യതയുണ്ടായതോടെ അക്കാലത്തെ പ്രമുഖ കാർട്ടൂണിസ്റ്റുകളുടെ നിരയിൽ അബുവും ഇടംനേടി. വിഖ്യാതനായ വിക്കിയും കമ്മിംഗുമൊക്കെ അക്കാലത്ത് സജീവമായിരുന്നു. ആഗോളവ്യാപകമായ പ്രശ്നങ്ങളാണ് അബുവിന്റെ കാർട്ടൂണുകളിൽ മുഖ്യവിഷയങ്ങളായത്. വിയറ്റ്നാമിലെയും സൈപ്രസിലേയും ആഭ്യന്തരപ്രശ്നങ്ങൾ പൊതുസമൂഹത്തിൽ ചർച്ച ചെയ്തുതുടങ്ങിയ അക്കാലത്ത് അബുവിന്റെ ഈ വിഷയങ്ങളിലുള്ള പല കാർട്ടൂണുകളും പത്രമുതലാളിക്കുപോലും രസിക്കുന്നതായിരുന്നില്ല. ഒൻപതു വർഷങ്ങൾക്കുശേഷം അദ്ദേഹം *ഒബ്സർവർ* വിടുകയും *മാഞ്ചസ്റ്റർ ഗാർഡിയനിൽ* സ്റ്റാഫ്കാർട്ടൂണിസ്റ്റായി ചേരുകയും ചെയ്തു. *ഒബ്സർവർ* കാലത്തെപ്പോലെ *ഗാർഡിയനിലും* സാമ്രാജ്യത്വവിരുദ്ധപക്ഷ നിലപാടുകളുള്ള കാർട്ടൂണുകളായിരുന്നു അബുവിന്റേത്. ഇസ്രയേൽ പോലുള്ള രാഷ്ട്രങ്ങളുടെ ജനാധിപത്യവിരുദ്ധ നയത്തിനെതിരെയുള്ള

വര: അബു

കാർട്ടൂണുകൾ അബുവിന്റെ ജീവിതം *മാഞ്ചസ്റ്റർ ഗാർഡിയനി*ലും ദുഷ്കരമാക്കി. അതിനിടെ തമിഴ്നാട്ടിൽനിന്നും ഉദ്യോഗാർഥം ലണ്ടനിലെത്തിയ സരോജിനിയെന്ന യുവതിയെ അദ്ദേഹം ലണ്ടനിൽ വച്ച് വിവാഹം ചെയ്തു.

1969 ൽ അബുഎബ്രഹാം ഇന്ത്യയിൽ തിരിച്ചെത്തി. ഫിദൽ കാസ്ട്രോ, ബട്രന്റ് റസൽ, ഏണസ്റ്റോ ചെഗുവേര തുടങ്ങിയ ലോകോത്തര നേതാക്കളെ മുമ്പിലിരുത്തി കാർട്ടൂൺ വരച്ച, യൂറോപ്പിലാകമാനം അറിയപ്പെടുന്ന പ്രതിഭാശാലിയായ രാഷ്ട്രീയ കാർട്ടൂണിസ്റ്റ്, എന്ന ഖ്യാതിയുമായി തന്റെ രാജ്യത്തിലേക്ക് മടങ്ങിവന്ന അബു *ഇന്ത്യൻ എക്സ്പ്രസി*ൽ ചേർന്നു. സെൻസർഷിപ്പ് ഭീകരതയും അടിയന്തരാവസ്ഥയുമൊക്കെ അബുവിന്റെ ജീവിതത്തിലേക്ക് കടന്നുവന്നു! ഇന്ദിരാഗാന്ധി അദ്ദേഹത്തിന്റെ അടുത്ത സുഹൃത്തായിരുന്നു. ഇന്ദിരയുടെ ഭരണനേട്ടങ്ങളെ അംഗീകരിച്ചിരുന്നെങ്കിലും അടിയന്തരാവസ്ഥയെ അബു ഏറെ വിമർശിച്ചു. സുഹൃദ് ബന്ധമോ മറ്റ് ചട്ടക്കൂടുകളോ അദ്ദേഹത്തിന് ഈ കാര്യത്തിൽ സ്വീകാര്യമായിരുന്നില്ല. പണ്ട് കുടുംബാസൂത്രണപരിപാടിയെ ദൈവനിഷേധപ്രവർത്തിയായി വിശേഷിപ്പിച്ച പോപ്പിനെ വല്ലാതെ പരിഹസിച്ച് സ്വന്തം സഭയിൽനിന്ന് പുറത്താക്കപ്പെട്ടിട്ടുണ്ട് അബു. ലോക കാർട്ടൂണിസ്റ്റുകളിൽ തന്നെ ഏറ്റവുമധികം യുദ്ധ കാർട്ടൂണുകൾ വരച്ച കാർട്ടൂണിസ്റ്റും അബു തന്നെ. ഇന്ത്യയുടെ ബംഗ്ലാദേശ്–പാക്–ചൈനായുദ്ധകാലം,വിയറ്റ്നാം–യുദ്ധകാലം അമേരിക്കയുടെ ക്യൂബൻ അധിനിവേശമെന്നിവ യൊക്കെ അബു വരച്ചു. വിശ്വചിത്രകാരന്മാരുടെ ലിസ്റ്റിൽ ഇടം നേടിയ അബു ഇത്തരക്കാരിൽനിന്നൊക്കെ ഏറെ വ്യത്യസ്തനാണ്. അബു 1945 ൽ കേരളം വിട്ടതാണ് ഇരുപതാം വയസിൽ. ലോകത്തെ എണ്ണപ്പെട്ട കാർട്ടൂണിസ്റ്റുകളിലൊരാളായി അറിയപ്പെട്ട കാലത്തും അബുവിന് ഗൃഹാതുരത്വം നിറഞ്ഞ ഒരു മനസുണ്ടായിരുന്നു. 1988 ൽ അറുപത്തിമൂന്നുകാരനായി കേരളത്തിൽ മടങ്ങിയെത്തുമ്പോൾ ലോക നേതാക്കന്മാർക്കിടയിൽ വരെ അംഗീകാരം നേടുകയും ചെയ്ത കാർട്ടൂണിസ്റ്റായിരുന്നു അദ്ദേഹം. ദീർഘകാല വിദേശവാസത്തിനു ശേഷം 1969 ൽ തിരിച്ചു വന്ന് 1972 ൽ രാജ്യസഭാംഗമായി ആറുവർഷക്കാലം. കേരളത്തിന്റെ പല അഭിനവവിശ്വപൗരന്മാരെക്കാളും അബുവിനെ വ്യത്യസ്തനാക്കുന്നത് 1988 ൽ കേരളം ശിഷ്ടജീവിതത്തിനായി തെരഞ്ഞെടുത്തുവെന്നതാണ്. 2001 ൽ എഴുപത്തിയാറു വർഷക്കാലത്തെ സർഗാത്മകതയ്ക്കൊടുവിൽ ആ ഇതിഹാസം മണ്ണോടു ചേർന്നതും കേരളത്തിൽ തന്നെ.

ദർശനം വ്യാഖ്യാനിച്ച വരകൾ

മലയാള നോവൽസാഹിത്യത്തിന് രണ്ട് ചരിത്രഘട്ടമുണ്ടെങ്കിൽ അത് *ഖസാക്കിനു* മുൻപും *ഖസാക്കിനു*ശേഷവും എന്നാണ് പൊതുവെ വ്യാഖ്യാനിക്കപ്പെട്ടിട്ടുള്ളത്. അത്രമാത്രം മലയാളിയെ സ്വാധീനിക്കുകയും മലയാളസാഹിത്യ നവോത്ഥാനത്തിൽ വലിയ പങ്കുവഹിക്കുകയും ചെയ്ത രചനയാണ് *ഖസാക്കിന്റെ ഇതിഹാസം*. പറഞ്ഞുവരുന്നത് ഇതിഹാസകാരന്റെ എഴുത്തിനെ കുറിച്ചല്ല, ഒരുപക്ഷെ അക്ഷരങ്ങളെക്കാൾ ശക്തമായ ഭാഷയിൽ അദ്ദേഹം കോറിയിട്ട വരകളെക്കുറിച്ചാണ്. കാർട്ടൂൺ രചനയിൽ അന്നുവരെയുണ്ടായിരുന്ന ചട്ടക്കൂടുകൾക്കപ്പുറത്തായിരുന്നു ഒ വി വിജയന്റെ വരപ്പ്. വരയേക്കാൾ ആശയങ്ങളാണ് വിജയന്റെ കാർട്ടൂണുകളിലെ ശക്തി.

ഹൈന്ദവ ദൈവമായ പരമശിവൻ തന്റെ കഴുത്തിൽ ചുറ്റിക്കിടക്കുന്ന പാമ്പിനോട് പറയുകയാണ്, “നിനക്കു വേണ്ടി ഞാൻ തവളകളെ നായാടി.. എലികളെ പിടിച്ചു.. അങ്ങനെ ഞാൻ അപഹാസ്യനായി.. എന്റെ ജനപ്രീതി നഷ്ടപ്പെട്ടു. നിന്നെ ഞാൻ തൂത്തെറിയും.” തികച്ചും ദുഃഖിതനായ പരമശിവൻ നെടുവീർപ്പിട്ട് ഇങ്ങനെ തുടരുന്നു; “വയ്യ, കഴുത്തിനു പരിചയമായ കുരുക്കുകൾ വേണ്ടെന്ന് വയ്ക്കാൻ പറ്റില്ല..”

ഒ വി വിജയൻ

അപകടമാണെന്ന് തിരിച്ചറിഞ്ഞിട്ടും ഒരു നിമിഷമാത്രയിലും നമ്മൾ കുരുക്കുകളെ പ്രണയിക്കുന്നു. കുരുക്കിൽനിന്നു കുരുക്കിലേക്ക് സഞ്ചരിക്കുന്നു. അഴിച്ചുമാറ്റാത്ത ഇഷ്ടങ്ങളുടെ ദുരന്തകാമനയ്ക്കുമേൽ അടയിരിക്കാനാണ് ഒരോ മനുഷ്യജന്മത്തിന്റെയും

ഇഷ്ടം. ഇതാണ് ഒരു അതിശയചിഹ്നത്തിന്റെ പോലും അകമ്പടിയില്ലാതെ ഒ വി വിജയനെന്ന സർഗപ്രതിഭ ഈ കാർട്ടൂൺ ചിന്തയിലൂടെ പ്രഖ്യാപിച്ചത്. പതിറ്റാണ്ടുകൾക്ക് മുൻപ് വിജയൻ വരച്ച കാർട്ടൂണുകൾ വായിക്കുന്ന ഇന്നത്തെ വായനക്കാരന് പിൽക്കാല

വര: ഒ വി വിജയൻ

ജീവിതത്തിൽ ദൈവിക വിശ്വാസത്തെയും ആത്മീയതെയും കൂട്ടുപിടിച്ച ഒ വി വിജയനെ മനസിലാക്കാൻ പ്രയാസമായിരിക്കുമെന്ന് തോന്നുന്നു. കാറ്റു പിടിച്ച പനമ്പട്ടകൾക്കപ്പുറം അദ്ദേഹം മറ്റൊരു ബോധതലത്തിന്റെ ഇഷ്ടക്കാരനായി. ഒരുതരത്തിൽ അദ്ദേഹം കഴുത്തിൽ മുറുകെ കുടുങ്ങിയ ഉരഗത്തെ സ്നേഹിച്ച ദൈവത്തെപ്പോലെ ജീവിതം കുടിച്ചു തീർത്തു. കൃഷ്ണാ ഗുരുവായൂരപ്പാ എന്നലറി വിളിച്ച് കരയുന്ന ഭക്തപ്രജയോട് ഹിന്ദിയിൽ പ്രാർഥിച്ചാൽ മാത്രമേ മറുപടി കിട്ടൂ; എന്റെ നാട് ഗുരുവായൂരല്ല ഉത്തരമധുരയാണെന്ന് അറിയിച്ച ശ്രീകൃഷ്ണനെ വരയ്ക്കണമെങ്കിൽ, ഓരോരുത്തനും അവന്റേതായ ഇരുട്ടുള്ള ശരാശരി മനുഷ്യരാണെന്നും അവരുടെ ഇരുട്ടുകളുടെ ആകത്തുകയല്ലാതെ മറ്റെന്താണ് വെളിച്ചമെന്ന് ചോദിക്കണമെങ്കിൽ, മതിലിലും ചുമരിലും തൂണിലും തുരുമ്പിലും എങ്ങും നിറഞ്ഞു നിൽക്കുന്നത് ദൈവമല്ലെന്നും മുദ്രാവാക്യമാണെന്നും തിരുത്തിപ്പറയണമെങ്കിൽ, പകരംവീട്ടൽ ചരിത്രത്തിന്റെ മിഥ്യയാണെന്ന് പ്രഖ്യാപിക്കണമെങ്കിൽ, വെളിച്ചം വീശുന്ന ഒരുവനും സ്വന്തം നിഴലിനെ മാത്രം വെളിച്ചമൊട്ടിച്ച് ഉണർത്താനാവുന്നില്ല എന്ന് ആശ്ചര്യപ്പെടുത്തണമെങ്കിൽ, അപാരമായ സർഗാത്മകബോധം അനിവാര്യമാണ്.

സവിശേഷമായ ദാർശനികതയാണ് ആധുനിക മലയാള നോവൽ സാഹിത്യത്തിൽ വിജയന്റെ സംഭാവനയെങ്കിൽ അദ്ദേഹത്തിന്റെ സാഹിത്യപുസ്തകങ്ങളുടെയെല്ലാം നൂറിരട്ടി താത്വികവും ക്രിയാത്മകതയും പ്രസന്നതയാർന്നതുമായ ദാർശനിക സംഭാവനകൾ ആ കൈകളാൽ ഉടലെടുത്ത കാർട്ടൂണിലുണ്ട്. ദുർബലനായ ഒരു മനുഷ്യനെന്നായിരുന്നു വിജയനെപ്പറ്റി പൊതുവെ സുഹൃത്തുക്കൾ പറയാറ്. ശരീരപ്രകൃതിയിലും സംഭാഷണത്തിലും ഒരു വികാരജീവി. കോളേജ് അധ്യാപകനായിരുന്ന കാലത്ത് വിജയൻ ഒരു തികഞ്ഞ പരാജയമായിരുന്നു. എത്ര മികച്ച വിദ്യാർഥിയും അദ്ദേഹത്തിന്റെ ക്ലാസിൽമാത്രം ഉറങ്ങിപ്പോകുമായിരുന്നത്രെ. കേരളം കണ്ട ഏറ്റവും മികച്ച അഞ്ച് എഴുത്തുകാരന്മാർ ആരൊക്കെ എന്നു ചോദിച്ചാലും മികച്ച അഞ്ചു കാർട്ടൂണിസ്റ്റുകൾ ആ

രൊക്കെ എന്നു ചോദിച്ചാലും അതിലൊരാൾ വിജയനായിരിക്കുമെന്നുറപ്പ്. മലബാർ സ്പെഷ്യൽ പൊലീസിൽ സുബേദാർ മേജറായിരുന്ന ഒ വേലുക്കുട്ടിയുടെയും തച്ചമൂച്ചിക്കൽ കമലാക്ഷിയുടെയും മകനായി 1932 ലാണ് ഊട്ടുപുലായ്ക്കൽ വേലുക്കുട്ടി വിജയൻ എന്ന ഒ വി വിജയന്റെ ജനനം.പാലക്കാട് ജില്ലയിലെ മണലിയാണ് ജന്മദേശം. എംഎ ബിരുദം കരസ്ഥമാക്കിയശേഷം അദ്ദേഹം കോളേജ് അധ്യാപകനായി. *പേട്രിയറ്റ്* ദിനപത്രത്തിൽ അദ്ദേഹം ജോലിക്കാരനായി. *പൊളിറ്റിക്കൽ അറ്റ്ലസ്*,ഹോങ്കോങ്ങിൽനിന്നും പ്രസിദ്ധീകരിക്കുന്ന *ഫാർ ഈസ്റ്റ് ഇക്കണോമിക് റിവ്യൂ* എന്നിവയിലും മലയാളത്തിൽ *കലാകൗമുദി*യിലും വിജയൻ കാർട്ടൂൺ വരച്ചു.

വര: ഒ വി വിജയൻ

ഒരു ഇന്ത്യാക്കാരന് അത്ര പെട്ടെന്നൊന്നും മറക്കാൻ പറ്റില്ലല്ലോ 1975–79 കാലഘട്ടം. 1975 ലാണ് ഇന്ദിരാഗാന്ധി എന്ന ഉരുക്കുവനിത ഇന്ത്യയിൽ അടിയന്തരാവസ്ഥ പ്രഖ്യാപിക്കുന്നത്. ഇന്ദിരയെ എത്രയൊക്കെ പാടിപ്പുകഴ്ത്തിയാലും അടിയന്തരാവസ്ഥയെയും അതിന്റെ മറവിൽ ഒരു ഭരണവർഗം കാണിച്ചുകൂട്ടിയ തോന്ന്യാസങ്ങളെയും എങ്ങനെയാണ് പീഡിതരായ ഒരു പ്രജാവർഗത്തിന് നിസ്സാരമായി മാറ്റിവയ്ക്കാനാവുന്നത്? മാധ്യമങ്ങൾക്ക് അക്കാലത്ത് വലിയ വിലക്കേർപ്പെടുത്തിയിരുന്നു. നാടിന്റെ നാവിനെയും ബന്ധിച്ചെന്നർഥം! ഇതിനെതിരെ പ്രതികരിക്കാൻ ആരും ഭയപ്പെട്ടിരുന്ന കാലത്താണ് ഒ വി വിജയനെന്ന പൗരുഷമുള്ള കാർട്ടൂണിസ്റ്റ് പേന എന്ന വാളെടുത്തത്. പക്ഷെ ഒരു കുഴപ്പമുണ്ടായിരുന്നു. ദാർശനികമായി ഒരുപാടുയരത്തിലായിരുന്നു വിജയന്റെ കാർട്ടൂണുകൾ. സാധാരണക്കാരായ ജനങ്ങൾക്കോ അസാധാരണക്കാരെന്ന് നടിച്ചിരുന്ന ഭരണവർഗങ്ങൾക്കോ ആ കാർട്ടൂണുകളുടെ അർഥം പിടികിട്ടിയിരുന്നില്ല. കുറെ ബുദ്ധിജീവികളും ചില ശരാശരിക്കാരും മാത്രമാണ് വിജയന്റെ കാർട്ടൂണുകളെ അംഗീകരിച്ചത്. എന്നാൽ *കലാകൗമുദി* വാരികയിൽ വന്ന 'ഇത്തിരി നേരമ്പോക്ക് ഇത്തിരി ദർശനം' പിന്നീട് ഡി സി ബുക്സ് ഒരു പുസ്തകമാക്കിയപ്പോൾ വമ്പൻ സ്വീകരണം ലഭിച്ചു. ഇന്ത്യയിൽ വിവരമുള്ള യൗവനമെന്ന് അറിയപ്പെട്ടിരുന്ന എഴുപതിലെയും എൺപതിലെയും പൗരന്മാരേക്കാൾ വിജയന്റെ കാർട്ടൂണുകളെ സ്വീകരിച്ചത് സമകാലിക സമൂഹമാണെന്നത് കൗതുകമുണർത്തുന്നു.

വലിയ മനുഷ്യനും ചെറിയ ലോകവും

വിശേഷണങ്ങൾ പലതാണ് ജി അരവിന്ദന്. ജി സൗന്ദര്യഗുണസമ്പന്നതയിൽ ശ്രേഷ്ഠരായ കഥാപാത്രങ്ങളാൽ പേരുകേട്ട രാമായണകഥയെ കാട്ടുമനുഷ്യരെപ്പോലുള്ള അഭിനേതാക്കളാൽ കഥാപാത്രരൂപങ്ങൾ ചമച്ച് പുതിയ വ്യാഖ്യാനമുണ്ടാക്കി സാംസ്കാരിക ചലനം സൃഷ്ടിച്ച സംവിധായക പ്രതിഭ. രാമു എന്ന വളർച്ചയുള്ള കഥാപാത്രത്താൽ നമ്മുടെ സാമൂഹിക വിഷയങ്ങളെ സമചിത്തതയോടെ കണ്ട് പ്രതികരിച്ച കാർട്ടൂണിസ്റ്റ്. മൗനമെന്ന മുഖാവരണമുണ്ടായിരുന്നിട്ടും നൂറുകണക്കിന് സൗഹൃദങ്ങളുടെ കൊട്ടാരമുണ്ടാക്കിയ കൂട്ടുകാരൻ. സംഗീതജ്ഞൻ, നാടകപ്രവർത്തകൻ തുടങ്ങി ഒട്ടനവധി മുഖങ്ങളുണ്ടായിരുന്നു അരവിന്ദന്.

ജി അരവിന്ദൻ

1961 മുതൽ *മാതൃഭൂമി ആഴ്ചപ്പതിപ്പിൽ* അന്നത്തെ പത്രാധിപർ എൻ വി കൃഷ്ണവാര്യരുടെ താൽപ്പര്യാർഥം 'ചെറിയ മനുഷ്യരും വലിയ ലോകവും' എന്ന കാർട്ടൂൺ കോളം വരച്ചുതുടങ്ങി. തൊഴിൽരഹിതനായ രാമു എന്ന കഥാപാത്രത്തിലൂടെയാണ് പ്രസ്തുത കാർട്ടൂൺ മുന്നോട്ടുപോയത്. കാർട്ടൂണിസ്റ്റിനൊപ്പം കാർട്ടൂൺകഥാപാത്രവും കാലത്തിനനുസരിച്ച് വികസിച്ചു. പിൽക്കാലത്ത് ഒട്ടേറെ സിനിമകൾ അദ്ദേഹം സംവിധാനം ചെയ്തു. *ഉത്തരായനം, കാഞ്ചനസീത, എസ്തപ്പാൻ, തമ്പ്, കുമ്മാട്ടി,*

വര: അരവിന്ദൻ

ചിദംബരം, ഒരിടത്ത്, വാസ്തുഹാര എന്നീ ചിത്രങ്ങൾ ഏറെ ചർച്ചചെയ്യപ്പെട്ടു. കൂടാതെ കാവാലം നാരായണപ്പണിക്കരുടെ *അവനവൻ കടമ്പ* (1977) സി എൻ ശ്രീകണ്ഠൻനായരുടെ *കലി* (1964) എന്നീ നാടകങ്ങൾ അരവിന്ദൻ സംവിധാനം ചെയ്യുകയുണ്ടായി. എന്നാൽ എല്ലാ കാലത്തും വിവാദങ്ങളിൽ ചെന്നുപെട്ടു അദ്ദേഹം. മുഖ്യമായും അടൂർഗോപാലകൃഷ്ണനായിരുന്നു എതിരാളി. എല്ലാ വിവാദങ്ങളിലും ഇരുവരും മൗനംപാലിച്ചു. പക്ഷെ മാധ്യമങ്ങളും പരിചയക്കാരും തമ്മിലടിച്ചു.

അരവിന്ദൻ പഠിച്ചത് ബോട്ടണിയാണ്. അതും സിനിമയും തമ്മിൽ ബന്ധമേതുമില്ല. മാത്രമല്ല ലജ്ജാലുവും മിതഭാഷിയുമായ ഒരാൾക്ക് സിനിമ ബാലികേറാമലയാണ്. എന്നിട്ടും അരവിന്ദൻ സിനിമാക്കാരനായി. കാവാലത്തിന്റെ നാടകം സംവിധാനം ചെയ്തു. സ്കൂട്ടറിൽ വന്ന് റെയിൽവേസ്റ്റേഷനിൽനിന്നും കൂട്ടുകാരനെ പിക്ക് ചെയ്യുന്ന, തട്ടുകടയ്ക്കുമുമ്പിൽ കൂട്ടുകാർക്കൊപ്പം പാട്ടു പാടുന്ന, ആക്ഷൻ–കട്ട് സാങ്കേതികളെ പാടെ തിരസ്കരിച്ച് ക്യാമറാമാന്റെ ചുമലിൽ തോണ്ടി നിശ്ശബ്ദമായി കട്ട് പറയുന്ന– ഇങ്ങനെ അരവിന്ദസ്മരണകളിലെല്ലാം ലാളിത്യവും സൗഹൃദവും നിറഞ്ഞുതുളുമ്പുന്നു. മലയാളിയുടെ കാർട്ടൂൺദിശാബോധത്തിൽ സോഷ്യൽ കാർട്ടൂൺ പ്രസ്ഥാനത്തിന്റെ ശക്തനായ വക്താവായിരുന്ന അദ്ദേഹം സാമൂഹിക പ്രശ്നങ്ങളെ അവതരിപ്പിക്കുന്നതിലും തനതു ശൈലി കൊണ്ടുവന്നു. ആഭരണ ഭ്രമം, തൊഴിലില്ലായ്മ, ആശുപത്രി കാഴ്ചകൾ ഇങ്ങനെ പൊതുജീവിതം അരവിന്ദൻ വരയ്ക്കുമ്പോൾ

വര: അരവിന്ദൻ

അറുപത്– എഴുപതുകളിലെ രാഷ്ട്രീയ സാഹചര്യം കൂടി വായനക്കാരൻ മനസിലാക്കേണ്ടതുണ്ട്. അൻപത്തിയേഴിൽ കേരളത്തിലുണ്ടായ ഇ എം എസിന്റെ കമ്യൂണിസ്റ്റ് ഗവൺമെന്റ് പലതരത്തിൽ നമ്മുടെ പിൽക്കാല സാമൂഹിക ജീവിതത്തെ സ്വാധീനിച്ചിരുന്നു. പിന്നീടുണ്ടായ എല്ലാവിധ രാഷ്ട്രീയ പരിണാമങ്ങളും ആ ഗവൺമെന്റിന്റെ പിന്തുടർച്ചയായി സംഭവിച്ചതാണ്. അടിയന്തരാവസ്ഥയും രാഷ്ട്രീയ സ്ഥിരതയില്ലാത്ത ഗവൺമെന്റുകളും സമൂഹത്തെ കാര്യമായി പിടിച്ചുകുലുക്കുക തന്നെ ചെയ്തു. എഴുപതുകളാകട്ടെ ലോകമാനം ക്ഷോഭിക്കുന്ന യൗവ്വനം തിളച്ചുതെളിഞ്ഞ കാലമാണ്. നമ്മുടെ കാർട്ടൂൺപ്രസ്ഥാനത്തെ ഏറെ വഴിതെറ്റിച്ച പ്രസിദ്ധീകരണങ്ങളുടെ തുടക്കവും അക്കാലത്താണ്. ഇവയിൽ രാഷ്ട്രീയകാർട്ടൂണുകളെക്കാൾ സാമൂഹിക വിഷയങ്ങളിലൂന്നിയുള്ള കാർട്ടൂണുകളാണ് സ്ഥാനംപിടിച്ചത്. പെണ്ണു കാണൽ ചടങ്ങിലെ അമളികൾ, കുളിക്കടവിലെ കാഴ്ചകൾ, അടുക്കള ലഹളകൾ എന്നിങ്ങനെ 'മാ' കാർട്ടൂണുകൾ ശരാശരി വായനക്കാരനെ പ്രലോഭിപ്പിച്ചിരുന്നു. എന്നാൽ അരവിന്ദൻ തികച്ചും കലാപരമായ നിലപാടുകളാണ് വരയിലും ചിന്തയിലും *ചെറിയ ലോകവും വലിയ മനുഷ്യരും* എന്ന പംക്തിയിലൂടെ പരാമർശിച്ചത്.

കാർട്ടൂൺ ബ്രിഗേഡിയർ

ഇന്ത്യൻ സിവിൽ സർവീസ് പരീക്ഷയുടെ ഇന്റർവ്യൂ നടക്കുകയാണ്. പ്രഗൽഭന്മാരായ, നയതന്ത്രജ്ഞരായ, ഇന്റർവ്യൂവറായ ഉദ്യോഗസ്ഥന്മാരിലൊരാൾ ജനലിനപ്പുറം ദൂരെ കുറെ യുവാക്കൾ ജാഥയായി മുദ്രാവാക്യം വിളിച്ച് നടന്നുപോകുന്നത് ചൂണ്ടിക്കാട്ടി ചോദിച്ചു,

"എന്താണതെന്ന് പറയാൻ പറ്റുമോ?"

പെട്ടെന്ന് വന്നു മറുപടി.

"ഇന്ത്യൻ യുവത്വത്തിന്റെ ക്ഷുഭിതശബ്ദം."

ഒരു ഭരണകൂടത്തിനെതിരെയാണ് യുവാക്കളുടെ ജാഥ. ആ ഭരണവർഗത്തിന്റെ ചലനയന്ത്രത്തിന്റെ ആരക്കാലാവുക എന്നതാണ് ഐ എ എസ് എടുക്കുക എന്നു പറഞ്ഞാൽ അർഥം. ഇവിടെ ഇതാ ഇന്റർവ്യൂ ബോർഡിനെതന്നെ വെല്ലുവിളിക്കുന്ന ഒരു ഉദ്യോഗാർഥി. മറുപടി പറഞ്ഞത് മലയാറ്റൂർ രാമകൃഷ്ണനെന്ന പ്രതിഷേധിയായിരുന്നു. ജോലി ഇരന്നു വന്ന ഒരു ശരാശരി മലയാളിയായിരുന്നില്ല അദ്ദേഹം. തലയിലുദിക്കുന്നത്, വായിൽ വരുന്നത്, തുറന്ന് പറയുന്ന സ്വഭാവം. പക്ഷെ ചതിച്ചില്ല. രാമകൃഷ്ണന് ജോലികിട്ടി.കേരളത്തിലെ കാർട്ടൂണിസ്റ്റുകൾക്കിടയിൽ ഒരു ബ്രിഗേഡിയർ സ്ഥാനമാണ് മലയാറ്റൂരിനെന്ന് പറഞ്ഞാൽ അതൊരതിശയോക്തിയാവില്ല. സാധാരണ ബ്രിഗേഡിയറല്ല അദ്ദേഹം. മജിസ്ട്രേറ്റായിരിക്കെ ഐ എ എസ് നേടിയ ഒരാൾ. മലയാറ്റൂർ രാമകൃഷ്ണനിലെ കാർട്ടൂണിസ്റ്റിനെ ഒരുപക്ഷേ അധികമാർക്കുമറിയില്ല. എന്നാൽ അദ്ദേഹത്തിലെ എഴുത്തുകാരനെ നമ്മളെല്ലാം അറിയുന്നു. നമ്മുടെ ഐ എ എസ്കാർക്കൊരു ശീലമുണ്ട്. എങ്ങനെയെങ്കിലും സർവീസിൽ കയറിപ്പറ്റിയാൽ അവർ എല്ലാ ഗവൺമെന്റ് ദുഷിപ്പുകളെയും അഡ്ജസ്റ്റ്ചെയ്യും. വായ്ക്കകത്ത് കയ്യിട്ടാലും മിണ്ടാട്ടമുണ്ടാവില്ല. പക്ഷെ,

പെൻഷൻ പറ്റിയാൽപിന്നെ അടക്കിപ്പിടിച്ച എല്ലാ വികാരങ്ങളും പൊട്ടിത്തെറിക്കലാണ്. സർവീസ് സ്റ്റോറിയെഴുത്തെന്ന് പ്രഖ്യപിക്കും. മലയാറ്റൂർ അവിടെയും വിഭിന്നനാണ്. തന്നിലെ സർഗാത്മകതയെ സർക്കാർ പണി തകർത്തുകൊണ്ടിരിക്കുകയാണെന്ന് തിരിച്ചറിഞ്ഞപ്പോൾ എൺപത്തൊന്നിൽ അദ്ദേഹം ഉദ്യോഗം രാജിവച്ചു.

മലയാറ്റൂർ അടിസ്ഥാനപരമായി ഒരു കാർട്ടൂണിസ്റ്റും എഴുത്തുകാരനുമാണ്. അതുകൊണ്ടുതന്നെ സർക്കാരുദ്യോഗസ്ഥന് അത്തരമൊരു രാഷ്ട്രീയം പാടില്ല എന്ന് നിയമമുള്ള ദേശത്ത് സിനിമാകാർട്ടൂണുകൾ വരച്ച് കാലം കഴിച്ചുകൂട്ടി അദ്ദേഹം. ചുവപ്പുനാടകൾ അഴിച്ചെടുത്ത് ഒരുനാൾ അദ്ദേഹത്തിലെ ആ എഴുത്തുകാരനും കാർട്ടൂണിസ്റ്റും പുറത്തുവന്നു. അങ്ങനെ ബ്രിഗേഡിയർ കഥകളുണ്ടായി. ഒരു നല്ല കാർട്ടൂണിസ്റ്റ് മനസുണ്ട് ബ്രിഗേഡിയറുടെ ഉപജ്ഞാതാവിന്. *കലാകൗമുദി*യിൽ അത് പ്രസിദ്ധീകരിച്ചുവന്നപ്പോൾ ആർട്ടിസ്റ്റ് നമ്പൂതിരി ആ കഥകൾക്ക് വരച്ച ബ്രിഗേഡിയർ ചിത്രങ്ങളിലുമുണ്ടായിരുന്നു കാർട്ടൂണിക് പശ്ചാത്തലം. കുട്ടിക്കാലത്ത് സ്കൂൾലൈബ്രറിയിൽനിന്ന് കിട്ടിയിരുന്ന *പഞ്ച്* പോലുള്ള വിദേശകാർട്ടൂൺ മാസികകളാണ് രാമകൃഷ്ണനെന്ന കാർട്ടൂണിസ്റ്റിനെ വളർത്തിയത്. *ശങ്കേഴ്സ് വീക്കിലി*യിലും *ഓറിയന്റ് ഇലസ്ട്രേറ്റഡ് വീക്കിലി*യിലും അദ്ദേഹത്തിന്റെ കാർട്ടൂണുകൾ പ്രസിദ്ധീകരിക്കപ്പെട്ടു. *ഓറിയന്റ് ഇലസ്ട്രേറ്റഡ് വീക്കിലി* (കൽക്കത്ത)യിലാണ് അദ്ദേഹത്തിന്റെ ആദ്യകാർട്ടൂൺ പ്രസിദ്ധീകരിക്കപ്പെട്ടത്. 1948 ലായിരുന്നു ഇത്.

1927 മെയ് 27 ന് പാലക്കാട് ജില്ലയിലെ കൽപ്പാത്തി ഗ്രാമത്തിലെ ഒരു കേരള അയ്യർ കുടുംബത്തിലാണ് കെ വി രാമകൃഷ്ണ അയ്യർ എന്ന മലയാറ്റൂർ രാമകൃഷ്ണന്റെ ജനനം. പെരുമ്പാവൂരിലായിരുന്നു അദ്ദേഹത്തിന്റെ വിദ്യാഭ്യാസം. വിദ്യാഭ്യാസകാലത്തുതന്നെ കാർട്ടൂൺ വരയിലേക്ക് ശ്രദ്ധതിരിച്ച രാമകൃഷ്ണൻ നല്ലൊരു ചിത്രകാരനായിരുന്നു. ബിരുദത്തിനും നിയമബിരുദത്തിനും ശേഷം ബോംബെയിൽനിന്നും പ്രസിദ്ധീകരിക്കുന്ന *ഫ്രീ പ്രസ് ജേർണലിൽ* സബ് എഡിറ്ററായി ജോലിക്കുചേർന്ന അദ്ദേഹം 1954 ൽ ജുഡീഷ്യൽ സർവീസിൽചേർന്ന് മജിസ്ട്രേറ്റായി. 1957 ൽ ഐ എ എസ് കരസ്ഥമാക്കി. ഒറ്റപ്പാലം സബ്കളക്ടറായിട്ടായിരുന്നു സിവിൽ സർവീസിലെ ഔദ്യോഗിക ജീവിതത്തിന് തുടക്കം. എഴുപതാമത്തെ വയസിൽ–1997 ഡിസംബർ 27 ന് അദ്ദേഹം അന്തരിച്ചു. തന്നിലെ കലാകാരനെ മറക്കാത്ത രാമകൃഷ്ണന് അതിനനുസരിച്ച് ഒരു സ്ഥാനവും ഔദ്യോഗികജീവിതത്തിനിടയിൽ ലഭിച്ചിരുന്നു. ഐ എ എസ് ഓഫീസറായിരിക്കെ ലളിത കലാ അക്കാദമിയുടെ ചെയർമാ

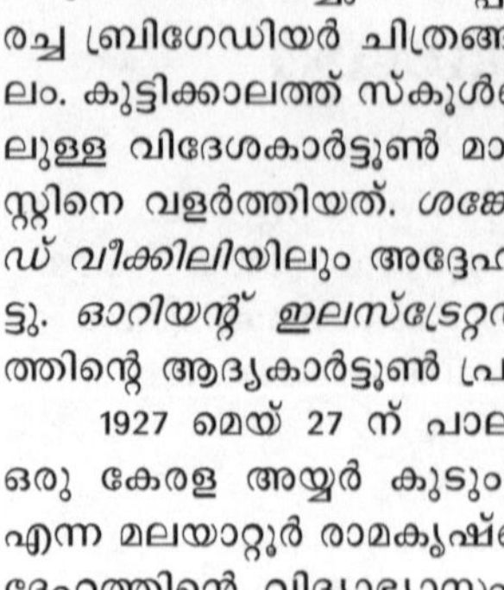

മലയാറ്റൂർ രാമകൃഷ്ണൻ

ജോത്സ്യത്തെയും ജോത്സ്യന്മാരെയും നെഹ്റു രൂക്ഷമായി വിമർശിക്കുകയുണ്ടായി.

മലയാറ്റൂർ രാമകൃഷ്ണൻ / സരസൻ / 1951 ഒക്ടോബർ

നായി ദീർഘകാലം സേവനമനുഷ്ഠിക്കാൻ അദ്ദേഹത്തിന് അവസരം ലഭിച്ചു. *യന്ത്രം, യക്ഷി, വേരുകൾ, ബ്രിഗേഡിയർ* കഥകൾ–ഇങ്ങനെ ഒട്ടേറെ ക്ലാസിക് കൃതികൾ മലയാളിക്ക് സമ്മാനിച്ച എഴുത്തുകാരനാണ് മലയാറ്റൂർ രാമകൃഷ്ണൻ. എന്നാൽ അതിലുപരി, സുഹൃത്തുക്കൾക്കയക്കുന്ന സ്വകാര്യകത്തുകളിൽപോലും തന്നിലെ കാർട്ടൂൺ കലാകാരനെ പതിപ്പിച്ച ഒരു നല്ല ചിത്രകാരനായിരുന്നു അദ്ദേഹം. നീതിനിഷേധത്തിനെതിരെ തലയുയർത്തി 'എന്ത്?' എന്നാരായാനുള്ള ജന്മസിദ്ധമായ മനസ്സ്, കാർട്ടൂണുകൾക്ക് നേരെയുള്ള സൈദ്ധാന്തിക അതിക്രമങ്ങൾക്കെതിരെ പ്രയോഗിക്കാൻ അദ്ദേഹം ഒരിക്കലും അമാന്തിച്ചിരുന്നില്ല. അതെ, അതുകൊണ്ടുതന്നെ അദ്ദേഹത്തെ നമുക്കിങ്ങനെ വിശേഷിപ്പിക്കാം–ഇന്ത്യൻ കാർട്ടൂണിന്റെ ക്ഷുഭിതയൗവനം!.

മന്ത്രിപുംഗവൻ

കാർട്ടൂൺ വരച്ചതിന്റെ പേരിൽ ക്രൂശിലാക്കപ്പെട്ടവർ ഇന്ത്യയിൽ നന്നേ കുറവാണ്. കേരളത്തിൽ ആ ലിസ്റ്റിൽ കയറിപ്പറ്റിയ കാർട്ടൂണിസ്റ്റുകൾ വിരലിലെണ്ണാവുന്നവർ മാത്രം. അക്കൂട്ടത്തിൽ ഏറ്റവും വലിയ ശിക്ഷ നേടിയത് കാർട്ടൂണിസ്റ്റ് പി കെ മന്ത്രിയാണ്. 1969 ൽ അന്നത്തെ വിദ്യാഭ്യാസ മന്ത്രി സി എച്ച് മുഹമ്മദ് കോയയെ പരിഹസിച്ചുകൊണ്ട് മന്ത്രി വരച്ച കാർട്ടൂൺ ഏറെ ശ്രദ്ധിക്കപ്പെട്ടു. എന്നാൽ മുഹമ്മദ് കോയക്ക് അതത്ര രുചിച്ചില്ല. ഫലം രണ്ടര വർഷത്തേയ്ക്ക് പി കെ മന്ത്രിയെ

ഉപതെരഞ്ഞെടുപ്പുകാലത്ത് വോട്ടർമാർക്കു നൽകിയ എല്ലാ വാഗ്ദാനങ്ങളും പാലിക്കുമെന്ന് ഏകോപന സമിതി കൺവീനർ ഉമ്മൻചാണ്ടി പ്രസ്താവിച്ചിരിക്കുന്നു!

വര: പി കെ മന്ത്രി

പി കെ മന്ത്രി

ചിത്രകലാ അധ്യാപകൻ എന്ന ഗവൺമെന്റ് തസ്തികയിൽ നിന്നും പിരിച്ചു വിട്ടു. വാസ്തവത്തിൽ മറ്റേതെങ്കിലുമൊരു പ്രസിദ്ധീകരണത്തിലാണ് ആ കാർട്ടൂൺ വരച്ചിരുന്നതെങ്കിൽ ഇത്രയും കടുത്ത ശിക്ഷ വരച്ചയാളിന് ഉണ്ടാകുമോ എന്ന് സംശയമാണ്. തിരുവനന്തപുരത്ത് നിന്ന് പ്രസിദ്ധീകരിച്ചിരുന്ന കലാലയം കൃഷ്ണൻനായരുടെ *തനിനിറത്തി*ലാണ് മന്ത്രിയുടെ മന്ത്രിക്കെതിരെയുള്ള കാർട്ടൂൺ പ്രസിദ്ധീകരിച്ചത്. പൊതുവെ *തനിനിറ*ത്തെ രാഷ്ട്രീയകാർക്ക് പേടിയാണ്. എന്തു വരയ്ക്കാനും എഴുതാനും മടിയില്ലാത്ത പ്രസിദ്ധീകരണം. ആരെ അപഹസിക്കാനും തയാറാവുന്ന കൂട്ടരാണ് *തനിനിറ*ക്കാരെന്ന് പൊതുവിൽ അക്കാലത്ത് അഭിപ്രായങ്ങളുണ്ടായിരുന്നു.

പി കെ മന്ത്രികുമാരൻ എന്നാണ് മന്ത്രിയുടെ മുഴുവൻ പേര്. ആയിരത്തി തൊള്ളായിരത്തി മുപ്പത്തിമൂന്നിൽ പുള്ളിക്കോവിൽ കേശവന്റെയും കൊച്ചിക്കാമ്മയുടെയും മകനായി പന്തളത്താണ് ജനനം. പെയിന്റിങ്ങിൽ ഡിപ്ലോമ നേടിയിട്ടുള്ള മന്ത്രിയുടെ കാർട്ടൂണുകളിൽ പെയിന്റിങ് സ്വാധീനമുണ്ട്. സ്ത്രീകളെ വരയ്ക്കുമ്പോൾ അത് കൂടുതൽ

വര: പി കെ മന്ത്രി

പ്രകടമാണ്. ഷെയ്ഡിങ് ഏറ്റവും കൂടുതൽ ഉപയോഗിച്ച് വരയ്ക്കുന്ന രീതിയാണ് മന്ത്രിയുടേത്. സാമൂഹിക വിമർശനവും രാഷ്ട്രീയ വിമർശനവും ഒരുപോലെ വഴങ്ങുന്ന കലാകാരനായിരുന്നു മന്ത്രി. അദ്ദേഹത്തിന്റെ കാർട്ടൂണുകൾക്ക് പൊതുവെ ജനകീയമായ സംഭാഷണ ശൈലിയുണ്ടായിരുന്നു.

നമ്മുടെ കാർട്ടൂണിസ്റ്റുകളിൽ മന്ത്രിയുടെ കാർട്ടൂണുകൾ വേണ്ട വിധം ചർച്ചചെയ്യപ്പെട്ടിട്ടുണ്ടോ എന്നു സംശയമാണ്. അദ്ദേഹത്തിന്റെ പുസ്തകം രണ്ടു വാല്യങ്ങളായി പുറത്തു വന്നിട്ടുണ്ട്. പാച്ചുവും കോവലനുമാണ് അദ്ദേഹത്തിന്റെ ഏറ്റവും പ്രധാനപ്പെട്ട കഥാപാത്രങ്ങൾ. ആയിരത്തിതൊള്ളായിരത്തി എൺപത്തിനാല് ഡിസംബർ ആറിന് പി കെ മന്ത്രികുമാരൻ ദിവംഗതനായി.

കുഞ്ഞമ്മാന്റെ അച്ഛൻ

ഇരുപതുവയസിനും മുപ്പതുവയസിനും ഇടയിൽ പ്രായമുള്ള സാധാരണക്കാരനായ ഒരു മലയാളി ചെറുപ്പക്കാരനോട് 'കുഞ്ഞമ്മാൻ' ആരാണെന്ന് ചോദിച്ചു നോക്കൂ, ഉടൻവരും മറുപടി. അങ്ങനെ പെട്ടെന്നൊന്നും മലയാളിക്ക് കുഞ്ഞമ്മാനെ മറക്കാനാവില്ല. പത്തിരുപതു വർഷ

വര: ബി. എം ഗഫൂർ

ബി എം ഗഫൂർ

ക്കാലം നമ്മുടെ രാഷ്ട്രീയ സാമൂഹിക ചലനങ്ങൾക്കൊത്ത് നിശ്ശബ്ദനായും ഇടയ്ക്ക് പ്രതികരിക്കാതെ പ്രതികരിച്ചും ആ മനുഷ്യൻ ഉണ്ടായിരുന്നു.

എൺപതു–തൊണ്ണൂറുകളിൽ ഭരണവർഗത്തിന്റെ അന്തഃപുരരഹസ്യങ്ങൾ ചോർത്താനെന്നവണ്ണം ജനലിനപ്പുറത്ത്, വാതിലിനപ്പുറത്ത്, ഫയൽ മേശയ്ക്കടുത്ത്, നിരത്തിൽ, ബസ്സ്റ്റാന്റിൽ, ആശുപത്രിക്കിടക്കയ്ക്കരികിൽ, പൊലീസ് സ്റ്റേഷനിൽ. എന്തിന്, അതീവരഹസ്യമായി കൂടുന്ന മന്ത്രിസഭായോഗങ്ങളിൽ പോലും പുഞ്ചിരിയില്ലാത്ത മുഖവുമായി കുഞ്ഞമ്മാൻ പ്രത്യക്ഷപ്പെട്ടു. അതുകൊണ്ടുതന്നെ ഗഫൂറിനേക്കാൾ പ്രശസ്തനായിരുന്നു കുഞ്ഞമ്മാൻ. ബി എം ഗഫൂറിന്റെ മരണത്തോടെ *മാതൃഭൂമി*പത്രത്തിലെ കുഞ്ഞമ്മാൻ കോളവും നിലച്ചു. പലരും മറന്നുതുടങ്ങി കുഞ്ഞമ്മാനെ. ഗഫൂറിന്റെ മരണം കുഞ്ഞമ്മാന്റെയും മരണമായോ?

ബി എം ഗഫൂർ എന്ന കാർട്ടൂണിസ്റ്റിന് ആരാധകർ ഇനിയുമേറെ. 1980 ലാണ് ഗഫൂർ *മാതൃഭൂമി*യിലെത്തുന്നത്. അവിടെ ചീഫ് ആർട്ടിസ്റ്റായി മാറിയ ഗഫൂർ തന്റെ അന്ത്യകാലത്തും വരയിൽ പൂർണതൃപ്തനായിരുന്നില്ല. അതങ്ങനെയാണ്, കലാകാരൻ ഒരിക്കലും തൃപ്തിപ്പെടാത്ത മനസുള്ളവനാണ്. അക്ഷയപാത്രങ്ങൾ അവൻ പിന്നെയും പിന്നെയും മോന്തിക്കൊണ്ടേയിരിക്കും.

വര: ബി. എം. ഗഫൂർ

തോമസ് മാഷ്

കാർട്ടൂൺ കലാരംഗത്തെ പുത്തൻ സാങ്കേതികതയെ പ്രയോഗികമായി മനസിലാക്കുകയും ഉപയോഗിക്കുകയും ചെയ്ത തോമസ് മാഷ് കാർട്ടൂണിസ്റ്റുകാർക്കൊരു കൂട്ടായ്മയൊരുക്കുന്നതിന് വേണ്ടി അക്ഷീണം യത്നിച്ചരിൽ പ്രമുഖനാണ്. കേരള കാർട്ടൂൺ അക്കാദമിയുടെ ആരംഭകഥയിൽ അദ്ദേഹത്തിന് കാര്യമായ പങ്കുണ്ട്. കേരള രാഷ്ട്രീയ ചരിത്രത്തിൽ പ്രകമ്പനം സൃഷ്ടിച്ച, ഒരു മന്ത്രിസഭയുടെ കാലിടറിവീഴലിനിടമൊരുക്കിയ സംഭവത്തിന് കാർട്ടൂൺ എന്ന കലയിലൂടെ സ്വാധീനം ചെലുത്തി എന്നതും തോമസ്മാഷിന്റെ കഥയിലെ ഒഴിവാക്കാനാവാത്ത ഏടാണ്.

എറണാകുളത്തു വടക്കൻ പറവൂരിലാണ് അദ്ദേഹത്തിന്റെ ജനനം. ത്രേസ്യയും പൗലോസും മാതാപിതാക്കൾ. പഠനകാര്യത്തിൽ ഒരു ശരാശരിക്കാരൻ പോലുമായിരുന്നില്ല അദ്ദേഹം. എന്നാൽ തോൽവിയോടു മാത്രം സന്ധി ചെയ്ത് ജീവിക്കുന്ന ഒരു കഴിവുകെട്ടവനായിരുന്നില്ല തോമസ്. അദ്ദേഹം അക്കാദമിക് ബുക്കുകളുടെ കനപ്പെട്ട കടങ്കഥകളിൽ ഉഴറിവീഴാൻ ഒരുക്കമായിരുന്നില്ല. ശ്രദ്ധ മുഴുവൻ ലൈബ്രറിയിൽനിന്ന് കിട്ടുന്ന പുസ്തകങ്ങളിലേയും മറ്റും സർഗാത്മക ലോകത്തായിരുന്നു. പ്രത്യേകിച്ചും കാർട്ടൂണുകൾ. അവയിൽ തന്നെ അപ്പോഴേയ്ക്കും പ്രശസ്തനായികഴിഞ്ഞ ആർ കെ ലക്ഷ്മണിന്റെ രചനകൾ.

തോമസ് മാഷ്

വര: തോമസ്

പൊതുസാമൂഹിക വിഷയങ്ങളോട് സമഗ്രബുദ്ധിയോടുള്ള നിരീക്ഷണം മലയാളത്തിലെ ആർ കെ യാക്കി തോമസ് മാഷിനെ മാറ്റുന്നു. എന്നാൽ ആർ കെയെ പൂർണമായി അനുകരിക്കുകയില്ല അദ്ദേഹം ചെയ്തത്. ആർ കെ യുടെയും തോമസിന്റെയും കാർട്ടൂണുകൾ ഒന്നിച്ചുവച്ചു നോക്കിയാൽ പ്രകടമായ വ്യത്യാസം കാണാൻ സാധിക്കും. വിദ്യാർഥിയായിരിക്കെ ചില സുഹൃത്തുക്കൾക്കൊപ്പം തുടങ്ങിയ *പൂനിലാവ്* എന്ന കയ്യെഴുത്ത് മാസിക തന്റെ കളരിയായിരുന്നുവെന്ന് തോമസ് ഇടയ്ക്കോർമിച്ചെടുത്തു പറയും. പിൽക്കാലത്ത് *മാതൃഭൂമി*യടക്കമുള്ള പ്രസിദ്ധീകരണങ്ങളിൽ അദ്ദേഹം വരച്ചു. 'വീക്ഷണ വിശേഷം' *മാതൃഭൂമി ആഴ്ചപ്പതിപ്പി*ന് വേണ്ടി വരച്ച പംക്തിയാണ്. *മലയാള മനോരമ ആഴ്ചപ്പതിപ്പി*നുവേണ്ടി 'ഭാവങ്ങൾ', *ജനയുഗ*ത്തിന് വേണ്ടി 'ചുപ്രൻ' എന്നീ പരമ്പരകൾ വരച്ചു. വിഖ്യാതമായ *കുഞ്ചുക്കുറുപ്പി*നെ ഒരു ഘട്ടത്തിൽ തോമസും കൈവരച്ചു. കാർട്ടൂണിസ്റ്റ് എന്ന നിലയിൽ ശ്രദ്ധയാർജിച്ച ശേഷം അദ്ദേഹം *ഡിസൈനേഴ്സ്* എന്ന പേരിൽ ഒരു പരസ്യക്കമ്പനി തുടങ്ങി. കാൽനൂറ്റാണ്ടോളം കാലം ആ സ്ഥാപനം പ്രവർത്തിച്ചു. പുതിയ സാ

ങ്കേതികവിദ്യകളെ സ്വീകരിച്ച ആ പ്രസ്ഥാനത്തിനു ശേഷം സിനിമാ നിർമാണത്തിലായി ശ്രദ്ധ. *ശാപമോക്ഷം, രാസലീല, മണിമുഴക്കം* എന്നീ ചിത്രങ്ങൾ അദ്ദേഹം നിർമിച്ച് ഖ്യാതി നേടിയവയാണ്.

1963 ൽ ആർ ശങ്കർ കേരളം ഭരിക്കുന്ന കാലം. ആഭ്യന്തര മന്ത്രി കോൺഗ്രസ് രാഷ്ട്രീയത്തിലെ മറ്റൊരതിശക്തനായ പി ടി ചാക്കോ. ഒരു കൊച്ചു വെളുപ്പാൻ കാലത്ത് ആഭ്യന്തരമന്ത്രിയുടെ കാർ വഴിയോരത്തെ ഒരു ചെറുവണ്ടിയെ ഇടിച്ചുവീഴ്ത്തി. വാർത്ത കാട്ടുതീയായി. മന്ത്രിവാഹനം കടയെ ഇടിച്ചു എന്നതല്ല വാർത്ത. കാറിനുള്ളിൽ മന്ത്രിയ്ക്കൊപ്പം ഒരു സ്ത്രീകൂടി ഉണ്ടായിരുന്നുവെന്ന് ആരോപണമുയർന്നു. മാധ്യമ പ്രവർത്തകരുടെ അന്വേഷണം ചെന്നെത്തിയത് പലരിലുമായിരുന്നുവെങ്കിലും, ഒടുവിൽ *ജനയുഗം ദിനപത്ര*ത്തിൽ തോമസ് വരച്ച കാർട്ടൂൺ നൽകിയ ഉത്തരം എല്ലാവരെയും തൃപ്തിപ്പെടുത്തി. മാനേജ്മെന്റ് നൽകിയ ഫോട്ടോ ഉപയോഗപ്പെടുത്തി തോമസ് വരച്ചത് കോൺഗ്രസ് പ്രവർത്തക കൂടിയായ പദ്മം മേനോന്റെ ചിത്രമായിരുന്നു. തുടർന്ന് മന്ത്രി രാജിവച്ചു. അധികകാലം കഴിയുംമുമ്പേ ശങ്കർ മന്ത്രിസഭ തകർന്നു. 1967 ൽ തോമസ്, മന്ത്രി, ശിവറാം എന്നിവരൊക്കെ ചേർന്നാണ് അഖില കേരളസാഹിത്യ ചിത്രകാരന്മാരുടെ സമ്മേളനം വിളിച്ചുചേർത്തതെന്ന് ചരിത്രം പറയുന്നു. ആ കൂട്ടായ്മ ഏറെക്കാലം മുന്നോട്ടു പോയില്ലെങ്കിലും കേരള കാർട്ടൂൺ അക്കാദമിയുടെ രൂപീകരണത്തിലും കാര്യമായ പങ്കുവഹിക്കാൻ തോമസ് മാഷിന് കഴിഞ്ഞു.

കാർട്ടൂണിസ്റ്റുകളിലെ ധീരൻ ധീരന്മാരിലെ കാർട്ടൂണിസ്റ്റ്

മലയാളികളായ കാർട്ടൂണിസ്റ്റുകളെക്കുറിച്ച് പറയുമ്പോൾ ഒഴിച്ചുകൂടാൻ പാടില്ലാത്ത ഒരു പേരുണ്ട്–കെ വി എന്നറിയപ്പെടുന്ന എ ആർ കേരളവർമ്മ. വെറുതെ പറഞ്ഞുപോകാവുന്ന ഒരു പേരല്ല കാർട്ടൂണിസ്റ്റ് കേരളവർമ്മയുടേത്. കാർട്ടൂണിസ്റ്റുകളിലെ ധീരൻ, അല്ലെങ്കിൽ ധീരന്മാരിലെ കാർട്ടൂണിസ്റ്റ് എന്ന വിശേഷണമാണ് അദ്ദേഹത്തിനു ചേരുക. അടിയന്തരാവസ്ഥക്കാലത്ത്, അടിയന്തരാവസ്ഥയെ എതിർത്ത് കാർട്ടൂൺ വരച്ചതിന്റെ പേരിൽ ജയിലിൽ കിടക്കേണ്ടിവന്ന ഒരു മലയാളി കാർട്ടൂണിസ്റ്റേയുള്ളൂ. അത് സാക്ഷാൽ കേരളവർമ്മയാണ്.

തൃപ്പൂണിത്തുറ കൊട്ടാരത്തിലെ പൂയംനാൾ അംബാലിക തമ്പുരാട്ടിയുടെയും എം വാസുദേവൻ നമ്പൂതിരിയുടെയും മകനായി 1924 സെപ്തംബർ 22 ന് ആലപ്പുഴ ജില്ലയിലെ ഹരിപ്പാടാണ് കേരളവർമ്മയുടെ ജനനം. ബി എസ് സി ബിരുദം കരസ്ഥമാക്കിയശേഷം അദ്ദേഹം തന്റെ പ്രവർത്തനമണ്ഡലം രാജ്യതലസ്ഥാനമായ ഡൽഹിയിലേക്ക് മാറ്റി. കമ്യൂണിസ്റ്റ് നേതാവ് റുമേഷ് താപ്പറിന്റെ നേതൃത്വത്തിൽ പ്രസിദ്ധീകരിക്കപ്പെട്ട *ക്രോസ് റോഡ്സ്* എന്ന പ്രസിദ്ധീകരണത്തിൽ മുഖ്യകാർട്ടൂണിസ്റ്റായി ചേർന്നുകൊണ്ടായിരുന്നു കെ വി യുടെ ഈ രംഗത്തേക്കുള്ള കടന്നുവരവ്. ഈ പ്രസിദ്ധീകരണത്തിലെ ജീവനക്കാരിൽ പാർട്ടിക്കാർഡില്ലാത്ത ഏക അംഗവും അദ്ദേഹമായിരുന്നു. *ക്രോസ് റോഡ്സി*ലെ ജോലി ഉപേക്ഷിച്ചതിനുശേഷം 1953 ൽ അദ്ദേഹം കാർട്ടൂണിസ്റ്റ് ശങ്കറിന്റെ ക്ഷണം സ്വീകരി

എ ആർ കേരളവർമ്മ

ച്ച് *ശങ്കേഴ്സ് വീക്കിലി*യിലെത്തി. ശ്രദ്ധിക്കപ്പെട്ട ഒട്ടേറെ കാർട്ടൂണുകൾ കെ വി *ശങ്കേഴ്സ് വീക്കിലി*യിൽ പ്രസിദ്ധീകരിച്ചു. ശക്തമായ സാമൂഹ്യ വിഷയങ്ങളിലേക്കും അദ്ദേഹം തന്റെ പേന ചലിപ്പിച്ചു.

കെ വിക്ക് വക്കീൽ നോട്ടീസ് ലഭിച്ച കാർട്ടൂൺ

നെഹ്റുവിന്റെയും ഇന്ദിരാഗാന്ധിയുടെയും കടുത്ത വിമർശകനായിരുന്ന കെ വി മഹാത്മാഗാന്ധിയുടെ കടുത്ത ആരാധകനായിരുന്നു. നെഹ്റു കാർട്ടൂണുകളെയല്ല, കാർട്ടൂണിസ്റ്റ് ശങ്കറിനെയാണ് സ്നേഹിച്ചിരുന്നതെന്ന് അദ്ദേഹം തിരുത്തുകയും ചെയ്യുന്നു. ഇന്ദിരാഗാന്ധിയെ ശക്തമായി തന്റെ കാർട്ടൂണുകളിലൂടെ വിമർശിച്ചിരുന്ന കെ വി അതുകൊണ്ടുതന്നെ അധികാരികളുടെ നോട്ടപ്പുള്ളിയുമായിരുന്നു.

അടിയന്തരാവസ്ഥക്കാലത്ത് ഇന്ദിരാഗാന്ധിക്കെതിരെ പോസ്റ്ററെഴുതി എന്ന സംശയത്തിൻമേൽ പ്രത്യേക ജാമ്യമില്ലാ വാറണ്ട് കരസ്ഥമാക്കിയ ഏതാനും ഉയർന്ന പൊലീസുദ്യോഗസ്ഥർ അദ്ദേഹത്തെ വിചാരണകൂടാതെ ജയിലിലടച്ചു. 1976 ലായിരുന്നു ഈ സംഭവം. കാർട്ടൂണിസ്റ്റും പത്രപ്രവർത്തകനുമായിരുന്ന രജിന്ദർപുരി, കാർട്ടൂണിസ്റ്റ് കുട്ടി എന്നിവർ ഇടപെട്ടാണ് അദ്ദേഹത്തെ ജയിൽമോചിതനാക്കിയത്. *ശങ്കേഴ്സ് വീക്കിലി*യിൽനിന്നും രാജിവച്ച കെ വി ദീർഘകാലം ഫ്രീലാൻസ് കാർട്ടൂണിസ്റ്റായി പ്രവർത്തിച്ചു. *ഈസ്റ്റേൺ എക്കണോമിക്സ്, തോട്ട്* എന്നീ പ്രസിദ്ധീകരണങ്ങളിലെ കവർപേജ് കാർട്ടൂണുകൾ വരച്ചിരുന്നത് കെ വി ആയിരുന്നു. *ഹിന്ദുസ്ഥാൻ ടൈംസ്, ഇന്ത്യൻ എക്സ്പ്രസ്* എന്നീ പ്രസിദ്ധീകരണങ്ങളിലേക്കും അദ്ദേഹം തന്റെ കാർട്ടൂണുകൾ സംഭാവന ചെയ്തു. അടിയന്തരാവസ്ഥയ്ക്കു ശേഷം 1978 ൽ *ഹിന്ദ് സമാചാർ* പത്രത്തിൽ വരച്ച ഒരു കാർട്ടൂണിന്റെ പേരിൽ കെ വിക്ക് വക്കീൽ നോട്ടീസ് ലഭിച്ചു. ഹരിയാനയിലെ അന്നത്തെ മുഖ്യമന്ത്രി ദേവിലാലിന്റെ സന്നിധിയിൽ വിനീതനായി ആശ്രിതമട്ടിൽ നിൽക്കുന്ന തരത്തിൽ തന്റെ ചിത്രം *ഹിന്ദ് സമാചാറി*ൽ കണ്ടപ്പോൾ അന്നത്തെ എം എൽ എ ഭജൻലാൽ കാർട്ടൂണിനും കാർട്ടൂണിസ്റ്റിനുമെതിരെ തുനിഞ്ഞിറങ്ങി. അഞ്ചു ലക്ഷം രൂപ നഷ്ടപരിഹാരം ആവശ്യപ്പെട്ടാണ് ഭജൻലാലിന്റെ കേസ്. പക്ഷെ കെ വി പിൻതിരിയാൻ തയാറായില്ല. ഭജൻലാലിനെ ഇത്രത്തോളം വിഷമിപ്പിക്കാൻ മാത്രം കാർട്ടൂണിൽ യാതൊന്നുമില്ലെന്ന് സൂചിപ്പിച്ചുകൊണ്ട് കത്തെഴുതി. നഷ്ടപരിഹാരം നൽകുന്ന പ്രശ്നമില്ലെന്നും അദ്ദേഹം അറിയിച്ചു. ഒടുവിൽ ഗത്യന്തരമില്ലാതെയാണ് ഭജൻലാൽ നിയമനടപടികളിൽനിന്ന് പിൻമാറിയത്.

ലളിതസുഭഗൻ

ആത്മവിശ്വാസത്തോടെ കാർട്ടൂൺ വരയ്ക്കുകയും ലളിത പൂർണമായ ജീവിതം നയിക്കുകയും ചെയ്ത മഹാനായ കലാകാരനാണ് ശിവറാം. സങ്കേതിക സമ്പന്നമായ കാർട്ടൂണുകളായിരുന്നില്ല അദ്ദേഹത്തിന്റേത്. എന്നാൽ വരയിൽ, കഠിന പ്രയോഗങ്ങൾ ഉൾച്ചേർക്കാൻ തുനിയാതെ അപൂർണരേഖകളിലൂടെ ഒരു വലിയ രൂപം അദ്ദേഹം വരച്ചെടുത്തു.

"തിരു-കൊച്ചി മന്ത്രിസഭയ്ക്ക് ഇടതുപക്ഷ പിന്തുണ."

വര: ശിവറാം

മാതൃഭൂമി 1955 ഫിബ്രവരി 2

ശിവറാം

1919 ൽ തൃക്കരൂരിൽ കേശവൻ നമ്പൂതിരിയുടെയും കാർത്യായനിയമ്മയുടെയും മകനായി ജനിച്ച ശിവറാം പത്താംതരവും റ്റി റ്റി സിയും പാസായ ശേഷം ഫാക്ടിൽ ജോലിക്കു ചേർന്നു. ജോലിയും വരയും ഒരുമിച്ച് മുന്നോട്ട്. മികച്ചൊരു സംസ്കൃത പണ്ഡിതൻ കൂടിയായ അദ്ദേഹം പക്ഷെ, തന്റെ കാർട്ടൂണുകളും സംസ്കൃതഭാഷാ പ്രാവീണ്യവും കൂട്ടിക്കുഴയ്ക്കാൻ ഒരുമ്പെട്ടില്ല. ഇന്ത്യൻ കാർട്ടൂൺ ചരിത്രത്തിൽ തന്നെ ആദ്യ സീരിയലൈസ്ഡ് കാർട്ടൂണുകളിലൊന്നായ 'ഭാനു മേനോൻ' 1947 ൽ *മലയാളരാജ്യം* വാരികയിൽ ശിവറാം വരച്ചു തുടങ്ങിയതാണ്. ഏതാണ്ട് പതിനാലോളം വർഷക്കാലം അതു തുടർന്നു. മലയാളം കണ്ട ഏറ്റവും മികച്ച പോക്കറ്റ് കാർട്ടൂണുകളിലൊന്നെന്ന ഖ്യാതി നേടിയ 'കുഞ്ഞമ്മാ'ന്റെ തുടക്കക്കാരനും ശിവറാമാണ്. പിന്നീട് ഈ പംക്തി ബി എം ഗഫൂറിലേക്കത്തിച്ചേർന്നു. രാഷ്ട്രീയ കാർട്ടൂണുകളെക്കാൾ പൊതു കാര്യപ്രസക്തിയുള്ള മറ്റുവിഷയങ്ങളാണ് ശിവറാം കൈകാര്യം ചെയ്തിരുന്നത്. ഒറ്റനേട്ടത്തിൽ കണ്ടാൽ ചിരിതോന്നുന്ന വരകൾ, സ്ഥലകാല നിർമിതിയുടെ മൂകത ഇവയൊക്കെ അദ്ദേഹത്തിന്റെ കാർട്ടൂണുകളുടെ പ്രത്യേകതയായി കണക്കാക്കപ്പെടുന്നു. മുഖ്യധാരാ കാർട്ടൂണിസ്റ്റുകളുടെ സിംഹാസന പദവികളിലേയ്ക്കൊന്നും എത്തപ്പെടാതെയാണ് കാർട്ടൂണിസ്റ്റ് ശിവറാം ജീവിച്ചതും വരച്ചതും.

കേരള കാർട്ടൂൺ അക്കാദമിയുടെ തുടക്കക്കാലത്ത് അതിന്റെ പ്രവർത്തനങ്ങളിൽ സജീവമായി ഇടപ്പെട്ടിരുന്ന ശിവറാം പുതുതലമുറയ്ക്ക് വേണ്ടി സർഗാത്മക സംഭാവനകളേറെ ചെയ്തിട്ടുണ്ട്. അതുകൊണ്ടുതന്നെ നല്ലൊരു ശിഷ്യസമ്പത്തുണ്ടായിരുന്നു അദ്ദേഹത്തിന്.

ഇന്റർനാഷണൽ നർമബോധം

ആയിരത്തി തൊള്ളായിരത്തി മുപ്പത്തിയെട്ടിൽ *മാതൃഭൂമി വാരി*കയിൽ ഒരു കാർട്ടൂൺ വരച്ചുകൊണ്ടാണ് ശങ്കരൻകുട്ടി എന്ന കാർട്ടൂണിസ്റ്റ് കുട്ടിയുടെ ഉൽപ്പത്തി. അന്നത്തെ പതിനഞ്ചു രൂപ പ്രതിഫലം. ശങ്കരൻ കുട്ടി മേനോൻ കുട്ടി എന്ന ചുരുക്കപ്പേരിൽ വിഖ്യാതനായി. ശങ്കറിനെയും അബുവിനെയും പോലെ പേരുകേട്ടു.

എവിടെ നിന്നാണ് നർമബോധം ഈ മനുഷ്യൻ സമ്പാദിച്ചത്. ഹാസ്യരചയിതാവായ സഞ്ജയന്റെ പ്രിയശിഷ്യനായിരുന്ന കുട്ടി കോഴിക്കോട് മലബാർ ക്രിസ്ത്യൻ കോളേജ് പഠനകാലത്ത് സഞ്ജയൻ നടത്തിപ്പോന്ന *വിശ്വരൂപ*ത്തിൽ പിൽക്കാലത്ത് മുഖ്യകാർട്ടൂണിസ്റ്റായി. കുട്ടിയുടെ അമ്മാവൻ ഇന്ത്യൻ ചരിത്രത്തിൽ തന്നെ നിർണായക സ്വാധീനം ചെലുത്തിയയാളാണ്. ഭരണപരിഷ്കാര കമ്മീഷനംഗമായിരുന്ന വി പി മേനോൻ സ്വാതന്ത്ര്യാനന്തരം സർദാർ പട്ടേലുമൊന്നിച്ച് നാട്ടുരാജ്യങ്ങളിലെ ഭരണകേന്ദ്രങ്ങളെ അനുനയിപ്പിച്ച് ഇന്ത്യൻ യൂണിയനിൽ ചേർക്കുവാൻ അക്ഷീണം യത്നിക്കുകയും ആ ദൗത്യം വിജയകരമായ നടപ്പിലാക്കുന്നതിന് മുഖ്യപങ്കുവഹിക്കുകയും ചെയ്തതുവഴി ഇന്ത്യ കണ്ട മികച്ച ഭരണ തന്ത്രജ്ഞരിലൊരാളെന്ന് കേൾവിപ്പെട്ടയാളാണ്. അനന്തരവന്റെ വരവാസന പ്രോത്സാഹിപ്പിക്കേണ്ടതുണ്ടെന്ന് തികഞ്ഞ സഹൃദയനായിരുന്ന വി പിക്ക് ബോധ്യമുണ്ടായിരുന്നു. അങ്ങനെയാണ് തന്റെ ഉറ്റസുഹൃത്തായ കാർട്ടൂണിസ്റ്റ് ശങ്കറിന്റെ അടുത്തേയ്ക്ക് കുട്ടിയെ അദ്ദേഹം എത്തിക്കുന്നത്. ല

കുട്ടി

Cartoon drawn after the complete rout of the Cong (I) in the Haryana elections in June 1987. The Prime Minister's 'Italian Connection' was responsible for thedebacle.

വര: കുട്ടി

ക്നൗ യൂണിവേഴ്സിറ്റിയിൽ കുട്ടി പഠിക്കുന്ന കാലത്ത് ഏതെങ്കിലും ദിനപത്രത്തിൽ വരയ്ക്കണമെന്ന മോഹം കുട്ടിയിൽ വർദ്ധിച്ചു വന്നു. അങ്ങനെ പണ്ഡിറ്റ് ജവാഹർലാൽ നെഹ്റുവിന്റെ പ്രസിദ്ധീകരണമെന്ന നിലയിൽ ശ്രദ്ധയാർജിച്ച *നാഷണൽ ഹെറാൾഡിൽ* കുട്ടി സ്റ്റാഫായി ചേർന്നു. നിസ്സാരക്കാരല്ല *ഹെറാൾഡിന്റെ* പത്രാധിപസമിതിയിലും മറ്റുമുള്ളത്. വല്ലഭായി പട്ടേലിനേയും വിജയ് ലക്ഷ്മി പണ്ഡിറ്റിനെയും പോലുള്ള പ്രഗത്ഭർ. കൂടാതെ നെഹ്റുവിന്റെ നേരിട്ടുള്ള മേൽനോട്ടവും. സമിതിയംഗങ്ങളുടെ പൊതുവായ മിതത്വനയത്തെ പോലും കൂസാക്കാതെ വരച്ചിരുന്ന കുട്ടി *നാഷണൽ ഹെറാൾഡി*നെ വിട്ടത് ക്വിറ്റ് ഇന്ത്യ സമരകാലത്താണ്. സമരത്തോടുള്ള എതിർപ്പിന്റെ ഭാഗമായി പൊതുവേ പത്രമാധ്യമങ്ങൾക്ക് വിലക്കുകൾ വന്നു. *നാഷണൽ ഹെറാൾഡ്* പൂട്ടിപ്പോയി. പിന്നീട് *ഫ്രീ പ്രസ്സ് ജേർണലിൽ* കാർട്ടൂണിസ്റ്റായ കുട്ടി അവിടെയും തുടർന്നില്ല. തന്റെ അഭിപ്രായങ്ങളിൽ ഉറച്ചുനിൽക്കുകയും, അതിന്റെ പേരിൽ മറ്റെന്തൊരു സാഹചര്യങ്ങളെയും പരിഗണിക്കാതെയും നിൽക്കാനുള്ള തന്റേടം മറ്റ് പല കാർട്ടൂണിസ്റ്റുകളിൽനിന്നും വിഭിന്നമായി കുട്ടിക്കുണ്ടായിരുന്നു. എടത്തിട്ട നാരായണന്റെ പങ്കാളിത്തമുണ്ടായിരുന്ന *ന്യൂസ് ക്രോണിക്കി*ൽനിന്നും കുട്ടി ഇറങ്ങിയത് മാനേജ്മെന്റുമായി ഇത്തരത്തിൽ കൊമ്പുകോർത്തിട്ടാണ്. ഫുട്ബോളർ ഐ എം വിജയന് കേരളത്തിലുള്ളതിനെക്കാൾ വില ബംഗാളിലാണെന്ന് പറയുന്നതു പോലെ കുട്ടിക്കും ബംഗാളികൾക്കിടയിലാണ് കൂടുതൽ സ്വീകാര്യതയുണ്ടായത്. നമ്മുടെ നാട്ടിൽ ശങ്കർ, അബു എന്നിവർക്കുള്ള പ്രശസ്തി ബംഗാളിൽ മറുനാട്ടുകാരനായ കുട്ടിക്കുണ്ടായിരുന്നു. എന്നാൽ എന്നും ഇന്ത്യയുടെ രാഷ്ട്രീയ പരീക്ഷണശാലയെന്ന് അറിയപ്പെട്ടിരുന്ന കേരളത്തിലെ രാഷ്ട്രീയ സാഹചര്യങ്ങളെ ശ്രദ്ധിക്കാതിരുന്ന ആളല്ല, കുട്ടി. വിമോചനസമരകാലത്തും അടിയന്തരാവസ്ഥക്കാലത്തുമൊക്കെ കുട്ടിയുടെ കാർട്ടൂണും ശ്രദ്ധിക്കപ്പെട്ടു. ആയിരത്തി തൊള്ളായിരത്തി ഇരുപത്തിയൊന്നിൽ ഒറ്റപ്പാലത്തെ പ്രശസ്തനായ കൊറ്റുതൊടി തറവാട്ടിലെ നാരായണമേനോന്റെയും ലക്ഷ്മിയമ്മയുടെയും മകനായി ജനിച്ച കുട്ടി കൂർത്ത മുനയുള്ള വാക്ശരങ്ങൾ കൊണ്ടായിരുന്നില്ല ജനകീയനായ കാർട്ടൂണിസ്റ്റായത്. ഏതൊരു റെയിഞ്ചിൽപ്പെട്ട ആളിനും മനസിലാവുന്ന തരത്തിൽ, വരകൾക്കധികം പ്രാധാന്യം നൽകി വരച്ച അദ്ദേഹത്തെ കേരളീയർ എത്രത്തോളം മനസിലാക്കിയിട്ടുണ്ടെന്നത് എന്നത് സംശയങ്ങൾക്കതീതമായി ഉത്തരം കിട്ടേണ്ട ചോദ്യമാണ്.

വരവിസ്മയം

ശങ്കരൻകുട്ടി എന്ന കലാകാരൻ നമ്മുടെ ചിത്രകലാ പ്രസ്ഥാനത്തിൽ ഇടംനേടിയത് കാർട്ടൂണിസ്റ്റ് എന്ന നിലയിൽ മാത്രമല്ല. ഒരു പക്ഷേ മലയാള പുസ്തക പ്രസ്ഥാന ചരിത്രത്തിൽ ശങ്കരൻകുട്ടിക്കും വലിയൊരു സ്ഥാനമുണ്ട്. അത് പതിനായിരത്തിലധികം പുസ്തകങ്ങളുടെ കവർ ചിത്രം വരച്ചതിന്റെ പേരിലാണ്. കവർചിത്രം വര ഇന്ന് അത്രയ്ക്ക് സ്വീകാര്യമായ ഒന്നല്ല. കെ ഷെരീഫിനെ പോലെ ചിലർ മാത്രം ഈ മേഖലയിലുണ്ടെങ്കിലും ഗ്രാഫിക് സാങ്കേതികവിദ്യ ഉപയോഗിച്ച് കവർചിത്രങ്ങളെ ഡിസൈനുകളാക്കി മാറ്റുന്നവർ ഏറെയുണ്ട്. ഒരു വരയിൽ ഒരുപാടുണ്ട് കാര്യം എന്ന തിരിച്ചറിവുള്ളതാണ് ശങ്കരൻകുട്ടിയേയും ജെ ആർ പ്രസാദിനെയും നമ്പൂതിരിയേയുമൊക്കെ ഈ രംഗത്ത് അഗ്രഗണ്യരാക്കുന്നത്.

ശങ്കരൻകുട്ടി

കെ ബാലകൃഷ്ണന്റെ *കൗമുദി വാരിക*യിൽ ആദ്യ കാർട്ടൂൺ പ്രസിദ്ധീകരിച്ചു വരുമ്പോൾ ശങ്കരൻകുട്ടിക്ക് പ്രായം എട്ടു വയസാണ്. ആയിരത്തി തൊള്ളായിരത്തി അറുപത്തിനാലിൽ യുനെസ്കോ നടത്തിയ ദേശീയ ചിത്രകലാ മത്സരത്തിൽ ഒന്നാം സ്ഥാനം നേടിയ ചരിത്രമുണ്ട് അദ്ദേഹത്തിന്. മദ്രാസ് സ്കൂൾ ഓഫ് ആർട്സിൽനിന്നും ബിരുദം നേടി, പുറത്തു വരുമ്പോഴേയ്ക്കും ചിത്രരചന ഒരു ശീലമായി മാറിക്കഴിഞ്ഞിരുന്നു ശങ്കരൻകുട്ടിക്ക്. *ജനയുഗം,ദേശാഭിമാനി, മനോരാജ്യം, മലയാളരാജ്യം* എന്നീ പ്രസിദ്ധീകരണങ്ങളി

വര: ശങ്കരൻകുട്ടി

ലൊക്കെ രേഖാചിത്രകാരനായി പ്രവർത്തിച്ചുവെങ്കിലും എൻ ബി എസി നും കറന്റ് ബുക്സിനും വേണ്ടിയൊക്കെ അദ്ദേഹം വരച്ച കവർചിത്ര ങ്ങളാണ് ശങ്കരൻകുട്ടി എന്ന കലാകാരന്റെ ഡെപ്ത് ബോധ്യപ്പെടുത്തു ന്നത്. തകഴി, ബഷീർ, വർക്കി, വൈക്കം, പൊറ്റക്കാട്ട്, എം ടി തുടങ്ങി എണ്ണിയാലൊടുങ്ങാത്ത എഴുത്തുകാരുടെ സർഗ വിചാര സൃഷ്ടികളെ കുറച്ചു വരകളാക്കി പുസ്തക കവറുകളിൽ പ്രതിനിധീകരിപ്പിച്ചു അദ്ദേ ഹം. കാർട്ടൂണിന്റെ മനസ്സ് എപ്പോഴും കൊണ്ടുനടന്നതുകൊണ്ടാവണം, പല കവറുകളിലും ഹാസ്യ സൂചനകളുണ്ടായിരുന്നു. കവർ ചിത്രരചന യും കാർട്ടൂൺ-കാരിക്കേച്ചർ രചനയും തമ്മിൽ വ്യത്യാസമുണ്ടെങ്കിലും ശങ്കരൻകുട്ടി ബുദ്ധിപൂർവമാണ് രണ്ടു മേഖലകളിലും കൈവച്ചത്. കാർ ട്ടൂണിൽ, ആളുകളുടെ പുരികം, കണ്ണ് ഇവയ്ക്കൊക്കെ ഉപരിപ്ലവകരമെ ന്ന് പറയാവുന്ന തരത്തിൽ വക്രീകരിക്കുകയും രേഖാചിത്രത്തിൽ ഏറ്റ വും കലാത്മകഭാവത്തോടെ ആവിഷ്കരിക്കുകയും ചെയ്യും. സ്തീജന ങ്ങളെ വരയ്ക്കാൻ ശങ്കരൻ കുട്ടിയേയും നമ്പൂതിരിയേയും കഴിഞ്ഞേ യുള്ളൂ വേറെയാരും എന്നു തന്നെ ഒരു ചൊല്ലുണ്ട്. പെൺശരീരഘടന യെ ഏറ്റവും സുന്ദരമായി വരച്ചിരുന്നു ഇരുവരും. ശങ്കരകുട്ടിയുടെ പെ ണ്ണുങ്ങൾ, രേഖാചിത്രത്തിലും കാർട്ടൂണിലും ഒരുപോലെയാണ്. കാരി ക്കേച്ചർ വരയ്ക്കാൻ അധികം സമയം അദ്ദേഹത്തിന് വേണ്ട.

*മനോരമ*യിൽ നെഹ്റുവിനെയും ഇന്ദിരാഗാന്ധിയെയും പോലുള്ള നേതാക്കൾ വന്നാൽ ശങ്കരകുട്ടിക്കും അവിടെ സ്ഥാനം കിട്ടുമായിരുന്നു. ഈ നേതാക്കളുടെ രേഖാചിത്രങ്ങൾ നിമിഷനേരങ്ങൾകൊണ്ട് അദ്ദേഹം

വരയ്ക്കും. തിരുവിതാംകൂർ മഹാരാജാവായിരുന്ന ശ്രീ ചിത്തിര തിരുനാളിനെ ഒരിക്കൽ ഇത്തരത്തിൽ വരയ്ക്കുകയും പ്രതിഫലമായി രാജാവ് സ്വർണമോതിരം നൽകുകയും ചെയ്തു. തിക്കുറിശ്ശിയെപ്പോലുള്ള സിനിമാക്കാരുമായി, മലയാറ്റൂർ രാമകൃഷ്ണനെപ്പോലുള്ള സാഹിത്യകാരന്മാരുമായൊക്കെ അസാധാരണ സൗഹൃദം സൂക്ഷിച്ചിരുന്ന ശങ്കരൻകുട്ടി 1994 നവംബർ ഇരുപത്തി ഒൻപതാം തീയതി കുടമാളൂരിൽ വച്ചാണ് മരിച്ചത്. ഹൃദയസ്തംഭനമായിരുന്നു മരണകാരണം. അപ്പോഴേയ്ക്കും അൻപത്തേഴു വയസു പിന്നിട്ടിരുന്നു അദ്ദേഹത്തിന്. കാർട്ടൂണിൽനിന്ന് മാറ്റിവച്ച് രേഖാചിത്രകാരൻ മാത്രമെന്നോ, നേരെ തിരിച്ചോ വേർതിരിച്ച് വ്യാഖ്യാനിക്കാനാവുന്ന കലാകാരനായിരുന്നില്ല അദ്ദേഹം.

പോക്കറ്റ് കാർട്ടൂണിന്റെ പിതാവ്

ഇതിഹാസതുല്യനായ കാർട്ടൂണിസ്റ്റ് ടോംസിനെ സ്വാധീനിച്ച ഒരു കാർട്ടൂൺ പംക്തിയുണ്ടായിരുന്നു എന്ന് അദ്ദേഹം തന്നെ വെളിപ്പെടുത്തിയിട്ടുണ്ട്. *കാളുവും മീനയും*. കാർട്ടൂണിസ്റ്റ് സാമുവൽ. മലയാളിയുടെ കാർട്ടൂൺ ബോധത്തിൽ ഈ പേരത്ര പരിചിതമല്ല. എന്നാൽ മറ്റേതൊരു കാർട്ടൂണിസ്റ്റിനെക്കാളും അന്യനാട്ടിൽ ഈ മലയാളിക്ക് സ്ഥാനമുണ്ട്. ഇന്ത്യൻ പോക്കറ്റ് കാർട്ടൂണിന്റെ പിതാവാണ് സാമുവൽ. *ടൈംസ് ഓഫ് ഇന്ത്യ* എന്ന പത്രത്തിന് സാമുവലിന്റെ കാർട്ടൂണുകൾ നൽ

വര: സാമുവൽ

വര: സാമുവൽ

കിയ പിന്തുണ വലുതാണ്. *കാളു വും മീനയും* എന്ന പംക്തിയേക്കാൾ സാമുവലിനെ ശ്രദ്ധേയനാക്കിയത് *ബാബുജി* എന്ന പോക്കറ്റ് കാർട്ടൂണാണ്. സാമുവലിന്റെ പോക്കറ്റ് കാർട്ടൂണുകൾ വായിക്കാൻ വേണ്ടിമാത്രം *ടൈംസ് ഓഫ് ഇന്ത്യ* വാങ്ങിയവരുണ്ട്. *ടൈംസ് ഓഫ് ഇന്ത്യ*യുടെ മുഖ്യ ശത്രുവായിരുന്ന *ഇന്ത്യൻ എക്സ്പ്രസ്സ്* സാമുവലിനെ കൂടുതൽ പ്രതിഫലം നൽകി അവിടത്തെ സ്റ്റാഫാക്കി. സാമുവലിന്റെ വിടവ് നികത്താൻ ഏറെ കഷ്ടപ്പെട്ട *ടൈംസ് ഓഫ് ഇന്ത്യ* മറ്റൊരു കാർട്ടൂണിസ്റ്റിനെ രംഗത്തിറക്കി. ആ കാർട്ടൂണിസ്റ്റും അയാളുടെ പ്രധാന കഥാപാത്രവും ഇന്നും ഇന്ത്യൻ കാർട്ടൂൺ വായനക്കാരെ ത്രസിപ്പിക്കുന്നു. കാർട്ടൂണിസ്റ്റ് ആർ കെ ലക്ഷ്മൺ; കഥാപാത്രം: ദ ഗ്രേറ്റ് കോമൺമാൻ...

നാഷണൽ ഹെറാൾഡിൽ പ്രസിദ്ധീകരിക്കപ്പെട്ട *ബാബുജി*യിലെ ഒട്ടുമിക്ക പ്രമേയങ്ങളും ഭരണകൂട വിമർശനങ്ങളായിരുന്നു. കോർപ്പറേഷൻ ടാക്സ് മഴവെള്ളത്തിനില്ലാത്തതിൽ ദൈവത്തിനു നന്ദി പറയുന്ന, ഇന്ത്യയിൽ ഒരാൾക്ക് അഞ്ച് എന്ന അനുപാതത്തിൽ എലിശല്യം കൂടുന്നു എന്ന വാർത്തകേട്ട് വൈകുന്നേരം അഞ്ച് പൂച്ചകളുമായി വീട്ടിലെത്തുന്ന *ബാബുജി* ലക്ഷ്മണന്റെ *കോമൺമാനും* മലയാളത്തിലെ *കുഞ്ചുക്കുറിപ്പിനു*മൊക്കെ മുമ്പ് വ്യക്തമായ അഭിപ്രായം പറഞ്ഞ പോക്കറ്റ് കാർട്ടൂണാണ് . 1925 ൽ കൊല്ലം ജില്ലയിൽ ജനിച്ച സാമുവൽ വടക്കേ ഇന്ത്യയിലും പാകിസ്ഥാൻ പ്രവിശ്യയിലും പോട്രയിറ്റ് വരച്ച് കിട്ടുന്ന കാശുകൊണ്ടാണ് യൗവ്വനം ജീവിച്ചു തുടങ്ങിയത്. ബി എസ് സിക്ക് പഠിക്കുന്ന അവസരത്തിൽ 1947 ലാണ് സാമുവലിന്റെ ആദ്യ കാർട്ടൂൺ ലാഹോറിൽനിന്നുള്ള *The Civil Military Gazette* ൽ പ്രസിദ്ധീകരിക്കുന്നത്. *ഇന്ത്യൻ എക്സ്പ്രസ്, ടൈംസ് ഓഫ് ഇന്ത്യ, നാഷണൽ ഹെറാൾഡ്* എന്നിവയിൽ ജോലി ചെയ്തു. മറ്റ് കാർട്ടൂണിസ്റ്റുകളിൽനിന്നും വ്യത്യസ്തമായി പെയിന്റിങ് മേഖലയിലും കൈവച്ചിട്ടുള്ള സാമുവൽ പെയിന്റിങ് എക്സിബിഷനുകളും സംഘടിപ്പിച്ചിട്ടുണ്ട്.

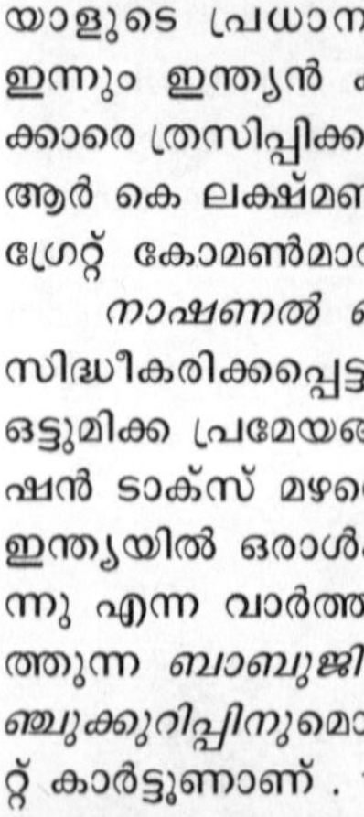
സാമുവൽ

സുന്ദരവരകൾ

ലോകമഹായുദ്ധാനന്തരം ആയുധങ്ങളോടും പടയോട്ടങ്ങളോടും അഭിനിവേശം കൂടിയ അമേരിക്കൻ ഭരണകൂടത്തിലെ യുദ്ധരാക്ഷസനായ ഒരു സ്റ്റേജ് സെക്രട്ടറിയായിരുന്നു ജോൺ ഡഗ്ലസ്. ക്രൂരനായ ആ നയതന്ത്രജ്ഞനെ പരിഹസിച്ചുകൊണ്ടാണ് കാർട്ടൂണിസ്റ്റ് യേശുദാസൻ പിറവി കൊള്ളുന്നത്. പ്രസിദ്ധനായ സാഹിത്യ പ്രതിഭയായിരുന്ന പന്തളം കെ പി കോട്ടയത്തുനിന്ന് പ്രസിദ്ധീകരിച്ചിരുന്ന വിനോദമാസികയായ *അശോക*യിൽ, 1955ലാണ് യേശുദാസന്റെ ആദ്യകാർട്ടൂൺ പ്രസിദ്ധീകരിക്കപ്പെടുന്നത്. തുടർന്നിങ്ങോട്ട് അൻപത്തിയഞ്ചോളം വർഷങ്ങൾ കടന്നുപോയിരിക്കുന്നു. ഇപ്പോൾ സീനിയർ മോസ്റ്റ് ഗണത്തിൽപ്പെടുന്ന ഒരു മലയാളി കാർട്ടൂണിസ്റ്റായി അദ്ദേഹം ആദരിക്കപ്പെടുന്നു. തികവുറ്റ വരയാൽ, കുന്തമുനയുള്ള ഭാഷയാൽ വായനക്കാരനെ ചിന്തിപ്പിച്ചിരുന്നു ഒരിക്കൽ അദ്ദേഹം.

മാവേലിക്കര ഭരണിക്കാവ് ചെക്കാലേത്ത് വീട്ടിൽ ജോൺ മത്തായിയുടെയും മറിയാമ്മയുടെയും മൂന്നാമത്തെ മകനായി ജനിച്ച യേശുദാസനിലേയ്ക്ക് കാർട്ടൂൺ, ഒരു ജനറ്റിക് പരിണാമമായി സംഭവിച്ചത് സഹോദരിൽ നിന്നാവും. പഠന പ്രായത്തിൽ തന്നെ *ജനയുഗ*ത്തിൽ കാർട്ടൂൺ വരയ്ക്കാൻ തുടങ്ങിയ യേശുദാസന്റെ ആദ്യ കഥാപാത്രം ചന്തു എന്ന വികൃതിപ്പയ്യനായിരുന്നു. കഴുത്തിൽ ഒരു തൂവാലക്കെട്ടുമായി എവിടെയും വരുന്ന ചന്തുവിന്റെ വേഷംകെട്ടി അക്കാലത്തെ കുട്ടികൾ നടന്നിരുന്നു. രസകരമായൊരു കാര്യം, യേശുദാസനെ തങ്ങ

യേശുദാസൻ

കൈപ്പത്തി ചിഹ്നം - ഭോപാൽ ശൈലി

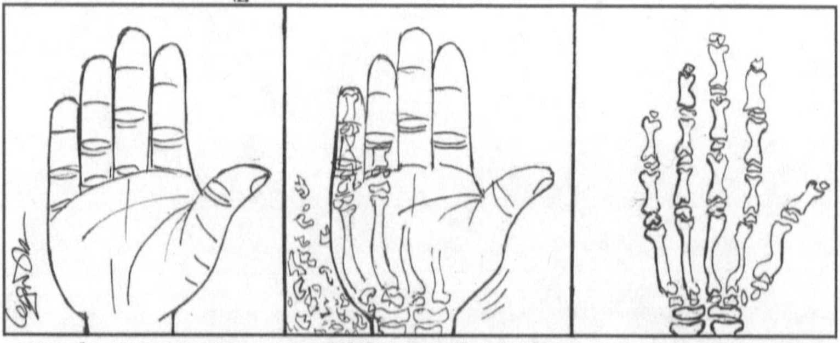

ഭോപാൽ വാതകദുരന്തക്കേസും കോടതിവിധിയും കോൺഗ്രസ് പാർടിയുടെ ശക്തിയെ ക്ഷയിപ്പിക്കുന്നു
വര: യേശുദാസൻ

ളുടെ പത്രത്തിൽ സ്റ്റാഫ് കാർട്ടൂണിസ്റ്റായി നിയമിച്ച്, മലയാളത്തിലെ ആദ്യ സ്റ്റാഫ് കാർട്ടൂണിസ്റ്റ് സംസ്കാരം തുടങ്ങി വച്ചത് *ജനയുഗ*മാണ്. *ജനയുഗ*ത്തിൽ ആരംഭിച്ച മറ്റൊരു കഥാപാത്രമായ കിട്ടുമ്മാനാണ് മലയാളത്തിലെ ആദ്യ പോക്കറ്റ് കാർട്ടൂൺ. പൊതുകാര്യസാക്ഷിയായ കഥാപാത്രം. ഒരു രാഷ്ട്രീയ കാർട്ടൂണിസ്റ്റ് എന്ന നിലയിൽ കേരളീയ സമൂഹത്തിൽ നേരിട്ടുള്ള ഇടപെടൽ ഇവ്വിധം നടത്തുവാൻ യേശുദാസനു സാധിച്ചു. വിമോചന സമരകാലത്തെ കേരളീയാന്തരീക്ഷത്തിൽ 'കിട്ടുമ്മാ'നെന്ന കഥാപാത്രം പൊതുകവലകളിലും ചർച്ചാവിഷയമായി.

*ജനയുഗ*ത്തിൽ നിന്നും *ശങ്കേഴ്സ് വീക്കിലി*യിലേക്കും അവിടെ നിന്നും വീണ്ടും *ജനയുഗ*ത്തിലേയ്ക്കും അതുകഴിഞ്ഞ് 23 വർഷക്കാലം *മനോരമ*യിലും പിന്നെ *മെട്രോവാർത്ത*യിലും യേശുദാസൻ കാർട്ടൂണിസ്റ്റായി. കമ്മ്യൂണിസ്റ്റ് പ്രസ്ഥാനത്തിന്റെ നാവായ *ജനയുഗ*ത്തിൽ തുടങ്ങിയ വരജീവിതം ഇപ്പോഴിതാ യാദൃച്ഛികമെന്നപോലെ *ദേശാഭിമാനി*യിലെത്തിയിരിക്കുന്നു. മാത്രമല്ല, അരനൂറ്റാണ്ടിനുശേഷം ജനയുഗത്തിൽ തന്നെ വീണ്ടും കിട്ടുമ്മാൻ യേശുദാസൻ പുനരാരംഭിച്ചിരിക്കുകയാണ്.

> *എങ്കിലും, മനോരമയിലെ 23 വർഷത്തെ സേവനത്തിനിടയിൽ അവസാന അഞ്ചു വർഷങ്ങളിലാണ് പ്രശ്നങ്ങളുണ്ടായത്. മുമ്പ് എനിക്ക് കൂടുതൽ വരയ്ക്കാനുള്ള സ്വാതന്ത്ര്യം തന്നിരുന്നു. അവസാന കാലഘട്ടത്തിൽ അതിനും തടസം വന്നതായി തോന്നി. ചിലരെപ്പറ്റി കാർട്ടൂണുകൾ വരച്ചാൽ അത് പത്രത്തിൽ പ്രസിദ്ധീകരിക്കണോ വേണ്ടയോ എന്ന തർക്കം എഡിറ്റോറിയൽ അംഗങ്ങൾക്കിടയിലുണ്ടായി. എന്തു കൊണ്ട് അത് സംഭവിച്ചു എന്നറിയില്ല. എഡിറ്റോറിയൽ അംഗങ്ങളിൽ ചിലർക്ക് രാഷ്ട്രീയക്കാരോട് വഴിവിട്ട ബന്ധം ഉണ്ടാവുമ്പോൾ കാർട്ടൂണുകൾ പ്രസിദ്ധീകരിക്കാൻ ബുദ്ധിമുട്ടുണ്ടാവും*

വര:
യേശുദാസൻ

എന്ന് *മലയാള മനോരമ*യിലെ ജീവിതത്തെ യേശുദാസൻ നിരീക്ഷിക്കുന്നു. യേശുദാസന്റെ മറ്റൊരു പ്രത്യേകത സഹജീവികളോടുള്ള പെരുമാറ്റത്തിലെ ലാളിത്യമാണ്. ഏതൊരു ഫ്രെയിമിലും ചിരി തരുന്ന ഈ മനുഷ്യൻ. നായനാരെ പരിഹസിച്ചു വരച്ച പേനകൊണ്ട് അദ്ദേഹം ഇപ്പോൾ ഉമ്മൻചാണ്ടിയെ, ആന്റണിയെ വിമർശിക്കുന്നു. ഒരിക്കൽ സ്വാതന്ത്ര്യമില്ലാതെ വരച്ചതിൽ യേശുദാസൻ ഇപ്പോൾ പശ്ചാത്തപിക്കുന്നുണ്ടാവാം.

കാർട്ടൂണിന്റെ മനഃശാസ്ത്രം

അസാധാരണമായ നർമബോധവും വരയൊതുക്കത്തിലെ സ്പഷ്ടതയും ഉൾച്ചേർന്ന കാർട്ടൂണിസ്റ്റാണ് സുകുമാർ. നമ്മുടെ വരവിരുതന്മാർക്കിടയിൽ സരസമായ ഗദ്യശേഷിയും ആവോളം ലഭിച്ചിട്ടുള്ളത് അദ്ദേഹത്തിനു തന്നെ. ഒരിക്കൽ തിരുവനന്തപുരത്ത് സംഘടിച്ച മാരത്തോൺ പ്രഭാഷണത്തിലൂടെ സുകുമാർ ഭാഷണകലയുടെ പ്രചാരശേഷി പ്രകടിപ്പിച്ചും റെക്കാർഡിട്ടു. മികച്ചൊരു സംഘാടകൻ കൂടിയായ അദ്ദേഹത്തിന്റെ കീഴിൽ കേരള കാർട്ടൂൺ അക്കാദമി, തിരുവനന്തപുരം കേന്ദ്രമാക്കി പ്രവർത്തിക്കുന്ന നർമകൈരളി തുടങ്ങിയ പ്രസ്ഥാനങ്ങൾക്കും നല്ല കാലമായിരുന്നു. പ്രത്യക്ഷത്തിൽ ഒരു ഗൗരവക്കാരനെന്ന് തോന്നിയാലും തെല്ലൊന്നടുത്താൽ ഈ മനുഷ്യനോടുള്ള ആദരവും സ്നേഹവും വർധിക്കും. സംഭാഷണത്തിൽ ലാളിത്യവും നർമവും എപ്പോഴും ഇദ്ദേഹം കാത്തു സൂക്ഷിക്കുന്നു.

സുകുമാർ

1932 ജൂലായ് മാസം 9–ാം തീയതി ആറ്റിങ്ങലിനടുത്ത് വിരളത്ത് കിഴക്കേമഠത്തിൽ സുബരായൻ പോറ്റിയുടെയും കൃഷ്ണമ്മാളിന്റെയും മകനായി ജനനം. മറ്റു പല കാർട്ടൂണിസ്റ്റുകളെയും പോലെ കുട്ടിക്കാലത്തു തന്നെ ആരംഭിച്ചതാണ് സുകുമാറിന്റെ നർമബോധം. പതിനേഴാം വയസിൽ, 1950 ലാണ് സുകുമാറിന്റെ ആദ്യ കാർട്ടൂൺ പ്രസിദ്ധീകരിക്കപ്പെടുന്നത്. *വികടൻ* മാസികയിൽ. അതും മാസികയുടെ മുഖചിത്രമായി. ദിനപത്രമായ *മലയാളി*യിലും *കൗമുദി വാരിക*

മനഃശാസ്ത്രിയും സുകുമാറും

യിലുമൊക്കെ അദ്ദേഹത്തിന്റെ രചനകൾ വെളിച്ചം കണ്ടു. 1954 ൽ ബി എ ബിരുദം നേടിയ ശേഷം 1957 ൽ സംസ്ഥാന പൊലീസിൽ ശമ്പളക്കാരനായി. സർക്കാർ സർവീസിലിരിക്കുമ്പോഴും ഈ കലാസപര്യ മുടങ്ങുകയുണ്ടായില്ല. കാക്കിക്കുള്ളിലെ കലാകാരൻ പക്ഷെ വിരമിച്ചശേഷമാണ് തികച്ചും ശക്തമായ വിധത്തിൽ പുറംവെളിച്ചത്തിൽ സജീവമായത്. പ്രധാനമായും രണ്ടു പംക്തികൾ; ഹാസ്യരചയിതാവ് എന്നനിലയിൽ *കഷായം*, കാർട്ടൂണിസ്റ്റ് എന്ന നിലയിൽ *ഡോ. മനഃശാസ്ത്രി* എന്നിവയാണ് സുകുമാറെന്ന അതുല്യനായ ഹാസ്യപ്രതിഭയെ പരിചയപ്പെടുത്തുന്നത്.

*ഡോ. മനഃശാസ്ത്രി*യിലൂടെ പൊതു സാമൂഹിക വിഷയങ്ങൾ അദ്ദഹം കൈകാര്യം ചെയ്തു. എന്നാൽ ഇവയൊക്കെ കുടുംബബന്ധങ്ങളുടെ ചട്ടക്കൂടുകളിൽനിന്നാണ് സംസാരിക്കുന്നത്. *മനഃശാസ്ത്രി* എന്ന പംക്തിക്ക് ലോകത്ത് മറ്റൊരിടത്തും എളുപ്പം കാണാനാവാത്തൊരു പ്രത്യേകത കൂടിയുണ്ട്. ഡോക്ടറും മറ്റും കഥാപാത്രങ്ങളും സംഭവങ്ങളുമൊക്കെ ക്ലോസ്-അപ്പ് സ്ക്രീനിലാണ് സംസാരിച്ചിരുന്നത്. തല മുതൽ നെഞ്ചുവരെയോ, ചിലപ്പോൾ മുഖം മാത്രമോ ആയിരിക്കും കോളത്തിൽ പ്രത്യക്ഷപ്പെടുക. പൊതുവെ പരിമിതിയേറിയ ഈ സാങ്കേതികതയെ മറികടക്കാൻ സുകുമാറിന്റെ ഭാവനാശേഷിക്ക് കഴിഞ്ഞു. ഒരു ലക്കം പോലും വിരസമാകാതെ ഈ പംക്തി കാൽനൂറ്റാണ്ടു കാലം *മനഃശാസ്ത്രം* വാരികയിൽ പ്രസിദ്ധീകരിക്കപ്പെട്ടു. അറിയപ്പെടുന്ന മനഃശാസ്ത്ര ഭിഷഗ്വരന്മാരുടെ നിരീക്ഷണങ്ങളും മറ്റും തന്റെ കാർട്ടൂണിന് അദ്ദേഹം വിഷ

വര:സുകുമാർ

യമാക്കിയിട്ടുണ്ട്. മുപ്പതു വർഷത്തെ സേവനത്തിനു ശേഷം അഡ്മിനിസ്ട്രേറ്റീവ് അസിസ്റ്റന്റ് പദവിയിലിരിക്കെ 1987 ൽ വിരമിച്ചു. സുകുമാർ കേരള കാർട്ടൂൺ അക്കാദമി തലപ്പത്തുള്ളപ്പോഴാണ് സംസ്ഥാന സ്കൂൾ -കലാലയ യുവജനോത്സവങ്ങളിൽ കാർട്ടൂണും മത്സര ഇനമാക്കപ്പെട്ടത്. കാർട്ടൂണിസ്റ്റുകൾക്കുള്ള ആദരവ് വാക്കുകളിലൊളിപ്പിക്കാതെ നേരിട്ടെത്തിക്കുന്ന പതിവും അദ്ദേഹം തന്നെയാണ് തുടങ്ങിവച്ചത്. ഇരുപത്തി രണ്ടോളം പുസ്തകങ്ങൾ പ്രസിദ്ധീകരിച്ചിട്ടുണ്ട് ഈ കാർട്ടൂണിസ്റ്റ്.

കൃഷ്ണേട്ടൻ

കേരളത്തിലെ കാർട്ടൂണിസ്റ്റുകൾക്കിടയിൽ ഒരേസമയം ജനകീയവും ബൗദ്ധികനിലവാരമുള്ളതുമായ കാർട്ടൂണുകൾകൊണ്ട് വ്യത്യസ്തനെന്ന് പേരു നേടിയ കാർട്ടൂണിസ്റ്റായ പി വി കൃഷ്ണന്റെ *സാക്ഷി* കാർട്ടൂണുകൾക്ക് മേൽസൂചിപ്പിച്ചപോലെ രണ്ടുതരം സ്വഭാവങ്ങളുണ്ട്. ജനകീയമായ കാർട്ടൂണകളാണവ. അതിന് വല്ലാത്തൊരു ബൗദ്ധികത

വര: പി വി കൃഷ്ണൻ

പി വി കൃഷ്ണൻ

ലവും. വിജയൻ സ്റ്റൈൽ ദുർഗ്രാഹ്യതയൊന്നും കടന്നുകൂടാറില്ലെങ്കിലും പ്രത്യേകമായൊരു ചിന്താപദ്ധതി ആവിഷ്കരിക്കുന്ന കാർട്ടൂണുകളാണ് അദ്ദേഹത്തിന്റേത്. അരവിന്ദന്റെയും ഒ വി വിജയന്റെയും കാർട്ടൂൺ സമീപനങ്ങളുടെ ഇടയ്ക്കു നിൽക്കുന്ന രചനകൾ. വാസ്തവത്തിൽ അദ്ദേഹത്തിന്റെ കാർട്ടൂണുകൾ ശരിയായ തരത്തിൽ നമ്മൾ പഠിച്ചിട്ടുണ്ടോ എന്നൊരു ചോദ്യത്തിന് ഏറെ പ്രാധാന്യമുണ്ട്. പലരെയും നമ്മൾ വെറുതെ കൊണ്ടാടുമ്പോൾ, വാനോളം പുകഴ്ത്തുമ്പോൾ, ഇല്ലാവചനങ്ങളുടെ കൊട്ടാരത്തിലെ ചക്രവർത്തിയാക്കുമ്പോൾ വരകൊണ്ടും ചിരികൊണ്ടും പെരുമാറ്റംകൊണ്ടും ജനകീയനായ ഈ മുതിർന്ന കാർട്ടൂണിസ്റ്റിനെ നമ്മളിൽ ചിലരെങ്കിലും അവഗണിക്കുന്നുണ്ട്.

1943 ലാണ് കൃഷ്ണന്റെ ജനനം. കണ്ണൂരിൽ. ന്യൂഡൽഹിയിലെ ഇന്ത്യൻ ഇൻസ്റ്റിറ്റ്യൂട്ട് ഓഫ് മാസ് കമ്യൂണിക്കേഷനിൽനിന്നും വിദ്യാഭ്യാസംനേടിയ അദ്ദേഹം *സാക്ഷി* കൂടാതെ *കണ്ടൻ കണ്ടതും കേട്ടതും (മാതൃഭൂമി)*, *പൊന്നി (ഈ ആഴ്ച)* എന്നീ പരമ്പരകളും ചെയ്തിട്ടുണ്ട്.

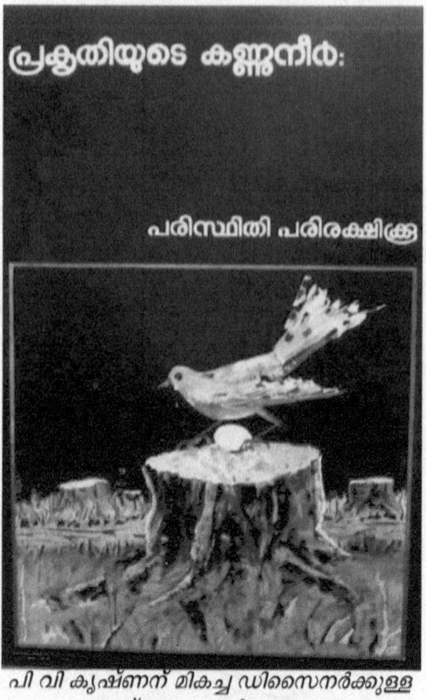

പി വി കൃഷ്ണന് മികച്ച ഡിസൈനർക്കുള്ള പുരസ്കാരം നേടിക്കൊടുത്ത പരിസ്ഥിതി സന്ദേശ പോസ്റ്റർ

*കുങ്കുമ*ത്തിലാണ് *സാക്ഷി* പരമ്പരയിലെ കാർട്ടൂണുകൾ പ്രസിദ്ധീകരിക്കപ്പെട്ടത്. *മാതൃഭൂമി*യുടെ 'നർമഭൂമി' ഹാസ്യസപ്ലിമെന്റിലും അദ്ദേഹം വരച്ചു. പബ്ലിക് റിലേഷൻസ് വകുപ്പിൽ ദീർഘകാലം സേവനമനുഷ്ഠിച്ചശേഷം വിരമിച്ച പി വി കൃഷ്ണൻ പോസ്റ്റർരചനയിലും വിലപ്പെട്ട സംഭാവനകൾ നൽകിയിട്ടുണ്ട്. പരിസ്ഥിതി ഡിപ്പാർട്ടുമെന്റിന്റെ മികച്ച പരിസ്ഥിതിസന്ദേശ പോസ്റ്റർ ഡിസൈനർക്കുള്ള പുരസ്കാരം നേടിയിട്ടുണ്ട് അദ്ദേഹം. ഒരിക്കൽ പരിചയപ്പെട്ടാൽ ആരെയും തന്റെ സൗഹൃദവലയത്തിലാക്കാൻ കഴിയുന്ന ജന്മസിദ്ധമായ എളിമ അദ്ദേഹത്തിന്റെ പ്രത്യേകതയാണ്. തികച്ചും സാധാരണക്കാരനായ മനുഷ്യൻ.

സർവകലാവല്ലഭൻ

ഒരു ചിത്രകാരൻ എന്ന നിലയിൽ പോൾ കല്ലാനോട് മറ്റു കാർട്ടൂണിസ്റ്റുകളിൽനിന്നും ഏറെ വ്യത്യസ്തനാണ്. ചിത്രകലയിൽ ഉണ്ടായിരുന്ന വൈദഗ്ദ്യം കാർട്ടൂണുകളിലും അദ്ദേഹം സമർഥമായി ഉപയോഗിച്ചു. ചിലരുടെ കൈയക്ഷരം കാണുമ്പോൾ നമ്മൾ പറയാറില്ലേ, അച്ചടിച്ചു വച്ചതുപോലെ എന്ന്. അതുപോലെ പോൾസ് കാർട്ടൂണുകളെയും വിശേഷിപ്പിക്കാം. വരച്ചതെന്ന് തോന്നാത്ത കാർട്ടൂണുകൾ.

ഒരു കുടിയേറ്റ കർഷകന്റെ മകനായി ജനിച്ച പോൾ കുട്ടിക്കാലത്തു തന്നെ ചിത്രകലാകാരൻ എന്ന നിലയിൽ അംഗീകാരങ്ങൾ നേടുകയുണ്ടായി. കേരളത്തിൽ ഏറെ അറിയപ്പെട്ടിട്ടുള്ള ആന്റണി മാസ്റ്റർ അക്കാലത്ത് കോഴിക്കോട് തുടങ്ങിയ യൂണിവേഴ്സൽ ആർട്ടിസ്റ്റിൽ നിന്ന് പോൾ ഡിപ്ലോമ കരസ്ഥമാക്കി. കുട്ടിക്കാലം മുതലുള്ള ഈ ചിത്രകലാഭ്യസനം പിന്നീട് ഏറെ വൈവിധ്യമുള്ള രചനാ പരീക്ഷണങ്ങൾ നടത്താൻ അദ്ദേഹത്തെ സഹായിച്ചു. ബ്ലെയ്ഡുകൾ ഉപയോഗിച്ച് പോൾ അദ്ദേഹം രചിച്ച ചില ചിത്രങ്ങൾ അതിശയമുളവാക്കുന്നവയാണ്. *പത്രാധിപരുടെ മുമ്പിൽ, ഡയറിക്കുറിപ്പുകൾ, ഡയലോഗികം, വരയും മൊഴിയും* പോൾ മാഷിന്റെ കാലക്രമേണയുള്ള പംക്തികളാണിവ. ഒരുപക്ഷേ കൂട്ടത്തിലേറ്റവും ശ്രദ്ധനേടിയത് *കലാകൗമുദിയിൽ* പ്രസിദ്ധീകരിച്ചു

പോൾ കല്ലാനോട്

വര: പോൾ കല്ലാനോട്

വന്ന *ഡയറിക്കുറിപ്പുകളാ*യിരിക്കും. സാഹിത്യസാമൂഹികരംഗത്തെ പ്രമുഖരായ പലരും ഡയറിക്കുറിപ്പുകളിൽ കാരിക്കേച്ചറുകളായി പ്രത്യക്ഷപ്പെട്ടു. ഒരു വ്യക്തിക്കുമൊപ്പം വന്ന വാചകങ്ങളും ഏറെ ചർച്ച ചെയ്യപ്പെട്ടു.

ഇത്രയും പറഞ്ഞു തീരുമ്പോൾ പോൾ കല്ലാനോടിനെ ഒരു കാർട്ടൂണിസ്റ്റ് എന്ന നിലയിൽമാത്രം വായിച്ചാൽ തെറ്റി. സാഹിത്യ അക്കാദമി പുരസ്കാരം നേടിയ കവി (*അൾപ്പാർപ്പില്ലാത്ത വീട്*) സംഗീതനാടക അക്കാദമി പുരസ്കാരം നേടിയ നാടകകൃത്ത് (*താഴ്‌വര*),നോവലിസ്റ്റ് (*അമാവാസികളുടെ തടവുകാരൻ*) എന്നിങ്ങനെ സർഗാത്മക രംഗത്ത് മറ്റു കാർട്ടൂണിസ്റ്റുകൾക്ക് കൂടി അഭിമാനിക്കത്തക്കവിധം ശ്രദ്ധേയനായ പ്രതിഭയാണ് ചിത്രകലാധ്യാപകൻ കൂടിയായ പോൾമാഷ്.

സാധാരണഗതിയിൽ ഒരു കാർട്ടൂണിസ്റ്റിന് തന്റെ അസാധാരണത്വം നിറഞ്ഞ വരജീവിതത്തിൽ ഉപയോഗിക്കപ്പെടുന്ന ചില അടിസ്ഥാന സർഗാത്മക മാനസിക സാങ്കേതികതകളുണ്ട്. അവയെ ആ കലാകാരൻ ഉപേക്ഷിക്കുമ്പോൾ അയാളിലെ ശരിയായ കലാകാരൻ ഉണരുന്നു എന്ന് മനസിലാക്കാം. ബുദ്ധിപൂർവമായ ഇത്തരം സാങ്കേതികത്വം ഒരു കാർട്ടൂണിസ്റ്റിലെ ഓരോ മുന്നോട്ടുപോക്കിനേയും സ്വാധീനിക്കും. അതേസമയം അദ്ദേഹം ഒരു കാർട്ടൂണിസ്റ്റ് മാത്രമല്ലാതായിരിക്കുകയും വ്യത്യസ്തമായ സർഗാത്മക മേഖലകളിൽ ഇടപെടുകയും ചെയ്യുമ്പോൾ അയാളുടെ സർഗാത്മകതയെ പിന്തുടരുന്നവർക്ക് മികച്ച സംതൃപ്തി ലഭിക്കുന്നതിനിടവരാം. പോൾ കല്ലാനോടിൽ മികച്ച കാർട്ടൂണും സാഹിത്യ രചനയും ഒരുപോലെ ലഭിക്കുമ്പോൾ എത്രയും വലിയ പ്രതിഭയാണ് അദ്ദേഹമെന്ന് വായനക്കാരന് തിരിച്ചറിവുണ്ടാകുന്നു.

കളിയല്ല കാർട്ടൂൺ

വരയിലെ വ്യക്തിത്വം, പ്രമേയത്തിലെ ഭാവുകത്വതെളിമ എന്നിവയുടെ സാന്നിധ്യത്താൽ ഇന്ത്യയിൽ ഇന്നേറ്റവും ഖ്യാതിയുള്ള കാർട്ടൂണിസ്റ്റുകളിൽ ഒരാളാണ് ഇ പി ഉണ്ണി. നവജാതശിശുവിനെ കേന്ദ്രകഥാപാത്രമാക്കി ഒരു തുടർ കാർട്ടൂൺ രചന നടത്തിയിട്ടുള്ള അദ്ദേഹത്തിന്റെ പല സൃഷ്ടികളും സമകാലിക രാഷ്ട്രീയത്തെ സൈദ്ധാന്തിക തലത്തിൽ വ്യാഖ്യാനം നടത്തുന്ന രീതിയിലുള്ളതാണ്. *കലാകൗമുദി*യിൽ 'കലി' പ്രസിദ്ധീകരിക്കപ്പെട്ടു തുടങ്ങിയ കാലത്ത് ആ പ്രസിദ്ധീകരണം അതിന്റെ പീക്ക് ടൈമിലായിരുന്നു. എല്ലാ തലത്തിലുമുള്ള വായനക്കാരെയും സ്വാധീനിച്ചിരുന്ന *കലാകൗമുദി*യിൽ അതുവരെ ടോംസിന്റെ 'ബോബനും മോളി'യുടെയും രാഷ്ട്രീയ ബന്ധിത കോളമായിരുന്നു അവസാന പേജിൽ വന്നിരുന്നത്. 'ബോബനും മോളിയും' *കലാകൗമുദി*യിൽ നിന്നും മാറിയ ഘട്ടത്തിൽ അവിടെ 'കലി' ഇടം പിടിച്ചു.

ഇ പി ഉണ്ണി

മാതൃഭൂമി, ജനയുഗം, മലയാളനാട്, കലാകൗമുദി എന്നീ ആഴ്ചപ്പതിപ്പുകളായിരുന്നു ഒരിക്കൽ മലയാളിയുടെ ആനുകാലിക വായനയെ ചട്ടം പഠിപ്പിച്ചിരുന്നത്. സാമാന്യ ജനത്തിന്റെ ദൈനംദിന ചിന്തകളിൽ പോലും ഈ പ്രസിദ്ധീകരണങ്ങൾ ഇടപെട്ടു. *ജനയുഗ*ത്തിനു ശേഷം എഴുപതുകളിൽ *മലയാള നാടും കലാകൗമുദി*യും ഈ രംഗത്ത് കാലുറപ്പിച്ചു. കമ്യൂണിസ്റ്റ് പാർട്ടി പ്രസിദ്ധീകരണമായ *ജനയുഗ*വും ബിസി

നസുകാരനായ എം കെ നായരുടെ *മലയാളനാടും* നിലച്ചതോടെ *കലാകൗമുദി* വളരെ വേഗത്തിൽ വളർന്നു. *മലയാളനാട്ടിൽ*നിന്നും *കലാകൗമുദി*യിലേയ്ക്ക് ചേക്കേറിയ പ്രൊഫ. എം കൃഷ്ണൻ നായരും, 'സാഹിത്യവാരഫല'വും, സി അച്യുതമേനോന്റെ 'ഡയറിക്കുറിപ്പുകളും', ടോംസിന്റെ കാർട്ടൂണുകളും, ഉന്നത ശീർഷരുടെയും നവജാത പ്രതിഭകളുടെയും രചനകളും സർവോപരി നമ്പൂതിരി വരകളും ആ പ്രസിദ്ധീകരണത്തിനെ പൊതു സമൂഹവായനയുടെ അനിവാര്യതയാക്കി. കൂട്ടത്തിൽ ഉണ്ണിയുടെ 'കലി' തുടക്കം കുറിച്ചതോടെ, സൈദ്ധാന്തികമായും മറ്റൊരു തലം *കലാകൗമുദി*ക്കുണ്ടായി.

വര: ഇ പി ഉണ്ണി

എന്നാൽ രണ്ടുതരം വായനക്കാരുണ്ടായി 'കലി'ക്ക്. ഒരുകൂട്ടർ തുടർച്ചയായി ഈ പേജ് വായിക്കുകയും ഒരാഴ്ച വായിക്കാതിരുന്നാൽ എന്തോ സർഗാത്മകതയ്ക്ക് കോട്ടം തട്ടുമെന്ന് ചിന്തിക്കുകയും ചെയ്തു. രാഷ്ട്രീയ സാമൂഹ്യ മേഖലയിലെ ഏതുതരം വ്യക്തികളും 'കലി'യാൽ ജനാധിപത്യമായി ചോദ്യം ചെയ്യപ്പെട്ടു. പരിഹസിക്കപ്പെട്ടു. മറ്റു ചിലർക്ക് ഈ പംക്തി തീരെ ബോധ്യം വന്നില്ല. അക്കൂട്ടർ ടോംസിന്റെയും മറ്റും ലാളിത്യത്തിൽ ആണ്ടുമയങ്ങുകയായിരുന്നു. എന്നാൽ അടിയന്തരാവസ്ഥക്കാലത്തിനുശേഷം ഒ വി വിജയൻ *കലാകൗമുദി*യിൽ തുടർച്ചയായി വരച്ച *ഇത്തിരി നേരമ്പോക്ക് ഇത്തിരി ദർശനവും* സൈദ്ധാന്തികത പ്രദാനം ചെയ്തു.

ഡൽഹിയിലിരുന്ന് ഉണ്ണി വരച്ച കാർട്ടൂണുകൾക്കും ദേശീയ മുഖമുദ്രയുണ്ടായിരുന്നു. സംസ്ഥാന രാഷ്ട്രീയ നേതാക്കന്മാരേക്കാൾ അദ്ദേഹം കേന്ദ്രതല രാഷ്ട്രീയ പ്രതിഭകളെ നിരീക്ഷിച്ചു. രൂപവും സ്വഭാവും വച്ചു നോക്കുമ്പോൾ ഒരു ഗ്രാഫിക് നോവലായി പരിഗണിക്കാവുന്ന സൃഷ്ടിയായിരുന്നു 'കലി'. മറ്റു പലരേയും പോലെ ഉണ്ണിയും *ശങ്കേഴ്സ് വീക്കിലി*യിൽ വരച്ചു തുടങ്ങിയ ആളാണ്. 1972 ൽ ആദ്യ കാർട്ടൂൺ പ്രസിദ്ധീകരിക്കപ്പെട്ടു. അക്കാലത്ത് വിയറ്റ്നാം- അമേരിക്ക സംഘർഷം നടക്കുന്ന കാലമാണ്. അമേരിക്കൻ ഭരണാധികാരിയായ നിക്സണായിരുന്നു ആദ്യ കാർട്ടൂണിലെ വിഷയം. ഇതു കഴിഞ്ഞ് അഞ്ചാണ്ടുകൾ പിന്നിട്ടപ്പോൾ ഉണ്ണി *ദി ഹിന്ദുവിൽ* സ്റ്റാഫ് കാർട്ടൂണിസ്റ്റായി ചേർന്നു. അപ്പോൾ

മുതൽ കാർട്ടൂൺ രചന ഒരു ദൈനംദിന പ്രവൃത്തിയായി അദ്ദേഹത്തിന്. *ഹിന്ദുവി*ലെത്തുന്നതിനുമുമ്പ് ഉണ്ണി തന്റെ കാർട്ടൂണുകൾ പല പ്രസിദ്ധീകരണങ്ങൾക്കും അയച്ചുകൊടുത്തിരുന്നു. 1975–77 കാലഘട്ടം അടിയന്തരാവസ്ഥയുടെ സെൻസർഷിപ്പ് ഭീകരതയ്ക്കുള്ളിലായിരുന്നു. അബു എബ്രഹാമിനെ പോലെ ചിലരൊഴികെ ഒട്ടുമിക്കയാളുകളും വര നിർത്തി കൂട്ടിലൊളിച്ചു. അടിയന്തരാവസ്ഥയ്ക്കെതിരെ ഉണ്ണി വരച്ച കാർട്ടൂണുകൾ പല പ്രസിദ്ധീകരണങ്ങളും നിരസിച്ചു. പിന്നീടാണ് തന്റെ ക്രിയേറ്റീവ് അടിത്തറ *ദി ഹിന്ദുവി*ലൂടെ അദ്ദേഹം ശക്തിപ്പെടുത്തുന്നത്. എൺപതുകളുടെ ഒടുവിൽ ഉണ്ണി *സൺഡേ ഡെയിലി*യിലേയ്ക്ക് കൂടുമാറി. പിൽക്കാലത്ത് *ഇക്കണോമിക് ടൈംസി*ലും *ഇന്ത്യൻ എക്സ്പ്രസി*ലും ചേക്കേറി. ഇടക്കാലത്ത് സ്വന്തം കാർട്ടൂണുകൾ പ്രസിദ്ധീകരിക്കാൻ ഉണ്ണി സിൻഡിക്കേറ്റ് എന്ന പേരിൽ ഒരു പ്രസ്ഥാനം തുടങ്ങി. സ്വതന്ത്രമായി വരയ്ക്കുന്ന ഈ കാർട്ടൂണുകൾ ആർക്കുവേണമെങ്കിലും ഉപയോഗിക്കാം. പല പ്രസിദ്ധീകരണങ്ങളിലും ഇപ്രകാരം കാർട്ടൂണുകൾ വന്നു. ഇപ്പോൾ *ഇന്ത്യൻ എക്സ്പ്രസിൽ* ചീഫ് പൊളിറ്റിക്കൽ കാർട്ടൂണിസ്റ്റാണ് അദ്ദേഹം. കാർട്ടൂണിന് ആ കല അർഹിക്കുന്ന തരത്തിൽ അംഗീകാരം കിട്ടുന്നുണ്ടോ എന്ന കാര്യത്തിൽ ഉണ്ണിക്ക് സംശയമുണ്ട്. അടുത്തകാലത്ത് *മാധ്യമം ആഴ്ചപ്പതിപ്പി*നു നൽകിയ അഭിമുഖത്തിൽ ഉണ്ണി പറഞ്ഞു:

> *സാംസ്കാരിക രംഗത്ത് ചാതുർവർണ്യമുണ്ട്. സാഹിത്യകാരൻ ബ്രാഹ്മണൻ, പാടുന്നവരും വരയ്ക്കുന്നവരും ശൂദ്രഗണം. പുറംനാട്ടിൽ കാർട്ടൂണിന് പഠന ഗവേഷണ കേന്ദ്രങ്ങളുണ്ട്. മ്യൂസിയങ്ങളുണ്ട്. കാർട്ടൂണിന്റെ പേരിൽ അഭിമാനിക്കാവുന്ന കേരളത്തിന് ഇതൊന്നും വേണ്ട. കേരളത്തിലെ കാർട്ടൂൺ തീർച്ചയായും മാറും. രാഷ്ട്രീയം മാറുന്നതിനൊപ്പം. ഉത്തരേന്ത്യൻ രാഷ്ട്രീയമോ ഇവിടെ അനുരണനങ്ങളുള്ള ഗുജറാത്തോ ഒക്കെ ഇവിടത്തെ കാർട്ടൂണുകളിൽ കയറേണ്ടതുണ്ട്. എന്തിന്, തൊട്ടടുത്ത തമിഴകം വരെയെങ്കിലും ചെല്ലാൻ കാർട്ടൂണിസ്റ്റിനെ അനുവദിക്കണം. സിനിമയിൽപ്പോലും പൊള്ളാച്ചിയും രാജമാണിക്യവും ഒക്കെ വിലസുന്നുണ്ടല്ലോ. കാർട്ടൂണിസ്റ്റിന് മുന്നിലെ വിഷയ- മാധ്യമ സമൃദ്ധികൾക്കിടയിൽത്തന്നെ തെറ്റായ പ്രവണതകൾ കാണുന്നുണ്ട്. ഉദാഹരണത്തിന് പ്രമുഖരുടെ കാർട്ടൂണുകളുടെ ക്ലോണിങ്, കപട ഗൗരവം, കാർട്ടൂണിനെ കാരിക്കേച്ചർ മാത്രമാക്കുന്ന രീതി... പാളിച്ചകൾ ഉണ്ടെങ്കിൽ കാർട്ടൂണിസ്റ്റുകളെ മാത്രം പഴിച്ചിട്ടു കാര്യമില്ല. പത്രാധിപന്മാരും കൂടി കുറ്റം ഏൽക്കണം.*

ജനകീയതയുടെ ചിരിവരകൾ

ആയിരത്തിതൊള്ളായിരത്തി തൊണ്ണൂറുകൾക്കു ശേഷം മലയാള കാർട്ടൂൺരചനാരംഗത്ത് ഗോപീകൃഷ്ണൻ നേടിയ ജനകീയ അംഗീകാരം മറ്റൊരു കാർട്ടൂണിസ്റ്റിനും നേടാൻ കഴിഞ്ഞിട്ടില്ല എന്നുതന്നെ പറയാം. സാധാരണ കാർട്ടൂണിസ്റ്റുകളുടെ ശൈലിയിൽനിന്നും വ്യത്യസ്തമായിരുന്നു ഗോപീകൃഷ്ണന്റെ കാർട്ടൂൺഭാഷ. തൊണ്ണൂറുകളുടെ തുടക്കത്തിൽ *കേരളകൗമുദി*യിൽ വരച്ചിരുന്ന കാലത്താണ് ഗോപീകൃഷ്ണന്റെ കാർട്ടൂണുകൾ ഇത്രയേറെ ജനശ്രദ്ധ പിടിച്ചുപറ്റിയത്. ആ സമയത്ത് ഗോപീകൃഷ്ണന്റെ കാർട്ടൂൺ കാണാൻവേണ്ടി മാത്രം *കേരളകൗമുദി* പത്രം വാങ്ങിയിരുന്ന ഒട്ടനവധിയാളുകളുണ്ടായിരുന്നു. *ജനയുഗ*ത്തിലെ മന്ത്രിക്കുശേഷം "ഇന്നത്തെ പത്രത്തിലെ കാർട്ടൂൺ കണ്ടിരുന്നോ" എന്ന് പൊതുജനത്തെക്കൊണ്ട് പരസ്പരം ചോദിപ്പിച്ച കാർട്ടൂണിസ്റ്റ് ഗോപീകൃഷ്ണനായിരുന്നു. കാർട്ടൂണിനുവേണ്ടി ദൈനംദിന സാമൂഹിക-രാഷ്ട്രീയ വിഷയങ്ങൾക്കുപുറമെ ചലച്ചിത്രങ്ങളെയും പുസ്തകങ്ങളെയുംവരെ കൂട്ടുപിടിച്ചു അദ്ദേഹം. തികച്ചും ജനകീയ സമീപനമായിരുന്നു ഈ കാർട്ടൂണിസ്റ്റിന്റേത്.

ഗോപീകൃഷ്ണൻ

കോഴിക്കോട് സ്വദേശിയായ ഗോപീകൃഷ്ണൻ വളരെ ചെറുപ്പം മുതൽ ചിത്രം വരയ്ക്കുന്ന ശീലക്കാരനായിരുന്നു. അദ്ദേഹത്തിന്റെ പിതാവും ചിത്രകാരനായിരുന്നു-രാഘവൻനായർ. ഒരു കാർട്ടൂണിസ്റ്റിന്റെ അടിസ്ഥാനപ്രമാണം 'ചിരിക്കൊപ്പം ചിന്ത'എന്നതാണെങ്കിൽ

ടോംസിനുശേഷം അതിൽ ഏറ്റവുമധികം വിജയിച്ചത് ഗോപീകൃഷ്ണൻ തന്നെ. ഉദാഹരണത്തിന് അദ്ദേഹം വരച്ച ഒരു കാർട്ടൂൺ കണ്ടിട്ട് നിരക്ഷരനായ ഒരാൾക്ക് പോലും ഊഹിക്കാൻ കഴിയും അവിടെ ഏതു വാചകമാണ് വരേണ്ടതെന്ന്. എന്നാൽ അവിടെ വായനക്കാരനെ ഞെട്ടിച്ചുകൊണ്ട് തികച്ചും അനുയോജ്യവും അയാളെ നിരാശപ്പെടുത്താത്തതുമായ ഒരു വാചകമാവും ഗോപീകൃഷ്ണൻ എഴുതുക. അത് തിരിച്ചറിഞ്ഞാൽ വായനക്കാരൻ ഇതുതന്നെയാണ് ഇതിന് ഉചിതം എന്നു ചിന്തിക്കുകയും ചെയ്യും.

വര: ഗോപീകൃഷ്ണൻ

ഒരുദിവസം ഒരു വിശേഷപ്പെട്ട സംഭവം നടക്കുന്നു. എല്ലാവരും അതറിയുന്നു. നമുക്കെല്ലാവർക്കും ഒരേ അഭിപ്രായങ്ങളാണ് അക്കാര്യത്തിൽ. പ്രതികരിക്കണമെന്നുമുണ്ട്. നിവൃത്തിയുണ്ടോ? എങ്ങനെ പ്രതികരിക്കും? എവിടെ അതിനൊരവസരം ലഭിക്കും? പൊതുവായനക്കാരന്റെ ഈ ധർമസങ്കടത്തിന് പലപ്പോഴും പരിഹാരം അന്യമത്രേ. എന്നാൽ തൊട്ടുപിറ്റേ ദിവസത്തെ പത്രത്തിൽ അതേ വിഷയത്തിനെ അനുബന്ധിച്ച് ഒരു കാർട്ടൂൺ പ്രസിദ്ധീകരിക്കപ്പെട്ടു. ഭൂരിപക്ഷം വായനക്കാരന്റെയും അനുഭവമാണ് അയാൾ വരച്ചിരിക്കുന്നത്. ന്യായമായും ആ കാർട്ടൂണിസ്റ്റിനോട് വായനക്കാരന് പ്രതിബദ്ധത തോന്നുക സ്വാഭാവികം. ഈ വിധത്തിലാണ് ഗോപീകൃഷ്ണൻ ആസ്വാദക പിന്തുണ നേടിയത്. പൗരന്റെ അഭിപ്രായം ഈ കാർട്ടൂണിസ്റ്റ് കണ്ടറിഞ്ഞു വരയ്ക്കും. ഒരു വ്യത്യാസമേയുള്ളൂ. ഒരാൾ ഒരു വിഷയത്തോട് സാധാരണ ഗതിയിൽ എങ്ങനെയാണ് പ്രതികരിക്കുക, ആ രീതിയിൽ നിന്നും മാറി ഒരു കാർട്ടൂണിസ്റ്റിന്റെ മനസോടെയാവും പത്രക്കടലാസിൽ അത് തെളിയുക. ഈ നയത്തിൽ നോക്കുമ്പോൾ സമകാലിക കാർട്ടൂണിസ്റ്റുകളിൽ ഗോപീകൃഷ്ണൻ മറ്റാരെക്കാളും മുന്നിലെത്തുന്നു.

1993 ലാണ് ഗോപീകൃഷ്ണൻ *കേരള കൗമുദി*യിലെത്തുന്നത്. നമ്മുടെ പൊളിറ്റിക്കൽ കാർട്ടൂണിസ്റ്റുകളുടെ ഇന്നോളമുള്ള ചരിത്രത്തിൽ മറ്റൊരാൾക്കും ലഭിക്കാത്തത്ര ജനകീയത അക്കാലത്ത് ഗോപീ

കൃഷ്ണനു ലഭിച്ചു. മന്ത്രിയും ഗഫൂറും യേശുദാസനുമൊക്കെ ശേഷം പൊളിറ്റിക്കൽ കാർട്ടൂണിൽ താരപദവി ഗോപീകൃഷ്ണൻ സമ്പാദിച്ചു. കടകമ്പോളങ്ങളിൽ, ഗ്രന്ഥശാലകളിൽ, സിനിമാ സെന്ററുകളിലൊക്കെ ഗോപീകൃഷ്ണൻ അറിയപ്പെട്ടു. ഇക്കാലത്ത് ഗോപി *കേരളകൗമുദി* വിട്ടു, *മാതൃഭൂമി*യിലെത്തി. ഗോപീകൃഷ്ണൻ *കൗമുദി* പ്രസിദ്ധീകരണങ്ങളിൽ നിന്നും *മാതൃഭൂമി*യിലെത്തുമ്പോൾ സാഹചര്യങ്ങളും ഏറെ മാറിയിരുന്നു. ഒരുപാടു ചെറുപ്പക്കാർ ഗോപീസ്റ്റൈൽ കാർട്ടൂണിസ്റ്റുകളായി. ഇന്ന് ചില കാർട്ടൂണിസ്റ്റുകളെങ്കിലും ഗോപീകൃഷ്ണനെ അന്ധമായി അനുകരിക്കുന്നവരാണ്. പല സമകാലിക കാർട്ടൂണിസ്റ്റുകളേയും ഈ ചെറുപ്പക്കാരൻ സ്വാധീനിക്കപ്പെട്ടു. *മാതൃഭൂമി*ലേയ്ക്കുള്ള ഗോപീകൃഷ്ണന്റെ വരവിനുശേഷം അത്രയ്ക്കൊന്നും ഈ കാർട്ടൂണിസ്റ്റിന് ശോഭിക്കാനാവുന്നില്ല എന്നൊരു വിമർശനമുണ്ട്. എന്നാൽ വളരെ രസകരമായൊരു സംഗതിയുണ്ട് ഈ വിമർശനങ്ങൾക്കു പിന്നിൽ. തൊണ്ണൂറുകളുടെ തുടക്കത്തിൽ. ഗോപീകൃഷ്ണന്റെ കാർട്ടൂണുകളെ പൊതുജനം സ്വീകരിച്ചതിനു പിന്നിലെ പ്രധാന വസ്തുത, അയാൾ തന്റെ വരയിൽ മൗലികതയുടെ പ്രപഞ്ചം സൃഷ്ടിച്ചിരുന്നു എന്നതാണ്. ഗോപിയുടെ മൗലികതയെ കോപ്പിയടിച്ച് ചില വിരുതന്മാർ രംഗത്തെത്തി. ഇത് ശരിയായൊരു പ്രവണതയാണോയെന്ന് ആധുനിക കലാവിമർശകർ ചർച്ചയ്ക്ക്

വര: ഗോപീകൃഷ്ണൻ

എല്ലാം പ്രധാനമന്ത്രിയുടെ അറിവോടെ -രാജ

വര: ഗോപീകൃഷ്ണൻ

വയ്ക്കേണ്ടതുണ്ട്. ഗോപീകൃഷ്ണനെ അനുകരിച്ചും അദ്ദേഹത്താൽ സ്വാധീനിക്കപ്പെട്ടും ഭാവുകത്വന്യൂനതകൾ സൃഷ്ടിക്കുന്ന ഒട്ടേറെ കാർട്ടൂണിസ്റ്റുകൾക്കിടയിൽ ഗോപീകൃഷ്ണന്റെ വര പണ്ടേപ്പോലെ ഫലിക്കുന്നില്ല എന്ന് വിമർശിക്കുന്നവർക്ക് *കാകദൃഷ്ടി* എന്ന പോക്കറ്റ് കാർട്ടൂൺ കോളത്തിലൂടെ മറുപടി നൽകുവാൻ അദ്ദേഹത്തിന് സാധിക്കുന്നുണ്ട്.

ധർമസങ്കടത്തിൽപ്പെട്ടുപോയേക്കാവുന്ന സാഹചര്യങ്ങൾക്കിടയിലും പക്ഷപാതങ്ങളില്ലാതെ വരയ്ക്കാൻ അദ്ദേഹത്തിന് സാധിക്കുന്നു എന്നത് നിസ്സാര കാര്യമല്ല. ഒരു കലാകാരൻ വ്യക്തിത്വമുള്ളവനായിരിക്കും. അത് വാക്കിലും നോക്കിലും പ്രവൃത്തിയിലും എഴുതുന്ന വരകളിലും കാണും. അതൊക്കെക്കൊണ്ടാവണം സിനിമാക്കാരേക്കാൾ ജനപിന്തുണ ഗോപികൃഷ്ണനു ലഭിക്കുന്നത്.

കുട്ടിവര ഇവിടെ കട്ടിവര

നമ്മുടെ ബാലമാസികകൾ ബഹുവർണ്ണ അച്ചടിയിലേക്ക് മാറ്റപ്പെടുംമുമ്പുള്ള കാലത്തിന്റെ അവസാനഘട്ടത്തിലെപ്പോഴോ ആണ് *ബാലരമ*യിൽ 'തലമാറട്ടെ' എന്ന കാർട്ടൂൺ പംക്തി പ്രത്യക്ഷപ്പെടുന്നത്. രണ്ടു കുട്ടികളും അവരെ രക്ഷിക്കാൻ നടക്കുന്ന സാഹസികനായ ഒരു വിചിത്രകഥാപാത്രവും–ഇത്തരത്തിലുള്ള നമ്മുടെ വ്യവസ്ഥാപിത ചിത്രകഥാസമ്പ്രദായങ്ങളിൽനിന്ന് പൂർണമായും മാറി തികച്ചും വ്യത്യസ്തമായൊരു പ്രമേയത്തോടെയാണ് 'തലമാറട്ടെ' എന്ന പംക്തി തുടങ്ങുന്നത്. ഈ പംക്തിയിലെ കൊച്ചുകുട്ടി വിചാരിച്ചാൽ രണ്ടുപേരുടെ തലകൾ പരസ്പരം മാറ്റിവയ്ക്കാം. തുടർന്ന് അതിന്റെ നൂലാമാലകൾ... *ബാലരമ*യിൽ പ്രസിദ്ധീകരിച്ചുതുടങ്ങി അധികം വൈകാതെ 'തലമാറട്ടെ' വൻഹിറ്റായി. കാർട്ടൂണിസ്റ്റിന്റെ പേര് വേണു.

വേണു

പണ്ടൊക്കെ നമ്മുടെ ബാലചിത്രകഥകളിൽ കാർട്ടൂണുകൾ എന്ന പേരിൽ പരാമർശിക്കപ്പെട്ടതൊക്കെ രേഖാചിത്രങ്ങളാണെന്ന് തെളിയിച്ചത് വേണുവാണ്. 'കപീഷും' 'ഇൻസ്പെക്ടർ ഗരുഡും' മായാവിയുമൊക്കെ രേഖാചിത്ര സാങ്കേതത്തിൽ വരയ്ക്കപ്പെട്ടവയാണ്. വരയിൽ കാർട്ടൂൺശൈലി കൊണ്ടുവന്നത് വേണുവിന്റെ 'തലമാറട്ടെ' യാണ്. സാധാരണക്കാരായ പൊതുജനത്തെ ഏറ്റവും നന്നായി വരച്ചത് മലയാള കാർട്ടൂണിസ്റ്റുകളിൽത്തന്നെ

ശരശ്(ഐ)യ്യ!

വര: വേണു

ടോംസും വേണുവുമാണ്. ടോംസ് അറുപതാണ്ടുകൾക്കുമുൻപ് തുടങ്ങിവച്ച രീതിയാണെങ്കിലും പുതുതലമുറപോലും ചിത്രകഥകളിൽ രേഖാചിത്രരീതി മാത്രം അവലംബിക്കുന്നു. അതേസമയം ടോംസാകട്ടെ ബാലചിത്രകഥ എന്ന മട്ടിലായിരുന്നില്ല 'ബോബനും മോളിയും' അവതരിപ്പിച്ചിരുന്നത്.

ബാല്യകാലത്ത് ഒരാൾക്ക് സാഹസികതയുടെ അതിർവരമ്പുകളെല്ലാം പൊട്ടിക്കാൻ തോന്നുന്ന മനസാണുണ്ടാവുക. മോഹൻലാലിന്റെയും മമ്മൂട്ടിയുടെയും രജനീകാന്തിന്റെയുമൊക്കെ പടങ്ങൾ ദൂരദർശനിൽ കണ്ടിറങ്ങി കൂട്ടുകാർക്കൊപ്പം നായകൻ അല്ലെങ്കിൽ വില്ലൻ കളിക്കുന്ന പ്രായത്തിൽ വീട്ടുമുറ്റത്തിനും സ്കൂൾകോമ്പൗണ്ടിനുമപ്പുറത്തേക്ക് ഈ സാഹസിക കോപ്രായങ്ങൾ പോകുമായിരുന്നില്ല. ഈ വീരത്വമുള്ള മനസ്സ് ആഹ്ളാദത്തോടെ പുറത്തുചാടുന്നത് മിക്കപ്പോഴും സാഹസിക ചിത്രകഥകളിലെ 'മാൻഡ്രേക്കി'നെയും 'ഫാന്റ'ത്തിനെയും 'ലോഥറി'നെയും 'സൂപ്പർമാനെ'യുമൊക്കെമൊക്കെ വായിക്കുമ്പോഴാണ്. പിൽക്കാലത്ത് ഇത്തരം ചിത്രകഥകളിൽ മമ്മൂട്ടിയും ലാലും രജനിയുമൊക്കെ നായകരായി മലയാളീകരിക്കപ്പെട്ടു എന്നത് മറ്റൊരു വസ്തുത. ശാന്തമുഖഭാവമുള്ള 'മായാവി'യും 'കപീഷു'മൊക്കെ വലിയ സ്ഥാനം നേടിയെങ്കിലും തുറിച്ച കണ്ണുകളും തള്ളിയ പല്ലുകളും ഉമിനീരുതെറിക്കുന്ന

വായും കഷണ്ടിത്തലയുമുള്ള നാടൻ നായകരെ കാണുന്നത് വേണുവിന്റെ കഥാപാത്രങ്ങളിലൂടെയാണ്. ഏറ്റവും ജനകീയമായ വരകളാണ് വേണുവിനെ കൂടുതൽ ശ്രദ്ധേയനാക്കുന്നത്.

കെ പി ജനാർദ്ദനന്റെയും കെ എസ് പങ്കജാക്ഷിയുടെയും മകനായി 1954 ൽ കോട്ടയം ജില്ലയിലെ മടപ്പള്ളിയിലാണ് വേണു എന്ന വേണുഗോപാലിന്റെ ജനനം. 1967 ൽ *ബാലയുഗ*ത്തിലാണ് ആദ്യ കാർട്ടൂൺ പ്രസിദ്ധീകരിക്കപ്പെട്ടത്. ഡ്രോയിങ്, പെയിന്റിങ്, ഡിസൈനിങ് എന്നിവയിൽ ഗവൺമെന്റ് അംഗീകൃത സർട്ടിഫിക്കറ്റ് കരസ്ഥമാക്കിയിട്ടുണ്ട് അദ്ദേഹം. ഇപ്പോൾ മലപ്പുറം ജില്ലയിലെ തിരൂരിലാണ് സ്ഥിരതാമസം. ചിത്രകലാവാസന ഉണ്ടായിരുന്ന അച്ഛൻ ജനാർദ്ദനനാണ് കാർട്ടൂൺ കലയിലേക്കുള്ള തന്റെ വഴി തുറന്നതെന്ന് വേണു വിശ്വസിക്കുന്നു. ചിത്രകലാധ്യാപകൻ എന്ന നിലയിലും വേണു സജീവമാണ്. *മലയാളമനോരമ*യിലാണ് വേണുവിന്റെ ആദ്യ രാഷ്ട്രീയകാർട്ടൂൺ പ്രസിദ്ധീകരിക്കപ്പെട്ടത്. *ബാലരമ*യിലും *ബാലഭൂമി*യിലും *മാധ്യമം* ദിനപത്രത്തിലും നിരന്തരം കാർട്ടൂൺ വരയ്ക്കുന്ന വേണുവിന് അധികവും കുട്ടികളാണ് ആരാധകർ.

ശൈലീവല്ലഭൻ

മലയാളികൾക്കിടയിൽ നല്ല ചിരി എപ്പോഴും കിട്ടുക തൃശൂർകാർക്കിടയിൽ നിന്നാണ് എന്നൊരു പഴഞ്ചൊല്ലുണ്ട്. അവർ ഗൗരവത്തോടെ പറയുന്നതും ചിലപ്പോൾ തമാശയായിട്ടാവും മറ്റുള്ളവർക്ക് അനുഭവപ്പെടുക. പി മോഹനനെന്ന കാർട്ടൂണിസ്റ്റും തൃശൂർകാരനാണ്. ചാനൽ പ്രൊഡ്യൂസറാണ്. എന്നുമാത്രമല്ല മലയാറ്റൂർ അവാർഡു നേടിയ നോവലിസ്റ്റുമാണ്. തൃശൂരിലാണ് അദ്ദേഹത്തിന്റെ ജനനം. സയൻസ് ബിരുദം നേടിയിട്ടുള്ള മോഹനൻ കുറച്ചുകാലം ഇക്കണോമിക്സ് ലക്ചററായിരുന്നു. പിന്നെ *എക്സ്പ്രസ്* പത്രത്തിൽ പത്രാധിപ സമിതിയിൽ കുറച്ചുകാലം സേവനം. പിന്നീട് ഏഷ്യാനെറ്റിലേക്ക്. ഏഷ്യാനെറ്റിൽ പ്രത്യക്ഷപ്പെട്ടിരുന്ന കാർട്ടൂൺ പരമ്പര,'ഭരതവാക്യം'.

പി മോഹനൻ

ഒരൽപ്പം ദുർഗ്രാഹ്യത പി മോഹനന്റെ കാർട്ടൂണുകളുടെ അടയാളമാണ്. 'കാർട്ടൂണും കണ്ടിട്ട് എവിടെ തിടുക്കം കൂട്ടി പോകുന്നു? ഇരിക്കവിടെ. മുഴുവനും വായിക്ക്. നന്നായി നോക്ക്. വീണ്ടും നോക്ക്. മനസിലായില്ലെങ്കിൽ വീണ്ടും വീണ്ടും നോക്ക്. പിടികിട്ടും ആശാനേ..!' –എന്ന് സ്വന്തം കഥാപാത്രങ്ങളെക്കൊണ്ട് പറയിക്കുന്ന വിധമാണ് അദ്ദേഹത്തിന്റെ ഓരോ കാർട്ടൂണും. ഒ വി വിജയനൊക്കെ സ്വീകരിച്ച കാർട്ടൂൺ ശൈലിയിലെ മറ്റൊരുവഴി. പി മോഹനന്റെ സംസാരത്തിൽ മാത്രമേ ഈ തൃശൂരിയൻ ഹാസ്യമുള്ളൂ.

വര അങ്ങനെയല്ല. അതിന്റെ ശൈലി, തേക്കിൻകാടു മൈതാനത്തിലൊതുങ്ങാതെ ദില്ലി വഴി വാഷിങ്ടൺ ഡി സി വരെ ചെല്ലുന്നു. ഒരുപക്ഷേ ഒറ്റശേഖരമംഗലത്തുകാരനോ ഓണാട്ടുകാരനോ പിടികിട്ടണമെന്നില്ല. എന്നാൽ മോഹനന്റെ കാർട്ടൂൺ കോളങ്ങളുടെ പേരു കേൾക്കുക- *വിത്തും കൈക്കോട്ടും*, *മണ്ണാങ്കട്ടയും കരീലയും*, *ഭൂമി മലയാളം* തനി മലയാളിയുടെ അന്താരാഷ്ട്ര കാർട്ടൂണുകൾ. *ഗൾഫ് ടുഡെ* മുതൽ *മെട്രോപോളിസ്*, *ഇലസ്ട്രേറ്റഡ് വീക്കിലി*വരെയുള്ള വമ്പന്മാരുടെ പേജുകളിലും ഈ മലയാളിയുടെ കാർട്ടൂണുകൾ പ്രസിദ്ധീകരിക്കപ്പെട്ടിട്ടുണ്ട്.

വര: പി.മോഹനൻ

ജി അരവിന്ദനെപ്പോലെയാണ് പി മോഹനന്റെ കാര്യവും. ഏതാണ് ശരിയായ മേഖല? കാർട്ടൂണിസ്റ്റാണോ? എഴുത്തുകാരനാണോ? അതോ മാധ്യമവിദഗ്ധനോ? സകലതിലും കൈവച്ച് നശിപ്പിക്കുന്നവരിൽനിന്നും ഇദ്ദേഹത്തിന് വ്യത്യസ്തതകളേറെ. അതുകൊണ്ടുതന്നെ മലയാളി കാർട്ടൂണിസ്റ്റുകളിലെ ശൈലീവല്ലഭനാണ് പി മോഹനനെന്ന് വിശേഷിപ്പിക്കാം.

ഏഷ്യാനെറ്റിലെ ഉത്തരവാദപ്പെട്ട ജോലിസ്ഥാനത്തിരിക്കുമ്പോഴും മോഹനനിലെ കാർട്ടൂണിസ്റ്റ് തന്നിലെ വരക്കലാകാരനെന്ന ആ സർഗാത്മക ചുമതലകൂടി നിറവേറ്റാൻ തയാറാണ്. 'ഭരതവാക്യം' അത്തരത്തിലൊരു വിഷ്വൽ രചനയാണ്. കാർട്ടൂൺ ഒരു സ്റ്റേജ് കല അല്ലെന്നിരിക്കിലും അനിമേഷന്റെ സാധ്യതകൾ ഉപയോഗിക്കാൻ ഒരു കാർട്ടൂണിസ്റ്റിന് സാധിക്കുന്നു എന്നതാണ് പ്രധാനം. 'ഭരതവാക്യം' സംസാരിക്കുന്നത് സാധാരണത്വം നിറഞ്ഞ കാര്യങ്ങളല്ല. ആധുനികകാല ആഗോള സംസ്കാരത്തിന്റെ പ്രതിസന്ധികളെക്കുറിച്ചും പ്രശ്നാധിഷ്ഠിത ഭൂമുഖവിഷയങ്ങളും ഈ രചന സംസാരിക്കുമ്പോൾ കാർട്ടൂണിസ്റ്റിന്റെ സാമൂഹിക പ്രതിബദ്ധത കൂടി ഇവിടെ അടയാളപ്പെടുന്നു. ശുദ്ധഹാസ്യത്തിന്റെ സാങ്കേതികതത്വങ്ങളെ കാർട്ടൂണിൽ ആവിഷ്കരിക്കാൻ കഴിഞ്ഞവർ കേരളത്തിൽ കുറവാണ്. മോഹനൻ അന്വേഷിക്കുന്നതും അത്തരം സാധ്യതകൾ കൂടിയാണ്.

സംഭാഷണങ്ങൾ

ഒരു വരയ്ക്കുമപ്പുറം

സംവാദം: പി വി കൃഷ്ണൻ, സുജിത്, സുധീർനാഥ്/ വി സി അഭിലാഷ്

സമകാലിക കാർട്ടൂണിന്റെ ഗതിവഴികളിലെ നടപ്പുദീനങ്ങൾ കാർട്ടൂണിസ്റ്റുകളുടെ സർഗാത്മക സ്വാതന്ത്ര്യത്തിൽ ഇടപെടുക സ്വാഭാവികമായൊരു പ്രക്രിയയാണ്.

എന്നിരിക്കലും ദൈനംദിന പ്രതികരണങ്ങളിലൂടെ ഈ കലാകാരൻമാർ സൃഷ്ടിക്കുന്ന പ്രതികരണവാഞ്ഛ ഒരു ജനാധിപത്യ സമൂഹത്തിന്റെ കരുത്തിനെ ബോധ്യപ്പെടുത്തുന്നു. നമ്മുടെ രാഷ്ട്രം അഭിമുഖീകരിച്ച എല്ലാത്തരം രാഷ്ട്രീയ- സാമൂഹിക പ്രതിസന്ധികളെയും ഇവർ ആക്രമണോത്സുകതയോടെ സമീപിച്ചു. ഒരുപക്ഷേ ഇക്കൂട്ടർ മാത്രമായിരിക്കും പ്രതിഷേധ ബോംബ് എല്ലാക്കാലത്തും ജനാധിപത്യത്തിന്റെ മുറ്റത്ത് നിരന്തരം ഉയർത്തിക്കാട്ടിയ സർഗാത്മകക്കൂട്ടം. ആഗോളതലത്തിൽ തന്നെ ബദൽ വഴികളുടെ സാധ്യതകൾ സൃഷ്ടിച്ച വരപ്പോരാളികൾ നിരവധിയാണ്. ലൂയിഫിലിപ്പിനെ നിരന്തരം വിമർശിച്ച് ആക്രമണോത്സുക കാർട്ടൂണിന്റെ സാധ്യതകളോർമപ്പെടുത്തിയ ഹോണോർ ദോമിയേ മുതൽ ഇസ്രായേൽ പട്ടാളത്തിന്റെ ആക്രമണത്തിൽ കൊല്ലപ്പെട്ട പലസ്തീൻ കാർട്ടൂണിസ്റ്റ് നാജി അലിയും അടിയന്തരാവസ്ഥക്കാലത്ത് സ്വന്തം സുഹൃത്തായ പ്രധാനമന്ത്രിയെ പരിഹസിച്ചു വരച്ച് സെൻസർ നിയമങ്ങൾക്കെതിരെ കൊഞ്ഞനംകുത്തിയ അബു എബ്രഹാമും വിദ്യാഭ്യാസ വകുപ്പ് മന്ത്രി സി എച്ച് മുഹമ്മദ് കോയയെ വിമർശിച്ചതിന്റെ പേരിൽ അധ്യാപക ജോലിയിൽനിന്ന് പിരിച്ചു വിടപ്പെട്ട പി കെ മന്ത്രി എന്നിവരൊക്കെ ആധുനികകാല കാർട്ടൂണിസ്റ്റുകൾക്ക് വലിയൊരു പാഠം നൽകുന്നുണ്ട്.

എന്നാൽ ഇന്ന് കാർട്ടൂണിന്റെ വഴികൾ ശരിയായ ദിശയിലൂടെയല്ലെന്നും പക്ഷംചേരലുകളുടെയും സാങ്കേതികത്വത്തിന്റെയും ആകാശ

ങ്ങൾ ഈ കാർട്ടൂണിസ്റ്റുകളെ ദോഷശീലക്കാരാക്കുന്നതായും ആക്ഷേപമുണ്ട്. കാർട്ടൂണിസ്റ്റിന് പക്ഷമാകാമോ എന്നും, ആകാമെങ്കിൽ തന്നെ അത് തുടരേണ്ടതുണ്ടോ എന്നുമുള്ള ലളിതമല്ലാത്ത ചോദ്യങ്ങളും നിരവധിയാണ്. ഈ സാഹചര്യത്തിൽ മലയാളത്തിലെ ഫ്രീലാൻസ് കാർട്ടൂണിന്റെ തലതൊട്ടപ്പനായ പി വി കൃഷ്ണൻ, കുട്ടി കാർട്ടൂണുകളിലൂടെയും പൊളിറ്റിക്കൽ കാർട്ടൂണിലൂടെയും മുഖ്യധാരാ കാർട്ടൂണിൽ സജീവസാന്നിധ്യമായ വേണു, കഴിഞ്ഞ ഒരു ദശാബ്ദക്കാലത്തിനുള്ളിൽ മലയാളികൾ ഏറെ ചർച്ച ചെയ്ത കാർട്ടൂണിസ്റ്റ് സുജിത്, ആരാലും ശ്രദ്ധിക്കപ്പെടാതിരുന്ന കേരള കാർട്ടൂൺ അക്കാദമിയെ വിപ്ലവകരമായി മാറ്റിയെടുത്ത മുൻ സെക്രട്ടറിയും കാർട്ടൂണിസ്റ്റുമായ സുധീർനാഥ് എന്നിവരുമായി നടത്തിയ ദീർഘ സംഭാഷണം.

കേരളത്തിലെ കാർട്ടൂണിസ്റ്റുകൾ ഏറെ പ്രതിസന്ധികളെ അഭിമുഖീകരിക്കുന്നു എന്നൊരു വാദമുണ്ട്. അത് എത്രത്തോളം വാസ്തവമാണ്?

പി വി കൃഷ്ണൻ: ഏറ്റവുമധികം പ്രസിദ്ധീകരണങ്ങളും കാർട്ടൂണിസ്റ്റുകളുമുള്ള സംസ്ഥാനമാണ് കേരളം. അതുകൊണ്ടുതന്നെ കാർട്ടൂണിസ്റ്റുകൾക്ക് അടിസ്ഥാനപരമായി നിരവധി പ്രതിസന്ധികളുണ്ട്. വളരെ ചുരുക്കം കാർട്ടൂണിസ്റ്റുകൾ മാത്രം പത്രസ്ഥാപനങ്ങളിൽ കാർട്ടൂണിസ്റ്റായി ശമ്പളം പറ്റുന്നു. അവരുടെ അടിസ്ഥാന പ്രതിസന്ധി മാനേജ്മെന്റും സ്വന്തം മനസ്സാക്ഷിയുമായുള്ള സ്വാതന്ത്ര്യസമരം തന്നെ

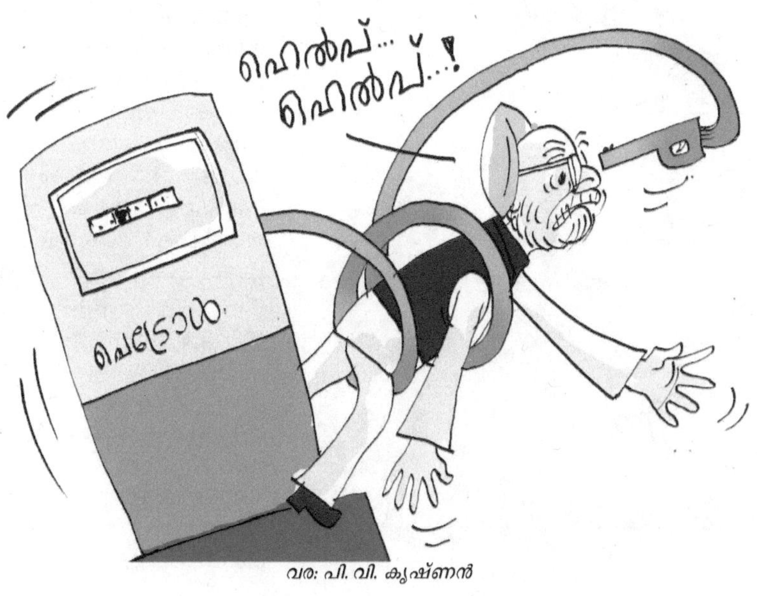

വര: പി. വി. കൃഷ്ണൻ

യാണ്.

പിന്നെയുള്ളത് ഫ്രീലാൻസ് കാർട്ടൂണിസ്റ്റുകളാണ്. ഞാനും അതിൽപ്പെടുന്നു. മറ്റുള്ള ജോലികൾക്കൊപ്പം ഒരു ഹോബിയായി കാർട്ടൂൺ രചന നടത്തുന്നവർ, കിട്ടുന്ന അവസരങ്ങളിൽ പറയാനുള്ളത് നിർഭയമായി പറയുന്നവർ, സാമ്പത്തികത്തിൽ കണ്ണ് വെച്ച് എന്തും വരച്ചു കൂട്ടുന്നവർ, കേവലമായ താമാശയ്ക്ക് മാത്രം കാർട്ടൂൺ മാധ്യമത്തെ സമീപിക്കുന്നവർ, ഇങ്ങനെ നിരവധി ഫ്രീലാൻസ് കാർട്ടൂണിസ്റ്റുകളുടെ സേവനം നമ്മുടെ പ്രസിദ്ധീകരണങ്ങൾ പ്രയോജനപ്പെടുത്തി വരുന്നു. ഫ്രീലാൻസ് കാർട്ടൂണിസ്റ്റുകളുടെ അടിസ്ഥാന പ്രതിസന്ധി വരയ്ക്കാനൊരിടം കിട്ടുക എന്നതു തന്നെയാണ്.

സുജിത്: കൃഷ്ണേട്ടൻ പറഞ്ഞത് വാസ്തവമാണ്. എന്നാൽ മറ്റൊരു സമീപനമാണ് ഇക്കാര്യത്തിൽ എനിക്കുള്ളത്. കാർട്ടൂണിസ്റ്റുകളുടെ എണ്ണത്തിലും പ്രതിശീർഷ കാർട്ടൂൺ ഉൽപ്പാദനത്തിലും മുന്നിൽ നിൽക്കുന്ന കേരളത്തിലെ ദിനപത്രങ്ങളിലെ സ്റ്റാഫ് അംഗങ്ങളായി ജോലി ചെയ്യുന്ന നാലോ അഞ്ചോ ആളുകളും സ്വന്തമായിമായി കാർട്ടൂൺ പ്രസിദ്ധീകരണം നടത്തുന്ന ഒന്നോ രണ്ടോ പേരും മാത്രമേ ഫുൾടൈം കാർട്ടൂണിസ്റ്റായി പ്രവർത്തിക്കുന്നുള്ളൂ. ഭൂരിപക്ഷം പേരും മറ്റു ജോലികൾക്കൊപ്പം കാർട്ടൂണിനെ കൂട്ടിയവരാണ്. ഭൂരിഭാഗം വരുന്ന ഫ്രീലാൻസ് കാർട്ടൂണിസ്റ്റുകളെ സംബന്ധിച്ചടുത്തോളം കാർട്ടൂണിങ് ഉപജീവന മാർഗം എന്ന നിലയിൽ കാണാനാകില്ല എന്നതാണ് പ്രതിസന്ധി. മുഖ്യധാരയിലെ ചുരുക്കം ചില സ്ഥാപനങ്ങളിൽ നിന്നൊഴികെ കാർട്ടൂണിന് ലഭിക്കുന്ന പ്രതിഫലം വളരെ കുറവാണ് എന്നാണറിവ്. പത്രസ്ഥാപനങ്ങളിൽ ജോലി ചെയ്യുന്ന ഫുൾടൈം കാർട്ടൂണിസ്റ്റുകളിൽ തന്നെ തെറ്റായ സ്ഥാന നിർണയം മൂലം അർഹമായ ശമ്പളം ലഭിക്കാത്തവരുമുണ്ട്.

വര: പി. വി. കൃഷ്ണൻ

കാർട്ടൂണിസ്റ്റിന്റെ സ്വാതന്ത്ര്യം തീരുമാനിക്കേണ്ടത് കാർട്ടൂണിസ്റ്റ്

തന്നെയാകണമെന്ന് എന്റെ പക്ഷം. കാർട്ടൂൺ ഒരിക്കലും എഡിറ്റ് ചെയ്യാനാകില്ല. എഡിറ്റർക്ക് ഒന്നുകിൽ അത് പൂർണ്ണമായും സ്വീകരിക്കാം. അല്ലെങ്കിൽ തള്ളിക്കളയാം. കാർട്ടൂണിസ്റ്റിന്റെ സ്വാതന്ത്ര്യത്തിൽ പരിധി വിട്ട് ഇടപെട്ട് കാർട്ടൂൺ വികലമാക്കാൻ സാമാന്യ ബുദ്ധിയുള്ള ഒരു പത്രാധിപരും തയാറാകുമെന്നു തോന്നുന്നില്ല. *കേരള കൗമുദി*യിൽ കാർട്ടൂണിന് ആശയങ്ങൾ കണ്ടെത്തുന്നതും വിഷയം തീരുമാനിക്കുന്നതും കാർട്ടൂണിസ്റ്റ് തന്നെയാണ്. കാർട്ടൂൺ നല്ലതാണെങ്കിൽ എഡിറ്റോറിയൽ പോളിസിയിൽനിന്ന് അൽപ്പം വ്യതിചലിക്കുന്നതാണെങ്കിൽ കൂടി പ്രാധാന്യത്തോടെതന്നെ പ്രസിദ്ധീകരിക്കപ്പെട്ട ധാരാളം സന്ദർഭങ്ങൾ ഉണ്ടായിട്ടുണ്ട്. പോളിസിയുമായി ബന്ധപ്പെട്ടല്ലാതെ. (ഉദാഹരണത്തിന് സ്ഥലപരിമിതി) നല്ല കാർട്ടൂണുകൾ മാറ്റിവയ്ക്കപ്പെട്ടിട്ടുണ്ട്. പക്ഷേ ഇന്ന രീതിയിൽ കാർട്ടൂൺ വരയ്ക്കണം, ഇന്ന രീതിയിൽ വരയ്ക്കരുത് എന്ന തരത്തിലുള്ള മാനേജ്മെന്റ് ഇടപെടലുകൾ എനിക്ക് അഭിമുഖീകരിക്കേണ്ടി വന്നിട്ടില്ല. ഇത്തരത്തിലുള്ള തുറന്ന സമീപനം നല്ല കാർട്ടൂണുകൾക്ക് വഴിയൊരുക്കുമെന്നുതന്നെയാണ് മാനേജ്മെന്റ് വിശ്വസിക്കുന്നത്.

പിന്നെ, ആത്മപ്രകാശത്തിനായി പത്രാധിപരെ അന്വേഷിച്ചു നടക്കേണ്ട അവസ്ഥ പതുതലമുറയിലെ കാർട്ടൂണിസ്റ്റുകൾക്ക് ഇല്ലെന്നാണ് അഭിപ്രായം. ഇന്റർനെറ്റും ബ്ലോഗും സോഷ്യൽ നെറ്റ് വർക്കിങ്

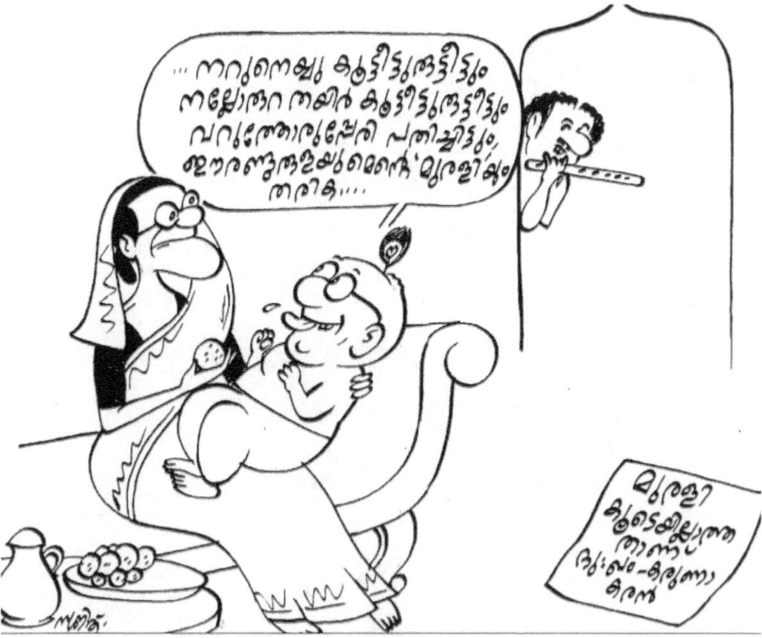

വര: സുജിത്

സൈറ്റുകളുമെല്ലാം അവനവൻ പ്രസാധനത്തിന്റെ ആഗോള സാധ്യതകൾ തുറന്നിട്ടുണ്ട്.

സുധീർനാഥ്: കേരളത്തിലെ കാർട്ടൂണിസ്റ്റുകൾ കേരളത്തിൽ തന്നെ ഒതുങ്ങിപ്പോവുന്നതായിട്ടാണ് എനിക്ക് തോന്നുന്നത്. അവരൊരിക്കലും ദേശീയതലത്തിലോ അന്തർദേശീയ തലത്തിലോ ചിന്തിക്കുന്നില്ല. ലോകമാകമാനം കാർട്ടൂണിന് സാധ്യതകൾ വളരുന്നുണ്ട്. എന്നാൽ ഇവിടെ കാർട്ടൂണിസ്റ്റുകൾ വളരുന്നുണ്ട്. പക്ഷേ സാധ്യതകൾ വളരുന്നില്ല. അതൊരു ദുഃഖകരമായ കാര്യമാണ്. നമുക്ക് നല്ല കാർട്ടൂണിസ്റ്റുകളുണ്ട്.

കാറ്റത്തൊരു കിളിക്കൂട്....

വര: സുധീർനാഥ്

നമ്മൾ അന്തർദേശീയതലത്തിൽ വരച്ചിരുന്നെങ്കിൽ ലോകശ്രദ്ധ നേടാൻ തക്ക കഴിവുള്ളവർ ഇവിടുണ്ട്. ഇന്ത്യയിൽ ഇന്റർനാഷണൽ കാർട്ടൂൺ വരച്ച ഒട്ടുമിക്ക കാർട്ടൂണിസ്റ്റുകളും ലോകശ്രദ്ധനേടിയിട്ടുണ്ട്. നമ്മളീ സംസാരിക്കുന്ന ദിവസം അമേരിക്കയിൽ ഏറ്റവുമധികം വായിക്കപ്പെട്ട കാർട്ടൂണിസ്റ്റ് ഇന്ത്യക്കാരനായ നരേഷ്മാധവ് ആണ്. നമ്മൾ മലയാളികൾ ഇപ്പോഴും തിരുവനന്തപുരം സെക്രട്ടറിയേറ്റിനു ചുറ്റും ഒതുങ്ങി കറങ്ങിനടക്കുകയാണ്.

എങ്കിലും മലയാളിയുടെ നർമബോധത്തിന് കഴിഞ്ഞ അഞ്ചു ദശകങ്ങൾ കൊണ്ട് ഏറെ മാറ്റങ്ങൾ സംഭവിച്ചിട്ടില്ലേ?

സുധീർനാഥ്: തീർച്ചയായും. നമ്മുടെ കാർട്ടൂണിസ്റ്റുകൾക്ക് നർമബോധം ഇപ്പോൾ കൂടുതലാണെന്നാണ് ഞാൻ മനസിലാക്കുന്നത്. പണ്ട് പറഞ്ഞ കാര്യങ്ങളല്ല ഇപ്പോൾ പറയുന്നത്. പണ്ട് കുറച്ച് പത്രങ്ങൾ മാത്രമല്ലേ ഉണ്ടായിരുന്നുള്ളൂ. എന്നിട്ടും നല്ല കാര്യങ്ങൾ അന്നുണ്ടായി. ഇപ്പോൾ ആയിരക്കണക്കിന് പ്രസിദ്ധീകരണങ്ങളുണ്ട്. എണ്ണം കൂടിയപ്പോൾ കാർട്ടൂണിന്റെ സ്പെയിസും കൂടി. ചിന്തയുടെ വ്യാപ്തിയും വർദ്ധിച്ചു. മുമ്പത്തേതിനെക്കാൾ നല്ല കാർട്ടൂണുകൾ ഇന്നുണ്ടാവുന്നുണ്ട്. എണ്ണിയാലൊടുങ്ങാത്ത പ്രസിദ്ധീകരണങ്ങളില്ലേ? ഒരുപാട് കാർട്ടൂണുകൾ ഉണ്ടാവുന്നു. ഒരു ജില്ലയിലെ കാർട്ടൂൺ മറ്റൊരു ജില്ലയിൽ കാണാൻ സാധിക്കണമെന്നില്ല. ഞാൻ കേരള കാർട്ടൂൺ അക്കാദമി ഭാരവാഹിയായിരുന്നപ്പോൾ എനിക്കൊരിക്കലും പ്രസിദ്ധീകരിക്കപ്പെടുന്ന എല്ലാ കാർട്ടൂണുകളും കാണാൻ സാധിച്ചു എന്ന് അവകാശപ്പെടാനാവില്ല. ഈ കാർട്ടൂണുകളൊക്കെ ഒന്നിനൊന്ന് മികച്ചവയാണ്. മോശപ്പെട്ട കാർട്ടൂണും ഇല്ലാതില്ല.

പി വി കൃഷ്ണൻ: മലയാളിയുടെ നർമബോധത്തിൽ മാത്രമല്ല മാറ്റം സംഭിവിച്ചിട്ടുള്ളത്. മാറ്റമാണ് സത്യം എന്നു പറയേണ്ടിവരും. നർമം മുളയിട്ട് പൊട്ടിവരുന്ന മലയാളിയുടെ മനസിലെ നിഷ്കളങ്കതയും ഹൃദയവിശാലതയും സഹൃദയത്വവും പാടെ കൈമോശം വന്നിരിക്കുന്നു. മാറിയ ജീവിത സാഹചര്യങ്ങൾ, സാമൂഹ്യബന്ധങ്ങൾ ആയിരങ്ങളും ലക്ഷങ്ങളും കടന്ന് കോടികളിലെത്തിനിൽക്കുന്ന ദൈനംദിന വ്യവഹാരങ്ങൾ കപടഗൗരവം, കപടസദാചാരം, കപട രാഷ്ട്രീയം എല്ലാം മലയാളിയുടെ മനസിൽ നിന്നും നർമത്തെ മായ്ച്ചു കളഞ്ഞിരുന്നു. എല്ലാവരും തിരക്കിലാണ്. ഏതിന്റേയോയൊക്കെ പിറകെയുള്ള ഓട്ടമാണ്. ഓട്ടത്തിനിടയിൽ ചിരിക്കാനും കരയാനും മലയാളി മറന്നിട്ടില്ലെന്നത് മാത്രമാണ് ഇത്തിരി ആശ്വാസം നൽകുന്നത്.

സുജിത്: കൂട്ടത്തിൽ മറ്റൊരു കാര്യംകൂടി പറയേണ്ടതുണ്ട്. ഓട്ടൻതുള്ളൽ, ചാക്യാർകൂത്ത് തുടങ്ങി കേരളത്തിന്റെ ആദ്യകാല സാമൂഹ്യവിമർശക കലാരൂപങ്ങൾ പുരാണവും ഇതിഹാസങ്ങളും പഴമൊഴികളും ചരിത്രവുമൊക്കെച്ചേർന്ന സമ്പന്നമായ ഒരു സാംസ്കാരിക പശ്ചാ

ത്തലത്തിലാണ് ആസ്വദിക്കപ്പെട്ടിരുന്നത്. സഞ്ജയനും ഈവിയും തുടങ്ങി ആദ്യകാല സാഹിത്യകാരന്മാരും പയറ്റിയതും ഇതേ വഴിതന്നെ. അത്തരമൊരു സാംസ്ക്കാരിക പശ്ചാത്തലത്തിന് ഇന്ന് മങ്ങലേറ്റിട്ടുണ്ട്. *ഭഗവത്ഗീത*യോ പുരാണമോ പശ്ചാത്തലമാക്കിയ കാർട്ടൂണുകൾ പുതുതലമുറയ്ക്ക് ഉൾക്കൊള്ളാൻ ആകണമെന്നില്ല. മലയാളിയുടെ ഫലിതബോധത്തിന് കുറവൊന്നും വന്നിട്ടില്ല. പോക്കറ്റിലൊതുങ്ങുന്ന എസ് എം എസ് കാലഘട്ടത്തിലെത്തിനിൽക്കുന്ന പുതുതലമുറയുടെ നർമബോധം ആസ്വാദനത്തിന്റെ വിസ്തൃതമായ ജ്ഞാനപരിധിക്ക് പുറത്താണെന്നുമാത്രം.

വര: പി. വി. കൃഷ്ണൻ

ഇതൊക്കെയാണെങ്കിലും നമ്മുടെ കാർട്ടൂണിസ്റ്റുകൾ പൊളിറ്റിക്കലൈസ് ചെയ്യപ്പെടുന്നു. അത് ഏറെ പ്രകടവുമാണ്. ആ മാറ്റം തികച്ചും ദോഷകരമായിട്ടല്ലേ ഈ കാലയുടെ ഭാവിയെ ബാധിക്കുക?

സുജിത്: പൂർണമായ അർഥത്തിൽ അങ്ങനെ പറയാൻ പറ്റില്ല. രാഷ്ട്രീയം കാർട്ടൂണാകുകയും രാഷ്ട്രീയ നേതാക്കൾ ജീവിക്കുന്ന കാരിക്കേച്ചറുകളായും ചെയ്യുന്ന ഇന്നത്തെ സമൂഹത്തിൽ കാർട്ടൂണിസ്റ്റുകൾ പൊളിറ്റിക്കലൈസ് ചെയ്യപ്പെടുകയല്ല, മറിച്ച് പൊളിറ്റിക്സ് 'കാർട്ടൂണൈസ്' ചെയ്യപ്പെടുകയാണ് എന്നു തോന്നുന്നു.

സുധീർനാഥ്: പക്ഷേ ഈ പൊളിറ്റിക്സ് എന്നു പറയുന്ന സംഗതി എല്ലാവരിലുമുണ്ട്. ഒരു ഇടതുപക്ഷ അനുഭാവ പശ്ചാത്തലമുള്ള ഒരു കാർട്ടൂണിസ്റ്റ് വരയ്ക്കുമ്പോൾ ഇടതുപക്ഷത്തെ അനുകൂലിച്ച്, അല്ലെങ്കിൽ ഒരു ചായ്വ് സ്വാഭാവികമാണ്. ഇപ്പോ എന്റെ കാര്യം തന്നെ നോക്കുകയാണെങ്കിൽ എനിക്കൊരു രാഷ്ട്രീയപക്ഷമുണ്ട്. പക്ഷേ അത് ഞാൻ മാറ്റിവച്ചിട്ടാണ് വരയ്ക്കാനിരിക്കുക. നിഷ്പക്ഷമായ കാർട്ടൂൺ വരയ്ക്കുക എന്നതാണ് ഒരു കാർട്ടൂണിസ്റ്റിന്റെ പൂർണ വിജയം. പിന്നെ ഇപ്പോളേതൊരു നിഷ്പക്ഷ മാധ്യമമാണുള്ളത്? എങ്കിലും ഞാൻ വരയ്ക്കുന്ന എന്റെ പത്രത്തിൽ രാഷ്ട്രീയത്തിന്റെ പേരിൽ കാർട്ടൂൺ മാറ്റിവയ്ക്കപ്പെടാനുള്ള സാഹചര്യം ഞാനുണ്ടാക്കിയിട്ടില്ല. അവരെനിക്ക്

വര: സുജിത്

പൂർണ സ്വാതന്ത്ര്യം തരുന്നുണ്ട്.

പി വി കൃഷ്ണൻ: ഒരു കാര്യം നമ്മൾ മറന്നുകൂടാ. കാർട്ടൂണിസ്റ്റുകളും മനുഷ്യരാണ്. പച്ചമനുഷ്യരുടെ ബലഹീനത കാർട്ടൂണിസ്റ്റുകൾക്കും കാണും. പ്രലോഭനങ്ങളാണ് സമൂഹത്തിലെവിടെയും. ദുർബലനായ ഒരു കാർട്ടൂണിസ്റ്റ് അക്കാരണത്താൽ തന്നെ പൊളിറ്റിക്കലൈസ് ചെയ്യപ്പെടാം. അധികാരത്തിലിരിക്കുന്ന രാഷ്ട്രീയ പാർട്ടികളുടെ ആരാധകനായി മാറാം. അക്കാദമികൾ, സ്ഥാനമാനങ്ങൾ തുടങ്ങി അനേകം പ്രലോഭനങ്ങൾ കാർട്ടൂണിസ്റ്റിന്റെ കാഴ്ചപ്പാടിനെയും പ്രതികരണത്തേയും സ്വാധീനിക്കാം. എന്നാൽ ഒരു യഥാർഥ കാർട്ടൂണിസ്റ്റിനെ ഇതൊന്നും ബാധിക്കില്ല.

വര: സുധീർനാഥ്

കൃഷ്ണേട്ടൻ പറയുന്നതുപോലെ ഒരു യഥാർഥ കാർട്ടൂണിസ്റ്റ്, അങ്ങനെയൊന്നുണ്ടെങ്കിൽ മറ്റൊരു വിഷയം ന്യായമായും ഉയർന്നു വരുന്നു. അതായത് ഒരു കാർട്ടൂണിസ്റ്റിന് നിഷ്പക്ഷം എന്നൊരു പ്ലാറ്റ്ഫോം സ്വീകരിക്കേണ്ടതില്ലേ? പക്ഷേ, പ്ലാറ്റ്ഫോമിൽനിന്നും അവസരങ്ങൾക്കനുസരിച്ച് നമ്മുടെ ചില കാർട്ടൂണിസ്റ്റുകളെങ്കിലും വ്യതിചലിക്കുന്നു?

സുജിത്: നിഷ്പക്ഷം എന്നൊരു പക്ഷമില്ല എന്നതാണ് എന്റെ പക്ഷം. കാർട്ടൂണിസ്റ്റ് എ

പ്പോഴും പ്രതിപക്ഷത്തായിരിക്കമെന്ന് ഞാൻ വിശ്വസിക്കുന്നു. ഭരണമുന്നണിയെ കുറിച്ച് ഒരിക്കലും നല്ലതുപറയാനാവാത്ത കലാരൂപമാണ് കാർട്ടൂൺ. അടിച്ചമർത്തപ്പെട്ടവന്റെ പ്രതിഷേധസൂചകമായ പരിഹാസച്ചിരിയായ കല. നിമിഷാർദ്ധമേ നിലനിൽപ്പുള്ളൂ. എങ്കിൽപ്പോലും സമൂഹത്തിൽ ചെറുചലനമുണ്ടാക്കാൻ അവയ്ക്ക് സാധിക്കും. ഒരു എലിക്ക് പൂച്ചയെ കീഴ്പ്പെടുത്താനാകില്ലെന്നറിഞ്ഞിട്ടും. *ടോം ആന്റ് ജെറി* കാർട്ടൂണുകൾ നാം വീണ്ടും വീണ്ടും ആസ്വദിക്കുന്നത് ശക്തനുമേൽ ദുർബലൻ നേടുന്ന വിജയത്തിൽ അറിഞ്ഞോ അറിയാതെയോ പങ്കാളികളായിട്ടാണ്. ലുട്ടാപ്പി–മായാവി മുതൽ ആധുനിക അനിമേഷൻ കാർട്ടൂണുകളിൽ വരെ നന്മ തിന്മയ്ക്കുമേൽ വിജയം നേടുന്നതായിട്ടാണ് ചിത്രീകരിക്കുന്നത്.

ഞാൻ ഉദ്ദേശിച്ചത് ഭരണ പ്രതിപക്ഷങ്ങളെ കുറിച്ചു മാത്രമല്ല. പൊതുവിലുള്ള ഒരു രാഷ്ട്രീയ സാമൂഹിക ധാരണയ്ക്ക് അനുസരിച്ചുള്ള നിലപാടിനെ കുറിച്ചാണ്..?

സുജിത് : ഞാൻ പറഞ്ഞതും ആ ധാരണയെ അടിസ്ഥാനപ്പെടുത്തി തന്നെയാണ്. ഏത് മുന്നണി ഭരിക്കുമ്പോഴും ഭരണത്തിലെ ജനവിരുദ്ധമായ ഘടകങ്ങളെ ജനപക്ഷത്ത് നിലയുറപ്പിച്ചു നോക്കിക്കാണുകയാണ് കാർട്ടൂണിസ്റ്റ് ചെയ്യേണ്ടത് എന്ന് വിശ്വസിക്കുന്നു.

സുധീർനാഥ്: ഒരു തൊഴിൽ ആയിട്ടാണ് ഒട്ടുമിക്ക കാർട്ടൂണിസ്റ്റുകളും ഒരു പ്രസിദ്ധീകരണത്തിൽ വരയ്ക്കാൻ തുടങ്ങിയാൽ കാണുന്നത്. അപ്പോൾ ക്രോംപ്രമൈസ് സ്വാഭാവികമാണ്. തൊഴിലുടമ ആവശ്യപ്പെടുന്നത് വരയ്ക്കും. അപ്പോൾ അവർ കലാകാരനല്ല. വ്യക്തിപരമായി പറഞ്ഞാൽ എനിക്കാ അനുഭവമുണ്ടായിട്ടില്ല.

പി വി കൃഷ്ണൻ: നിഷ്പക്ഷമായി ഒരു കാർട്ടൂണിസ്റ്റും രചന നടത്തുന്നില്ല. മാനസികതയുടെയും നന്മയുടെയും സത്യത്തിന്റെയും ജനസമൂഹത്തിന്റെയും പക്ഷത്തുനിന്നു കൊണ്ടാണ് യഥാർത്ഥ കാർട്ടൂണിസ്റ്റുകൾ പ്രതികരിക്കുന്നത്. കക്ഷിരാഷ്ട്രീയത്തിന്റെ പക്ഷം പിടിക്കേണ്ടിവരുന്ന ചില കാർട്ടൂണിസ്റ്റുകളുണ്ട്. അവർ സ്വന്തം കാലുറപ്പിച്ചു നിൽക്കുന്ന നിലപാടുതറകൾ തൽക്കാലം വിസ്മരിച്ചു പോകുന്നു എന്നു മാത്രം.

തിരഞ്ഞെടുപ്പ് കാലത്ത് ചില കാർട്ടൂണിസ്റ്റുകൾ ഏതെങ്കിലും ഒരു കക്ഷിക്ക് വേണ്ടി പ്രചരണ വരയ്ക്കിറങ്ങുന്നു. ഇത് മുഖ്യധാരാ കാർട്ടൂണിന്റെ ധാർമികതയെ ഏതു വിധത്തിലാണ് സ്വാധീനിക്കുക?

പി വി കൃഷ്ണൻ: തിരഞ്ഞെടുപ്പ് കാലത്ത് പ്രചാരവേലകൾക്കായി കാർട്ടൂണുകൾ വരയ്ക്കുന്നവർ പണത്തിനോ പാർട്ടിയോടുള്ള വിധേയത്വമോ കാരണമാണ് അങ്ങനെ ചെയ്യുന്നത്. ഇത് പരസ്യകലയുമായും വിപണിയുമായും ബന്ധപ്പെട്ടതാണ്. ഇതിന് ധാർമികതയുമായി

യാതൊരു ബന്ധവുമില്ല. നമ്മുടെ വിപണികളുടെയും പരസ്യ ബഹള ങ്ങളുടെയും ധാർമികത താൽക്കാലികമായ സാമ്പത്തികവിജയം മാത്ര മാണല്ലോ. യഥാർഥ കാർട്ടൂണിനെ കാർട്ടൂണിസ്റ്റിനെ അന്വേഷിച്ചു പോ കുന്നവർക്ക് ധാർമികതയേയും കാണാൻ കഴിയും.

സുധീർനാഥ്: എന്തൊക്കെ പറഞ്ഞാലും കാർട്ടൂൺ മറ്റേതൊരു കലാ രൂപത്തെക്കാളും പോപ്പുലറാണ്. അപ്പോൾ അതിനെ ഉപയോഗിക്കാൻ ശ്രമിക്കുന്നത് സ്വാഭാവികമാണ്. ഇപ്പോൾ അമുലിന്റെ കാര്യം നോക്കൂ, എത്ര കാലമായി അവർ കാർട്ടൂൺ ഉപയോഗിച്ചാണ് പരസ്യം ചെയ്യു ന്നത്. ഇലക്ഷൻ കാലത്ത് എത്രയും വേഗം ജനങ്ങളിലേയ്ക്ക് തങ്ങളെ എത്തിക്കുക എന്നതിനു ശ്രമിക്കുക. കാർട്ടൂണിസ്റ്റിനും വ്യക്തിപരമായ താൽപ്പര്യങ്ങളുണ്ടാവും. നിങ്ങളെ ഒരു ഒരു പത്രം കാർട്ടൂണിസ്റ്റായി നി യമിച്ചു എന്നു വയ്ക്കുക. അവർ പറയുകയാണ്. ഏ എന്നൊരു പാർട്ടി യെ വിമർശിച്ചും ബി എന്നൊരു പാർട്ടിയെ അനുകൂലിച്ചും വരയ്ക്കാൻ. അപ്പോൾ നിങ്ങൾക്ക് ധാർമികതയിൽ പിടിച്ചു തുടങ്ങാൻ സാധിക്കില്ല. നിങ്ങൾ വരയ്ക്കാൻ തയാറായില്ലെങ്കിൽ ആ സ്ഥാനത്ത് മറ്റൊരാൾ വര യ്ക്കുക തന്നെ ചെയ്യും. ജീവിക്കാൻ വേണ്ടിയാണ് ഓരോരുത്തർ ഓ രോ മേഖല തെരഞ്ഞെടുക്കുന്നത്. സമൂഹത്തെ നന്നാക്കാം എന്നും പ റഞ്ഞ് എത്ര പേർക്ക് മുന്നോട്ടു വരാൻ വക? അങ്ങനെ വരുന്നവരിൽ

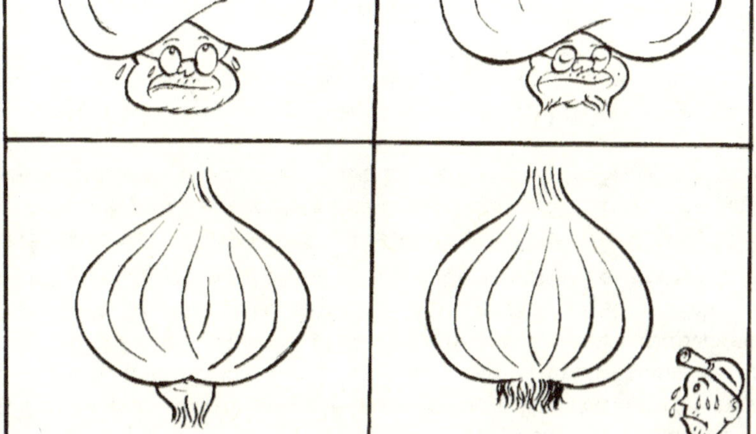

വര: സുജിത്

എത്രപേർ സർവൈവ് ചെയ്യും?

സുജിത്: ഒരു ഉൽപ്പന്നം എന്ന നിലയിലുള്ള കാർട്ടൂണിന് വിപണന സാധ്യതകളിൽ ഒന്നുമാത്രമാണിത്. വ്യക്തിപരപമായി അങ്ങനെ ചെയ്തിട്ടില്ലെങ്കിലും ആരെങ്കിലും അങ്ങനെ ചെയ്യുന്നതിൽ തെറ്റുണ്ടെന്നു തോന്നുന്നില്ല. അങ്ങനെ ചെയ്യുന്ന കാർട്ടൂണിസ്റ്റിന്റെ രാഷ്ട്രീയ നിലപാട് ബ്രാന്റ് ചെയ്യപ്പെടാൻ സാധ്യതയുണ്ട് എന്നത് ഒരു അപകടമാണ്.

ഈ കലാരൂപം നാലാം തരമായി പരിഗണിക്കപ്പെടുന്നുണ്ടോ, പ്രത്യേകിച്ചും സ്കൂൾ/ കലാലയ രംഗത്ത്?

പി വി കൃഷ്ണൻ: സ്കൂൾ കലാലയ മത്സരങ്ങളിൽ വളരെക്കാലം സംസ്ഥാന തലത്തിൽ കാർട്ടൂൺ മത്സരങ്ങളുടെ വിധികർത്താവായിരുന്നിട്ടുണ്ട്. ഒരുക്കലും ഇതൊരു തരംതാണ ഇനമായി തോന്നിയിട്ടില്ല. തീർച്ചയായും നൃത്തസംഗീതനാടക ഇനങ്ങൾ പോലെ ഇതിനെ ജനങ്ങൾ ഹരമായി കാണുന്നില്ല. കാരണം ഇത് ആരും കാണുന്നില്ല. മത്സരത്തിൽ പങ്കെടുത്ത കാർട്ടൂൺ രചനകൾ പൊതുജനങ്ങൾക്ക് കാണാവുന്നവിധം പ്രദർശിപ്പിച്ചാൽ ഒരളവുവരെ ഈ ആശങ്ക അകറ്റാൻ കഴിയും.

സുജിത്: സർവകലാശാല കലോത്സവങ്ങളിലൂടെ കാർട്ടൂൺ രംഗത്ത് സജീവമായ ഒരാളെന്ന നിലയിൽ ഈ ചോദ്യത്തിന് ഇല്ല എന്നാണുത്തരം. കാർട്ടൂണിനെ രണ്ടാംനിരയിലേയ്ക്ക് തള്ളപ്പെടാതെ നിലനിർത്തുവാൻ കഴിവുള്ള പ്രതിഭകൾ കലോത്സവ വേദികളിലൂടെ കടന്നു വരുന്നുണ്ട്. എന്നാണ് അനുഭവം

സുധീർനാഥ്: അത്തരമൊരു അവഗണനയുണ്ടെന്ന കാര്യം എന്റെ ശ്രദ്ധയിൽപ്പെട്ടിട്ടില്ല. ഞാൻ വിധി നിർണയിക്കാനും മറ്റും പലയിടത്തും പോയിട്ടുണ്ട്. അവിടെയൊന്നും കാർട്ടൂണിനെ അവഗണിച്ചതായി തോന്നിയിട്ടില്ല. ഇന്ത്യയിൽ ആദ്യമായി കേരളത്തിലെ ലളിതകലാ അക്കാദമിയാണ് കാർട്ടൂണും ഒരു കലാരൂപമെന്ന നിലയിൽ അംഗീകരിച്ചത്.

നമ്മുടെ കാർട്ടൂണിസ്റ്റുകൾ പൊതുവേ രാഷ്ട്രീയത്തെ മാത്രമേ ഫോക്കസ് ചെയ്യുന്നുള്ളൂ. എൻഡോസൾഫാൻ, വിനായകസെൻ, ഇറോം ശർമിള ഇവയൊന്നും മുഖ്യധാരാ കാർട്ടൂണിസ്റ്റുകൾ ചർച്ച ചെയ്യുന്നില്ലല്ലോ?

പി വി കൃഷ്ണൻ: ശരിയാണ്. നമ്മുടെ കാർട്ടൂണിസ്റ്റുകൾ മിക്കവാറും രാഷ്ട്രീയ വിഷയങ്ങളെയും വ്യക്തികളെയുമാണ് ഫോക്കസ് ചെയ്യുന്നത്. അതിന്റെ കാരണം ഒരു രഹസ്യമാണ്. രചന എളുപ്പമാണെന്നതു തന്നെ മുഖ്യം. പിന്നെ സ്വീകാര്യത ജനമനസുകളിൽ ഹരം പിടിപ്പിക്കുന്ന നേതാക്കളെ കാലിക രാഷ്ട്രീയ പ്രശ്നങ്ങളുമായി ബന്ധപ്പെടുത്തി വരയ്ക്കുമ്പോൾ ജനം എളുപ്പം കാർട്ടൂണുകളുമായി സംവദിക്കുന്നു. പത്രങ്ങളും ഇതുതന്നെയാണ് കാർട്ടൂണിസ്റ്റുകളിൽനിന്നും പ്രതീ

ക്ഷിക്കുന്നത്. എൻഡോസൾഫാൻ പ്രശ്നം രാഷ്ട്രീയവൽകരിക്കപ്പെട്ട ശേഷമാണ് നിരവധി കാർട്ടൂണുകൾ ആ വിഷയത്തിൽ പ്രസിദ്ധീകൃതമായത്. നമുക്കെന്തെല്ലാം മറ്റ് പ്രശ്നങ്ങളുണ്ട്. സമൂഹത്തെ കാർന്നുതിന്നുന്ന നശിപ്പിക്കുന്ന നിരവധി പ്രശ്നങ്ങൾ സമൂഹത്തിൽ തന്നെ വ്യാപിക്കുന്നുണ്ട്. കാർട്ടൂണിസ്റ്റ് പ്രവാചകനാവണം, നാളത്തെ നാശം ഇന്നേ കണ്ട് പ്രതികരിക്കണം. പരിസ്ഥിതി വികസനം എന്ന സർവനാശം, പൊങ്ങച്ചം, സമ്പത്തിൽ മാത്രം കണ്ണും നട്ടുള്ള പോക്ക്, മതവിദ്വേഷം, ജാതിവിദ്വേഷം, അനാചാരങ്ങൾ, അന്ധവിശ്വാസങ്ങൾ തുടങ്ങി നിരവധി വിഷയങ്ങൾ ഇവ വിഷയമാക്കുമ്പോൾ രചനയുടെ കാര്യത്തിൽ സർഗാത്മകമായ തപസ്സ് വേണ്ടിവരും. സ്വീകാര്യത കുറയും. എങ്കിലും കാർട്ടൂണിസ്റ്റിന്റെ കടമയാണ് ഇക്കാര്യങ്ങളിൽ രചന നടത്തുകയെന്നത്.

സുധീർനാഥ്: എൻഡോസൾഫാൻ പ്രശ്നത്തിൽ പലരും വരച്ചിട്ടുണ്ട്. മാധ്യമ ശ്രദ്ധയെ അനുസരിച്ചാണ് ഘടകം വര സംഭവിക്കുന്നത് ഇന്ത്യയിലിപ്പോൾ മാധ്യമം എന്താണ് ശ്രദ്ധിക്കുന്നത് അതാണ് കാർട്ടൂണിസ്റ്റ് ഉപയോഗിക്കുക. സ്പെക്ട്രം, കനിമൊഴി ഇതൊക്കെ ദേശീയ തലത്തിൽ ചർച്ചയാകുമ്പോൾ കാർട്ടൂണിസ്റ്റും വരയ്ക്കുന്നു. എല്ലാ വിഷയത്തിലും കാർട്ടൂൺ വരയ്ക്കാറില്ല. പൊതുജനം എന്തിൽ കൂടുതൽ താൽപ്പര്യം പ്രകടമാകുന്നു എന്നതിനെ അനുസരിച്ചാണ് കാർട്ടൂൺ വരയ്ക്കുന്നത്.

സുജിത്: രാഷ്ട്രീയ ബോധം മലയാളിക്ക് ജീവവായു പോലെയാണ്. മുഖ്യധാരാ മാധ്യമങ്ങളിൽ കൂടുതലായി രാഷ്ട്രീയം ചർച്ച ചെയ്യപ്പെടുന്നതുകൊണ്ട് മുഖ്യധാരാ കാർട്ടൂണുകൾ രാഷ്ട്രീയാധിഷ്ഠിതമാകുന്നു എന്നേയുള്ളൂ. രാഷ്ട്രീയ കാർട്ടൂണുകളാണ് കൂടുതൽ ജനകീയമാകുന്നത്. എന്നതും ഇതിനു കാരണമാണ്. പരിസ്ഥിതി, കുടിവെള്ളം തുടങ്ങിയ ജീവൽപ്രശ്നങ്ങളും മറ്റ് സാമൂഹിക വെല്ലുവിളികളും മുഖ്യധാരാമാധ്യമങ്ങളുടെ

വര: സുധീർനാഥ്

യും ജനങ്ങളുടെയും സജീവ ചർച്ചാവിഷയമാകുന്ന കാലത്ത് കാർട്ടൂണിസ്റ്റുകൾക്ക് വഴിമാറി നടക്കാനാവില്ല.

മലയാളത്തിന്റെ പുതുകവിതയിൽ ഇപ്പോൾ പെണ്ണെഴുത്ത്, ദളിതെഴുത്ത് എന്നിങ്ങനെ വേർതിരിവുകൾ പ്രകടമാണ്. ഇത് കാർട്ടൂണിലും കടന്നു വന്നേക്കാമെന്ന് ഒരു നിരീക്ഷണമുണ്ട്. എന്തു തോന്നുന്നു?

പി വി കൃഷ്ണൻ: ഒരിക്കലുമില്ല. വനിതാ കാർട്ടൂണിസ്റ്റുകൾ വളരെ വിരളമാണ്. ആൺ കാർട്ടൂണിസ്റ്റുകൾ തന്നെയാണ് വനിതാ സംവരണത്തിനു വേണ്ടി നിരവധി കാർട്ടൂണുകൾ വരയ്ക്കുന്നത്. സ്ത്രീ കാർട്ടൂണിസ്റ്റുകൾ വളർന്നു വരണം അതിന് വഴിയൊരുക്കണം.

സുജിത്: ഏത് ലേബലിലായാലും നല്ല കലാസൃഷ്ടി നിലനിൽക്കുകയും ഓർമിക്കപ്പെടുകയും ചെയ്യും. ചീത്ത ഞൊടിയിൽ വിസ്മരിക്കപ്പെടും.

സുധീർനാഥ്: കാർട്ടൂൺ എപ്പോഴും ഒന്നാണ്. ഇത്തരം വേർതിരിവുകൾ പലരും കൊണ്ടവരുന്നതാണ്. കാർട്ടൂൺ ഒന്നേയുള്ളൂ. ഇപ്പറഞ്ഞ സംഗതി സംഭവിച്ചുകൂടായ്കയില്ല. പക്ഷേ ആൺ-പെൺ കാർട്ടൂണുകൾ ഒന്നുമില്ല.

നമുക്കൊരിക്കലും ഇൻഫാൻ ഹുസൈനോ നാജി അലിയോ സംഭവിച്ചിട്ടില്ല. മലയാളി കാർട്ടൂണിസ്റ്റ് സുരക്ഷിതനാണ് എന്ന് ഇത് അർഥമാക്കുന്നുണ്ടോ ?

സുധീർനാഥ്: ഞാൻ ദില്ലിയിൽ വന്ന് കുറച്ചു കാലം കഴിഞ്ഞാണ് ഇൻഫാൻ ഹുസൈൻ കൊല്ലപ്പെട്ട സംഭവം നടക്കുന്നത്. ഞാനദ്ദേഹത്തിന്റെ വീട്ടിൽ സുഹൃത്തുക്കൾക്കൊപ്പം പോയിട്ടുണ്ട്. എന്റെ താമസസ്ഥലത്തിന് ഒരു കിലോമീറ്ററകലെ നിന്നാണ് ഇർഫാന്റെ ബോഡി കിട്ടുന്നത്. അതൊരു രാഷ്ട്രീയ കൊലപാതകമല്ല. കാറും മറ്റും കൊള്ളയടിക്കുന്ന കുറേയാളുകൾ ചെയ്തതാണ്. അത് ചില ആളുകൾ ഏറ്റെടുത്ത് വിഷയമാക്കിയതാണ്. നമ്മുടെ കാര്യം പറയുകയാണെങ്കിൽ നമ്മൾ പലപ്പോഴും നമ്മുടെ അതിരുവിടുന്നില്ല. നമ്മുടെ പരിമിതികളെ കുറിച്ച് നമുക്ക് ബോധ്യം അത്യാവശ്യമാണ്. എങ്കിൽ നമ്മൾ സുരക്ഷിതനായിരിക്കും.

സുജിത്: കാർട്ടൂണുകളെ ശരിയായി ഉൾക്കൊണ്ട് ഈ കലാരൂപത്തെ അംഗീകരിച്ചവരും കാർട്ടൂണിലെ വിമർശനങ്ങളോട് വല്ലാത്ത അസഹിഷ്ണുത കാണിച്ച് ധാർഷ്ട്യവും വിരോധവും പ്രകടിപ്പിച്ചവരും മന്ത്രിസഭകളിലും അധികാരസ്ഥാനങ്ങളിലും ഉണ്ടായിരുന്നു എന്നതാണ് എന്റെ വ്യക്തിപരമായ അനുഭവം. നേപ്പാളിലെ കാഠ്മണ്ഡുവിൽ നടന്ന പ്രഥമ സൗത്ത് ഏഷ്യൻ കാർട്ടൂൺ കോൺഗ്രസിൽ പ്രതിനിധിയായി പങ്കെടുക്കാൻ അവസരം ലഭിച്ചപ്പോൾ ദക്ഷിണമേഖലയിലെ കാർട്ടൂണിസ്റ്റുകൾക്ക് നേരിടേണ്ടി വരുന്ന ഭീഷണികളെക്കുറിച്ച് നേരിട്ടറിയാൻ സാധിച്ചു. മുഹമ്മദ് എന്ന വാക്ക് (പ്രവാചകന്റെ നാമം) നിർദേഷമായ ഒരു കാർട്ടൂണിൽ ഉപയോഗിച്ചതിന്റെ പേരിൽ ബംഗ്ലാദേശിലെ കാർട്ടൂണിസ്റ്റ് ആരിഫുർ റഹ്മാൻ നേരിടേണ്ടി വന്ന അറസ്റ്റ് അടക്കമുള്ള ദുരനുഭവങ്ങൾ അദ്ദേഹം വിവരിച്ചത് ഞെട്ടലോടെയാണ് സമ്മേളന പ്രതിനിധികൾ കേട്ടിരുന്നത്. പാകിസ്ഥാനിലെയും ശ്രീലങ്കയിലെയും കാർട്ടൂണിസ്റ്റുകൾക്കും സമാന അനുഭവങ്ങൾ പങ്കു വയ്ക്കാൻ ഉണ്ടായിരുന്നു. കേരളത്തിൽ കാർട്ടൂണിസ്റ്റുകൾ ആസ്വദിക്കുന്ന രാഷ്ട്രീയക്കാർ ഉണ്ടായിരുന്നത് പലർക്കും അത്ഭുതമായിരുന്നു. എന്റെ അഭിപ്രായത്തിൽ, കേരളത്തിലെ കാർട്ടൂണുകളുടെ സ്വീകാര്യതയെ രണ്ടു രീതിയിൽ കാണണം. കാർട്ടൂണുകളെ ഉൾക്കൊള്ളുന്ന ഒരു ഭരണകൂടം സത്യത്തിൽ ജനാധിപത്യത്തിന്റെ അവശ്യഘടകമായി അഭിപ്രായസ്വാതന്ത്ര്യത്തെ മാനിക്കുകയാണ് ചെയ്യുന്നത്. അതേ സമയം തന്നെ നമ്മുടെ രാഷ്ട്രീയ നേതാക്കൾ കാർട്ടൂണുകളിലെ വിമർശനങ്ങളെ അതിജീവിക്കാനുള്ള തൊലിക്കട്ടി നേടിയിരിക്കുന്നു എന്നതും വസ്തുതയാണ്. കേരളത്തിലെ രാഷ്ട്രീയനേതാക്കൾ വിമർശനങ്ങളോട് ഇമ്മ്യൂണൽ ആയിരിക്കുന്നു. കാർട്ടൂണുകൾ ഒരു പരസ്യം പോലെയാണ് അവർ എടുക്കുന്നത്. അന്തരിച്ച കാർട്ടൂണിസ്റ്റ് കേരളവർമ്മ ഒരു സ്വകാര്യ സംഭാഷണത്തിൽ പറഞ്ഞ വാക്കുകളാണിത്. സ്വതന്ത്രമായി അഭിപ്രായപ്രകടനം നടത്തുന്നവരെ

വര: സുജിത്

ഇല്ലാതാക്കാൻ അധികാര സ്ഥാനത്തുള്ളവരും നിയമപാലകരും ക്വട്ടേഷൻ നൽകുന്ന ഇക്കാലത്ത് കാർട്ടൂണിസ്റ്റുകളുടെ എന്നല്ല പ്രതികരിക്കുന്ന ഓരോ മലയാളിയുടെ സുരക്ഷയിലും ആശങ്കയുണ്ട്.

പി വി കൃഷ്ണൻ: മലയാളി കാർട്ടൂണിസ്റ്റുകൾ സുരക്ഷിതരാണ്. കാരണം അവരുടെ സൃഷ്ടികൾ ശത്രുക്കളെ സൃഷ്ടിക്കുന്നില്ല. എല്ലാവരെയും സുഖിപ്പിക്കുകയാണ്. പരിഹസിക്കപ്പെടുന്നവർ പോലും പബ്ലിസിറ്റിയായി കാണുന്നു. ഇത് കാർട്ടൂണിനെ സംബന്ധിച്ചാണ് ദുരന്തം. കാർട്ടൂണാണ് ഇവിടെ മരിക്കുന്നത് കാർട്ടൂണിസ്റ്റല്ല.

ഇത്രയും കാലത്തെ അനുഭവത്തിൽനിന്നും താങ്കളിലെ കാർട്ടൂണിസ്റ്റിന് കേരളീയ കാർട്ടൂണിന്റെ ഭാവിയെപ്പറ്റി എന്ത് തോന്നുന്നു?

പി വി കൃഷ്ണൻ: ഇക്കണക്കിനു പോയാൽ ഭാവി ശുഭകരമല്ല. യഥാർഥ കാർട്ടൂണിസ്റ്റിന്റെ ജനനം കേരളത്തിൽ അനിവാര്യമാവും. നൂറ് ശതമാനം സ്വാതന്ത്ര്യത്തോടെ, മാനവികതയോടുള്ള പ്രതിബദ്ധതയോടെ ഒരു ശങ്കർ ഇവിടെയും ജനിച്ചേക്കാം. സ്വന്തം പത്രത്തിൽ സ്വന്തം കാർട്ടൂണുകൾക്കൊപ്പം ശക്തമായ മറ്റുള്ളവരുടെ കാർട്ടൂണുകളും പ്രസിദ്ധീകരിക്കുന്ന പത്രമുതലാളിയായ ഒരു കാർട്ടൂണിസ്റ്റിനെ കേരളം കാത്തിരിക്കുന്നു.

വര: പി. വി. കൃഷ്ണൻ

സുധീർനാഥ്: നമ്മുടെ കുട്ടികൾ കാർട്ടൂണിസ്റ്റുകളാകാൻ പലപ്പോഴും അനിമേഷൻ രംഗത്തേയ്ക്ക് വരുന്നില്ല. ഹോളിവുഡിലും മറ്റും ഉണ്ടാക്കുന്ന സിനിമകളിൽ പലതും തിരുവനന്തപുരത്തും ഹൈദരാബാദിലും സിനിമകളിൽ നമ്മുടെ കുട്ടികൾ ഉണ്ടാക്കിയതാണെന്ന് എത്ര പേർക്കറിയാം. അതുകൊണ്ട് നമ്മൾ വളരെ ക്രിയേറ്റീവായി ചിന്തിക്കേണ്ടിയിരിക്കുന്നു.

സുജിത്: കാലമിനിയുമുരുളും വിഷു വരും വർഷം വരും പുതിയ പത്രങ്ങൾ വരും ചാനൽ വരും പിന്നെയോരോ മൊബൈലിലും ഓൺലൈൻ പോർട്ടൽ വരും അപ്പോളാരെന്നുമെന്തെന്നുമാർക്കറിയാം.

ഒരു പെർഫെക്ട് കാർട്ടൂണിസ്റ്റിന്റെ വരക്കാഴ്ചകൾ

അജിത് നൈനാൻ/വി സി അഭിലാഷ്

ഇന്ന് ഇന്ത്യൻ കാർട്ടൂണിസ്റ്റുകളിൽ മുൻപന്തിക്കാരനാണ് മലയാളികൂടിയായ അജിത് നൈനാൻ. വിഖ്യാതനായ അബു എബ്രഹാമിന്റെ സഹോദരപുത്രനായ അദ്ദേഹം പക്ഷേ, അബുവിന്റെ വര രീതിയല്ല പിന്തുടരുന്നത്. ഒരുനിമിഷനേരത്തിനുള്ളിൽ നൂറുനൂറു രൂപങ്ങൾ കോറിയിടാൻ തക്ക കഴിവുള്ള അനിമേഷൻ സോഫ്റ്റുവെയറുകൾ കളം വാഴുമ്പോഴും ന്യൂഡൽഹിയുടെ *ടൈംസ് ഓഫ് ഇന്ത്യ*യുടെ ശീതീകരിക്കാത്ത മുറിയിൽ മണിക്കൂറുകളോളം ചെലവിട്ട് അദ്ദേഹം ഒരു കാർട്ടൂൺ വെള്ളക്കടലാസിൽ വരച്ചു തീർക്കുന്നു. വരയിലെ പെർഫെക്ഷന്റെ കാര്യത്തിൽ വിട്ടുവീഴ്ചയ്ക്ക് തയാറാവാത്ത നൈനാൻ ഇന്ത്യയിലെ ഏതൊരു പുതുതലമുറ കാർട്ടൂണിസ്റ്റിനെയും പോലെ ആശയങ്ങളുടെ അവതരണത്തിന്റെ കാര്യത്തിലും അതിവിദഗ്ധനാണ്.

'മച്ചുവാല' എന്ന ആദ്യ കോളം കാർട്ടൂൺ മുതൽ നൈനാൻസ് വേൾഡ് വരെയുള്ള ഒട്ടനവധി പംക്തികളിലൂടെ ഈ മലയാളി നമ്മുടെ പൊതു സാമൂഹിക -രാഷ്ട്രീയ വിഷയങ്ങളിൽ തന്റെ പ്രതികരണസാന്നിധ്യം അറിയിക്കുന്നു. ഗർഭച്ഛിദ്രത്തിന് കത്തോലിക്ക സഭ നൽകിയ അനുമതിയെ ആസ്പദമാക്കി നൈനാൻ വരച്ച കാർട്ടൂൺ അദ്ദേഹത്തിന്റെ സർഗാത്മകതിയിലെ പുരോഗമന നിലപാടുകളെ തെളിയിക്കുന്നതാണ്. കെയ്റോയിലെ അന്താരാഷ്ട്ര ജനസംഖ്യാ ഉച്ചകോടി മികച്ച രചനയായി തെരെഞ്ഞെടുത്ത ഈ കാർട്ടൂണിൽ ABORTION എന്ന വാക്കിലെ T എന്ന അക്ഷരത്തെ കുരിശിന്റെ രൂപത്തിൽ അവതരിപ്പിച്ച നൈനാൻ ഒരിക്കൽ രാജീവ് ഗാന്ധിയെ പോപ്പുമായി സാമ്യപ്പെടുത്തിയതിന്റെ പേരിലും ഏറെ വിമർശനം കേൾക്കേണ്ടി വന്നു. പ്രതികരിക്കുന്ന കലയായ കാർട്ടൂണിന്റെ സമകാലിക സാധ്യതകളെക്കുറിച്ച് സംസാരിക്കുക

യാണ് അജിത് നൈനാൻ.

സമീപകാലത്ത് നമ്മുടെ ദേശീയ മാധ്യമങ്ങൾ കാർട്ടൂൺ എന്ന കലാരൂപത്തെ രണ്ടാംപന്തിക്കാരാക്കി മാറ്റുന്നു എന്ന് തോന്നിയിട്ടുണ്ട്. താങ്കളാകട്ടെ ഇപ്പോൾ ദേശീയ കാർട്ടൂണിസ്റ്റുകളിൽ എണ്ണപ്പെട്ട പേരുകളിലൊന്നാണ്. എന്തു പറയുന്നു?

പഴയ കാലത്തുനിന്നും ഒരുപാട് മാറ്റം സംഭവിച്ചിട്ടുണ്ട്. മാറ്റമെന്നു പറയുന്നത് എല്ലായിടത്തുമുണ്ട്, പത്രത്തിലും ഈ മാറ്റം കാണാനാവും, എല്ലായിടത്തുമെന്നതുപോലെ. പണ്ടൊക്കെ ഒരു പത്രത്തിൽ മൂന്നും നാലും കാർട്ടൂണുകൾ ഒരുമിച്ചുവരുമായിരുന്നു. ഇപ്പോൾ എല്ലാവരും വിപണിസാധ്യതയാണ് അന്വേഷിക്കുന്നത്. കൂടുതൽ വരുമാനം എവിടെനിന്നു വരുന്നു എന്നു നോക്കും. പ്രാധാന്യം അതിലേക്ക് കേന്ദ്രീകരിക്കും. വല്ലാത്തൊരു മാർക്കറ്റിങ് പ്രൊഫഷണലിസമാണ് നടക്കുന്നത്. ഇപ്പോൾ മീഡിയയിൽ കാലാവസ്ഥയൊക്കെ ചിലയാളുകൾ സ്പോൺസർ ചെയ്യുകയാണ്. അവരുടെ പരസ്യം വരും. അങ്ങനെ വരുമ്പോൾ പത്രത്തിലെ ഓരോ സെന്റീമീറ്ററിനും വരുമാന സാധ്യതയുണ്ടാകും. അതാണ് എല്ലാവരും അന്വേഷിക്കുന്നത്. *ഹിന്ദുസ്ഥാൻ ടൈംസ്, ടൈംസ് ഓഫ് ഇൻഡ്യ* ഇവയിലൊക്കെ വിപണിമൂല്യം വലിയ രീതിയിൽ ഫ്രണ്ട് പേജിനെ സ്വാധീനിച്ചിട്ടുണ്ട്. *ഇന്ത്യാടുഡെയിൽ*നിന്നും ഞാൻ മാറുന്ന സമയത്തുതന്നെ ഇക്കാര്യത്തോട് പൊരുത്തപ്പെടാൻ എനിക്കു കഴിഞ്ഞിട്ടുണ്ട്. എന്റെ കാർട്ടൂൺ ഫ്രണ്ട് പേജിൽത്തന്നെ വരണമെന്ന് ഏത്

വര: അജിത് നൈനാൻ

സാഹചര്യത്തിലായാലും എനിക്ക് വാശിപിടിക്കാനാവില്ല. ചില നേരം ഫ്രണ്ട് പേജിൽനിന്ന് ഒഴിവാക്കപ്പെട്ടാലും അകത്തൊരു പേജിൽ ഉൾപ്പെടും. നമ്മുടെ ചില മെട്രോപൊളിറ്റൻ സിറ്റികളിലൊക്കെ ചെന്നാൽ എന്റെ കാർട്ടൂൺ ഫ്രണ്ട് പേജിലുണ്ടാകും. എന്നാൽ പുതിയൊരു ബ്രാഞ്ച് വരുമ്പോൾ ഉദാഹരണത്തിന് നമ്മുടെ കൊച്ചിപോലുള്ളിടത്ത് കാർട്ടൂണിന് സ്ഥാന ചലനം ഉണ്ടാകും. അത് മാർക്കറ്റിങ്ങിലെ സാധ്യത നോക്കിയാണ് സംഭവിക്കുക.

ഇത്തരം വിപണി സാധ്യതകൾ സ്വാഭാവികമായും എഡിറ്റോറിയൽ പോളിസിയേയും ബാധിക്കുമെന്ന് പറയാനാവില്ലേ?

തീർച്ചയായും. മാർക്കറ്റ് ഒരു പ്രധാന ഘടകമാണ്. എല്ലാവരും മാർക്കറ്റിന്റെ സാധ്യതകൾ തേടുന്നു. ഞാൻ സൂചിപ്പിച്ചല്ലോ, ഓരോ പത്രത്തിന്റെയും ഓരോ പേജിലും സെന്റീമീറ്റർ കണക്കിന് സ്പെയ്സ് പരസ്യങ്ങൾ കീഴടക്കിക്കൊണ്ടിരിക്കുന്നു. ഇപ്പോൾ തന്നെ എഡിറ്റോറിയൽ സ്റ്റാഫിനേക്കാൾ കൂടുതൽ മാർക്കറ്റിങ് സ്റ്റാഫാണ് എല്ലായിടത്തും. അതായത് വാർത്ത ശേഖരിക്കാനുള്ളതിനെക്കാൾ ആളുകൾ പരസ്യം പിടിക്കാനും പത്രം വിൽക്കാനുമുണ്ടാകും. ദേശീയതലത്തിലുള്ള ഏതെങ്കിലും ഒരു പത്രത്തിന്റെ കാര്യം മാത്രമല്ല ഞാനീ പറയുന്നത്.

വിപണിയെ നോക്കുക എന്നത് പത്രമാധ്യമങ്ങളിൽ മാത്രമല്ല എല്ലായിടത്തും ഉള്ളതാണ്. ഒരർഥത്തിൽ ചില പോസിറ്റീവ് വശങ്ങളും ഇതിനുണ്ടെന്ന് പറയാനാവില്ലേ ?

അതെ, അതൊരു ലോകസത്യം തന്നെയാണ്. പക്ഷേ ഒട്ടുമിക്ക പ്രധാന പത്രങ്ങളും ഒരു നല്ല നിലയ്ക്കല്ല പോകുന്നത്. വരുമാനം വരട്ടെ, വരുമാനം വരട്ടെ എന്നിങ്ങനെ പറഞ്ഞ് പറഞ്ഞു ഇപ്പോൾ പത്രം വിറ്റു മാത്രമല്ല പണം വരുന്നത്. അവർ പ്രോപ്പർട്ടി

He's right! UPA can crush al-Qaida, Taliban etc—I mean 'US-Pak-Afghan' forces, not his 'Ulta-Pulta Alliance'.
വര: അജിത് നൈനാൻ

കൾ വാങ്ങിക്കൂട്ടുന്നു. ഇവന്റ് മാനേജ്മെന്റുകൾ സംഘടിപ്പിക്കുന്നു. ഇങ്ങനെയാണ് ദേശീയ തലത്തിൽ ചില മാധ്യമങ്ങൾ പ്രവർത്തിക്കുന്നത്. ഇവന്റ് മാനേജ്മെന്റ് എന്നു പറഞ്ഞാൽ ഒന്നിലധികം ക്ലൈന്റ്സിനെ വിളിച്ച് ഒരു ഇവന്റ് സംഘടിപ്പിക്കുകയാണ്. കാർ കമ്പനികൾ, ടയർ കമ്പനികൾ... ഇങ്ങനെ പലകൂട്ടരും പങ്കെടുക്കും. ഇത്തരത്തിൽ റിലയൻസ്, സാൻട്രോ, എയർടെൽ എന്നിവരുമായൊക്കെ പല പ്രസിദ്ധീകരണങ്ങൾക്കും കൊമേർസ്യൽ ടൈ- അപ്പ് ഉണ്ട്.

ഇത്തരം മാധ്യമ നടപ്പുദീനങ്ങൾ കാർട്ടൂണിനെയും എന്തായാലും സ്വാധീനിച്ചിട്ടുണ്ടാകും. അതു പക്ഷേ ഈ കലാരൂപത്തിന്റെ അടിത്തറയെ തകർക്കുന്നതാണെന്നു വാദിക്കാനാവുമോ? മാധ്യമ വ്യവസായത്തിലെ മൊത്തത്തിലുള്ള വ്യവസ്ഥാപിത സമീപനങ്ങളിൽ കാർട്ടൂണുകൾ പെടുന്നുണ്ടല്ലോ?

പണ്ടത്തെ കാർട്ടൂണിങ്ങിൽ നിന്നും ഇപ്പോൾ ഏറെ മാറ്റം സംഭവിച്ചു കഴിഞ്ഞു. ഇപ്പോൾ ഫ്രണ്ട് പേജിൽ വരാതെ പോയ എന്റെ ഒരു കാർട്ടൂൺ ഉൾപ്പേജുകളിലും വന്നില്ലെങ്കിൽ നമുക്ക് മറ്റ് മാർഗങ്ങളെ ആശ്രയിക്കാനുള്ള സാധ്യതയുണ്ട്. ഇന്റർനെറ്റ് നമ്മളെ അത്തരത്തിൽ സഹായിക്കും. നമ്മുടെ രചനകൾ പത്രത്തിൽ വരുമ്പോൾ പ്രതികരണങ്ങളുണ്ടാവുക രാജ്യത്തിനകത്തുനിന്നും മാത്രമാണ്. എന്നാൽ, വെബ്സൗകര്യം പ്രയോജനപ്പെടുത്തുമ്പോൾ ലോകമെമ്പാടുനിന്നും ആളുകൾ പ്രതികരിക്കും. എന്നെ കാനഡയിൽനിന്നും മറ്റുമൊക്കെ ആളുകൾ വിളിക്കുകയും അഭിപ്രായപ്പെടുകയും ചെയ്യാറുണ്ട്. പ്രധാന സോഷ്യൽ നെറ്റുവർക്കുകളിലൊക്കെ നമ്മുടെ ഫാൻസ് ഉണ്ടാകും. ഓർക്കൂട്ടിലും ഫേസ്ബുക്കിലും എനിക്ക് ഫാൻസുകൾ ഉണ്ട്. ധാരാളം സുഹൃത്തുക്കളെ അവിടെ നിന്നും കിട്ടുന്നു. വെബ് വന്നപ്പോൾ ഫാൻസ് എന്നത് സിനിമാക്കാർക്ക് മാത്രമല്ല എന്ന നിലയിലേക്ക് കാര്യങ്ങൾ മാറി. പണ്ട് ഇത്തരത്തിൽ സാധ്യതകളേ ഇല്ല. ഇവിടെ ദേശീയതലത്തിൽ മരിയോ, ലക്ഷ്മൺ, അബു, സുധീർധാർ, വിജയൻ എന്നിവരൊക്കെ യാതൊരു സാങ്കേതികവിദ്യകളുടെ പിന്തുണയുമില്ലാതെ വരച്ചവരാണ്. അന്നവരുടെ ഒരു കാർട്ടൂൺ പത്രത്തിൽ വരിക എന്നത് അവരുടെ മാത്രമാവശ്യമായിരുന്നില്ല. ആ സ്ഥാപനത്തിന്റെ കൂടി ആവശ്യമായിരുന്നു. വായനക്കാരും കാർട്ടൂണിസ്റ്റുകളുമായി വലിയ ബന്ധമുണ്ടായിരുന്നു. ഒരു പത്രമെടുത്താൽ വായിക്കുന്നവനറിയാം ആരാണ് അതിലെ കാർട്ടൂണിസ്റ്റ് എന്ന്. ഇന്നങ്ങനെയല്ല. കാർട്ടൂണിനെ അവിഭാജ്യഘടകമായി പരിഗണിക്കുന്ന കാലം മാറിക്കൊണ്ടിരിക്കുകയാണ്. പരാതിപ്പെടാനും പറ്റിയെന്നുവരില്ല. ഒരു ദിനപത്രത്തിൽ പലപല ഹീറോകൾ ഉണ്ടായിരുന്നില്ല പണ്ട്. വിരലുകളിൽ എണ്ണാവുന്ന ചിലർ. കാർട്ടൂണിസ്റ്റ് അതിൽ മുൻപന്തിയിലായിരുന്നു. ഇന്നതല്ല സ്ഥിതി. ഒരുപാടു ഹീറോകൾ ഉണ്ടാവുകയും മാർക്കറ്റിങ് അതിൽ പ്രധാനിയാവുകയും ചെയ്യുന്നു. മറ്റൊരു ഹീറോ

വര: അജിത് നൈനാൻ

അഡ്വൈർടൈസിങ് ഹെഡ് ആണ്. നമുക്ക് പ്രാധാന്യം കുറഞ്ഞു എന്ന് പരാതിപ്പെടാൻ നിൽക്കാതെ ആ ഫാമിലിയിൽ ഉൾപ്പെട്ടാൽ ഒരുപാട് നേട്ടങ്ങൾ ആ നിലയ്ക്ക് കിട്ടും. അങ്ങനെ വരുമ്പോൾ അജിത് നൈനാന്റെ കാർട്ടൂണുകൾ നിങ്ങളുടെ മൊബൈൽ ഫോണിൽ കാണാൻ സാധിക്കും. അത് വിട്ടുവീഴ്ചയ്ക്ക് അവർ തരുന്ന സൗകര്യങ്ങളാണ്. ഒരു പരിധിവരെ ഞാനിതൊക്കെ പോസിറ്റീവായാണ് കാണുന്നത്. മറ്റൊരുകാര്യം ഒരു സ്ഥാപനത്തിൽ വരയ്ക്കുന്നു എന്നത് ഒരു ഫ്രീലാന്റിനെക്കാൾ നമുക്ക് സുരക്ഷിതത്വം തരുന്നു. പ്രതിഫലത്തിന്റെ കാര്യത്തിലായാലും ശത്രുക്കളുടെ കാര്യത്തിലായാലും.

ആളുകൾ പേനയ്ക്കുപകരം മൗസുകളെ തേടിപ്പോകുന്ന കാർട്ടൂണിങ് വേൾഡ് ഇപ്പോൾ സംഭവിക്കുന്നു. താങ്കൾ സൂചിപ്പിച്ച ഈ മാറ്റങ്ങൾ കാർട്ടൂൺ വരയുടെ സാങ്കേതികതയിലും പ്രശ്നങ്ങളുണ്ടാകുന്നില്ലേ?

തീർച്ചയായും എനിക്ക് വാസ്തവത്തിൽ എന്റെ കമ്പ്യൂട്ടർ ഉപയോഗിക്കാതെ വരയ്ക്കുന്നതാണിഷ്ടം. കാരണം കാർട്ടൂണിന്റെ പവർ എന്നു പറയുന്നത് ബ്ലാക്ക് & വൈറ്റ് വര തന്നെയാണ്. ഇന്നത്തെ പത്രത്തിൽ കളർ കാർട്ടൂൺ തന്നെ വേണമെന്ന് പറഞ്ഞ് വാശിപിടിക്കുമ്പോൾ നമുക്കൊന്നും ചെയ്യാനാവില്ലല്ലോ? പക്ഷേ മാനേജ്മെന്റിന്റെ ഭാഗത്തു നിന്നുമുള്ള ഇത്തരമാവശ്യങ്ങളെ സ്നേഹത്തോടെ അംഗീകരിച്ചുകൊടുക്കാൻ ഞാനെപ്പോഴും സന്നദ്ധനായിരുന്നു. അല്ലെങ്കിൽ കാൽനൂറ്റാണ്ട് മുമ്പേ അനിമേഷൻരംഗത്ത് ശ്രദ്ധകൊടുത്ത് ഞാൻ രാജ്യം വിടുമായിരുന്നു. എന്നാൽ ഞാനിപ്പോഴും ഇവിടെ തുടരുകയാണ്.

കാർട്ടൂണിസ്റ്റുകളുടെ പ്രതിഫലത്തിന്റെ കാര്യത്തിലും പ്രശ്നങ്ങളുണ്ട്?

ഏതു മേഖലയിലും, അതേതു തരം പ്രൊഫഷനിലും വരുമാനം കൂട്ടണമെന്ന് ഒരാൾക്ക് നിർബന്ധമുണ്ടെങ്കിൽ അത് ഉണ്ടാകും. എനിക്ക് കേരളത്തിലെ കാർട്ടൂണിസ്റ്റുകളെ വച്ച് നോക്കുമ്പോൾ ഇവിടെ കൂടു

തൽ പ്രതിഫലം കിട്ടുന്നുണ്ട്. എന്നാൽ സുധീർധാറൊക്കെ എന്റെ എത്രയോ ഇരട്ടി കാശ് സമ്പാദിക്കുന്നുണ്ട്. അത് യു എസ് എ പോലുള്ള രാഷ്ട്രങ്ങളിൽനിന്നുള്ള കാർട്ടൂൺ കലണ്ടറിസത്തിന്റെ ഓഫർ ഉപയോഗപ്പെടുത്തിക്കൊണ്ടാണ്. ഞങ്ങളൊക്കെ ഇപ്പോഴും സ്വന്തം കാർട്ടൂണിനെ മാർക്കറ്റിങ് ചെയ്യാനറിയാതെ പേപ്പറും പേനയുമെടുത്ത് എന്തെങ്കിലും വരച്ചു ജീവിച്ചു പോവുകയാണ്.

കാർട്ടൂണിസ്റ്റുകൾ വരയിൽ പക്ഷപാതിത്വം കാണിക്കുന്നത് ഇപ്പോൾ ഒരു പതിവാണ്. ഇത് ഈ കലയുടെ പ്രസക്തിയെ ചോദ്യം ചെയ്യുമെന്ന ആശങ്കയും നിലവിലുണ്ട്. കാർട്ടൂണിസ്റ്റുകളുടെ ആ സമീപനം നല്ലതാണെന്ന നിലപാട് താങ്കൾക്കുമുണ്ടോ?

കാർട്ടൂണിസ്റ്റുകളും മനുഷ്യരാണ്. ബന്ധങ്ങൾ, വൈകാരികതകൾ അവർക്കുമുണ്ട്. ഇപ്പോൾ അബുവിന്റെ കാര്യമെടുക്കാം. ഒരിക്കൽ ഞാൻ കാണാൻ ചെന്നപ്പോൾ അദ്ദേഹം വളരെ വിഷമിച്ച് കണ്ണൊക്കെ നീരുവന്ന് വീർത്തിരിക്കുന്നത് കണ്ടു. ഞാൻ കാര്യം തിരക്കി. ഇന്ദിരാഗാന്ധിയെ വളരെ ഇഷ്ടമായിരുന്നു അദ്ദേഹത്തിന്. അവരിരുവരും കൂടി ഒരു പാർക്കിലൂടെ പോകുന്ന സ്വപ്നം കണ്ടു അദ്ദേഹം. പെട്ടെന്ന് ഓഫീസിൽനിന്നും അർജന്റ് കാൾ വന്ന് ഇന്ദിര മടങ്ങിപ്പോയി. അതോടെ സ്വപ്നം നിന്നു. അതാണ് അബുവിന്റെ സങ്കടം. നമുക്കത് നിസ്സാരമായ ഒരു സ്വപ്നത്തിന്റെ കാര്യമാണ്. പക്ഷേ പുള്ളിക്ക് അതൊരു വൈകാരികമായ പ്രശ്നമാണ്. എങ്കിലും അദ്ദേഹം ഇന്ദിരാ ഗാന്ധിയെ വിമർശിച്ച് വരച്ചിട്ടില്ലേ, അടിയന്തരാവസ്ഥക്കാലത്ത്.

നമ്മുടെ നാട്ടിൽ റിട്ടയേർഡ് കാർട്ടൂണിസ്റ്റുകൾ ഒരു പൈപ്പും കടിച്ചുപിടിച്ച് വീട്ടിൽ വിശ്രമജീവിതം സംതൃപ്തമായി നയിക്കുന്ന ഒരു കാഴ്ചയുണ്ട്. പെൻഷൻ പറ്റിയ കാർട്ടൂണിസ്റ്റുകളുടെ ഐക്കൺ ആയി അതു മാറുന്നു. താങ്കളുടെ വരജീവിതം ഇനിയുമേറെ കടക്കാനുണ്ട്. ഇപ്പോൾ എന്താണ് തോന്നുന്നത്?

സംതൃപ്തിയുണ്ട്. പലതരത്തിലും. അതിനുകാരണം എനിക്ക് അത്യാവശ്യം ഫാൻസുണ്ട് എന്ന എന്റെ തിരിച്ചറിവാണ്. ഞാൻ യാത്രകളൊക്കെ പോയി വരുമ്പോൾ ഒരുപാട് ഈമെയിൽ വന്നു കിടക്കും. ഒറ്റവരിയുള്ള അഭിനന്ദനങ്ങളും അന്വേഷണങ്ങളും ആശംസകളും. ചിലത് വല്ലാതെ അസ്വസ്ഥപ്പെടുത്തുന്നതായിരിക്കും. എങ്കിലും അവരെ എന്റർടെയിൻ ചെയ്യിപ്പിക്കാൻ കഴിയുക എന്നത് വലിയ കാര്യമല്ലേ. രാജീവ് ഗാന്ധിക്കെതിരെ ഒരിക്കൽ വരച്ചപ്പോൾ ഗോവക്കാരിയായ ലോബോ എന്ന സ്ത്രീ എന്നെ ഫോണിലൂടെ പ്രതിഷേധിച്ചത് ഓർക്കുന്നു. രാഷ്ട്രീയക്കാരനെ മാർപ്പാപ്പയുമായി സാദൃശ്യപ്പെടുത്തി വരച്ചു എന്നതാണ് അവരുടെ കോപത്തിന്റെ കാരണം.

ഹൈദരാബാദിൽനിന്നുള്ള മല്ലു എന്ന് ഒട്ടുമിക്കപ്പോഴും സ്വയം വിശേഷിപ്പിക്കാറുള്ള താങ്കൾക്ക് ഇപ്പോൾ കേരളവുമായി ബന്ധമുണ്ടോ? മലയാളം കാർട്ടൂണുകളിൽ കാണാറുണ്ടോ?

മലയാളം കാർട്ടൂണുകൾ സ്ഥിരം കാണാറില്ല. കേരള കാർട്ടൂൺ അക്കാദമി സെക്രട്ടറിയായിരുന്ന സുധീർനാഥ് ചില മലയാളി കാർട്ടൂണിസ്റ്റുകളുടെ രചന അയച്ചു തരുന്നത് കാണാറുണ്ട്. ഞാൻ കുട്ടിയായിരുന്നപ്പോൾ "ബോബനും മോളി"യും സ്ഥിരം വായിക്കുമായിരുന്നു. ആ ഒരു സ്റ്റൈൽ ഞാൻ ഇഷ്ടപ്പെട്ടിരുന്നു. ടോംസ് വരയ്ക്കുന്നത് വളരെ ഡീറ്റെയിൽഡായാണ്. ഒരു വീടു വരച്ചാൽ മരങ്ങൾ, ആളുകൾ, കുട്ടികൾ, പശുക്കൾ ഒക്കെ ഒരു ചെറു കോളത്തിൽ വരയ്ക്കും. ചെറിയ വിശദീകരണങ്ങളിലൂടെ ഇത്തരം നാട്ടുരീതികളെ അവതരിപ്പിക്കുന്നത് നല്ലകാര്യമായി തോന്നിയിട്ടുണ്ട്. എനിക്കിപ്പോൾ അമ്പത്താറു വയസായി. മലയാളം വായിക്കാനറിയില്ല എന്നത് വലിയ വിഷമമാണ്. എന്റെ പിതാവ് ആന്ധ്രയിലായിരുന്നു നാൽപ്പതു വർഷത്തോളം. അദ്ദേഹത്തിന് മലയാളം നന്നായി അറിയാം. കേരളവിഭവങ്ങൾ അദ്ദേഹം നന്നായി പാചകം ചെയ്യുമായിരുന്നു.

വരയിലെ പെർഫെക്ഷന്റെ കാര്യത്തിൽ താങ്കളിപ്പോഴും വിട്ടുവീഴ്ചയ്ക്ക് സന്നദ്ധനല്ലെന്ന് തോന്നാറുണ്ട്. പുതിയ കാലത്ത് അത്തരം പിടിവാശി നല്ലതാണോ?

ഇത് പിടിവാശിയുടെ പ്രശ്നമല്ല. അബു എബ്രഹാം ദിവസവും രണ്ടും മൂന്നും മണിക്കൂർ കാർട്ടൂൺ വരയ്ക്കാൻ കുത്തിയിരിക്കുന്നത് ഞാൻ കണ്ടിട്ടുണ്ട്. ചിലപ്പോൾ ഏഴെട്ടുപേപ്പർ ചിലവാക്കേണ്ടിവരും. കുറെ പൈപ്പു (സിഗരറ്റ്)കളും വലിച്ച് അങ്ങനെയിരിക്കും. പതിനൊന്ന് പന്ത്രണ്ട് മണിയാകുമ്പോൾ കാർട്ടൂൺ റെഡിയാകും. അപ്പോൾ ഡ്രൈവറെ വിളിക്കും. കാർട്ടൂൺ തന്റെ ഓഫീസിലേയ്ക്ക് കൊടുത്തയയ്ക്കും. അദ്ദേഹം എഡിറ്റോറിയൽ മീറ്റിങ്ങിലൊന്നും പങ്കെടുത്തിരുന്നില്ല. സാധാരണ ഗതിയിൽ എഡിറ്റോറിയൽ മീറ്റിങ് എന്നു പറഞ്ഞാൽ നമുക്ക് വരയ്ക്കാനുള്ള സാധ്യതകൾ ഒരുപാട് കിട്ടുന്നിടമാണ്. എന്നാൽ പൊതുരാഷ്ട്രീയത്തെയും സമൂഹത്തെയുംപറ്റി വ്യക്തമായ ധാരണയുള്ളതുകൊണ്ട് അദ്ദേഹത്തിന് വീട്ടിന്റെ മുറ്റത്തെ പുൽത്തകിടിയിലിരുന്നാൽ കാർട്ടൂണിനുള്ള ആശയം കിട്ടുമായിരുന്നു. ഞാൻ *ഇന്ത്യാടുഡേ*യിൽ ജോലി ചെയ്തിരുന്ന സമയത്ത് അവർക്ക് ഒരുപാട് പ്രസിദ്ധീകരണങ്ങളുണ്ട്. പ്രഭു ചൗളയൊക്കെ പുതിയൊരു സ്കൂപ്പിനു വേണ്ടി ഓഫീസിലും മറ്റും ഭ്രാന്തുപിടിച്ചു നടക്കുന്നതു കാണാം. ഇന്ന് ഇന്ത്യയിൽ ഏറ്റവും മികച്ച പത്ത് എഡിറ്റർമാരിലൊരാളാണ് അദ്ദേഹം. ഞാൻ പറഞ്ഞു വന്നത് എനിക്കും അബുവിനുമൊക്കെ വരയ്ക്കാനുള്ള സോഴ്സിനു വേണ്ടി ഒരുപാട് അലയേണ്ടി വരാത്തതിനു കാരണം താങ്കൾ സൂചിപ്പിച്ച പെർഫെക്ഷന്റെ കാര്യത്തിൽ വിട്ടുവീഴ്ച്ചയ്ക്ക് തയാറാവാത്തതും ഞങ്ങളുടെ അപ്ഡേറ്റിങ്ങും റിഫ്രഷിങ്ങുമാണ്.

ജീവിതം കാർട്ടൂൺ രാഷ്ട്രീയം

ഇ പി ഉണ്ണി/വി സി അഭിലാഷ്

സമകാലിക ഇന്ത്യയിൽ ഏറെ ചർച്ച ചെയ്യപ്പെടുന്ന, എണ്ണപ്പെട്ട കാർട്ടൂണിസ്റ്റുകളിലൊരാളാണ് *ദി ന്യൂ ഇന്ത്യൻ എക്സ്പ്രസി*ലെ ചീഫ് പൊളിറ്റിക്കൽ കാർട്ടൂണിസ്റ്റ് ഇ പി ഉണ്ണി. അദ്ദേഹത്തിന്റെ വരകൾ ആ പ്രസിദ്ധീകരണത്തിന്റെ പേജുകളെ ഓരോ ദിവസവും ജീവനുള്ളതാക്കുന്നു. പെരുമാറ്റത്തിലും വർത്തമാനത്തിലും പുലർത്തുന്ന സത്യസന്ധതയും ലാളിത്യവും ഈ കാർട്ടൂണിസ്റ്റിന്റെ വലിയ പ്രത്യേകതയാണ്. ഇ പി ഉണ്ണി സംസാരിക്കുന്നു

സമകാലിക ഭാരതത്തിൽ പ്രതിദിന കാർട്ടൂൺ കോളങ്ങളാൽ മാത്രമല്ല കാർട്ടൂണുകൾ ചർച്ചാവിഷയമാകുന്നത്. താങ്കൾ ഇന്ത്യയിലെ ഏറ്റവുമധികം ചർച്ചചെയ്യപ്പെടുന്ന പൊളിറ്റിക്കൽ കാർട്ടൂണിസ്റ്റെന്ന നിലയിൽ ശ്രദ്ധേയനുമാണ്. ഒരു കൗതുകത്തിന് വേണ്ടിയാണ് വരച്ചുതുടങ്ങിയതെന്ന് കേട്ടിട്ടുണ്ട്?

1975 ലാണ് ഞാൻ കോളേജ് വിടുന്നത്. അതിനുമുമ്പ് തന്നെ വരയ്ക്കാൻ തുടങ്ങിയിരുന്നു. പിന്നെ എല്ലാവരും കുട്ടിക്കാലത്ത് ഒരു രസത്തിനാണല്ലോ വര തുടങ്ങുന്നത്. അതുപോലെയാണ് ഞാനും തുടങ്ങുന്നത്. പിന്നീട് *ശങ്കേഴ്സ് വീക്കിലി*യിലൊക്കെ വരയ്ക്കാൻ തുടങ്ങി. അടിയന്തരാവസ്ഥക്കാലത്ത് വരച്ചതൊന്നും പ്രസിദ്ധീകരിക്കാൻ ഇടമില്ലെന്നൊരു അവസ്ഥ വന്നു. അക്കാലത്ത് ഹിമ്മത്തിന് അയച്ചുകൊടുത്തിരുന്നു. അതു സെൻസർ ചെയ്യപ്പെട്ടു.

തൊണ്ണൂറുകളിൽ താങ്കളുടെ 'കലി' എന്ന കാർട്ടൂൺ പരമ്പര സൃഷ്ടിച്ച ഭാവുകത്വ പരീക്ഷണമുണ്ട്. അന്നത് പ്രസിദ്ധീകരിക്കപ്പെട്ടതുപോലെ

ഇന്ന് സാധ്യമാണോ?

സ്വീകരിക്കപ്പെടുമെന്നു തന്നെയാണ് തോന്നുന്നത്. കേരളത്തിലെ പോലെ കാർട്ടൂണുകളെ സ്വീകരിക്കുന്ന മറ്റൊരു പ്രദേശവും ഇന്ത്യയിൽ ഞാൻ കണ്ടിട്ടില്ല. ഒരു പത്രവും ഇവിടെ കാർട്ടൂണില്ലാതെ ഇറങ്ങുന്നില്ല. അത്തരമൊരു പോസിറ്റീവ് സാഹചര്യമുള്ളതുകൊണ്ട് ഇന്നും അന്നത്തെപ്പോലെ സ്വീകാര്യത ഉണ്ടാവുമെന്നു തന്നെയാണ് തോന്നുന്നത്.

താങ്കളുടെ മികച്ച പരീക്ഷണങ്ങളെന്ന് വിശേഷിപ്പിക്കാവുന്ന രചനകൾ -ഗ്രാഫിക് നോവലുകളൊക്കെ പലപ്പോഴും ആനുകാലികങ്ങളുടെ വിശേഷാൽ പതിപ്പുകളിലൊക്കെയാണ് വരുന്നത്. പ്രതിവാര പതിപ്പുകളിൽ അവയ്ക്ക് സാധ്യതയില്ലാതെ പോവുന്നില്ലേ?

എന്നു പറയാൻ പറ്റില്ല. പത്മരാജന്റെ *തകര*യൊക്കെ ഗ്രാഫിക് നോവലായി വരുന്നുണ്ട്. *മാതൃഭൂമി* തന്നെ എന്റെ 'പൂക്കാലം' എന്നൊരു ഗ്രാഫിക് നരേറ്റീവ് ഉപയോഗിച്ചിട്ടുണ്ട്.

അടിയന്തരാവസ്ഥയ്ക്കുശേഷം ഒരു വലിയ കാർട്ടൂൺ തലമുറ ദേശീയ തലത്തിൽ തന്നെ ഉയർന്നുവന്നിരുന്നല്ലോ. താങ്കളെ കൂടാതെ അജിത് നൈനാൻ, രവിശങ്കർ, സുധീർ തൈലങ് തുടങ്ങി ഏറെപ്പേർ ശ്രദ്ധേിക്കപ്പെട്ടു. ഇക്കൂട്ടരിൽ മലയാളികൾ കൂടുതലായിരുന്നു. നിങ്ങളുടെ തലമുറയ്ക്കുശേഷം മലയാളി സാന്നിധ്യം ഈ മേഖലയിൽ കുറഞ്ഞിട്ടില്ലേ?

പ്രസാദിനെപ്പോലെ, സജിത്തിനെപ്പോലെ ശക്തമായ രചനകൾ നൽകുന്ന കാർട്ടൂണിസ്റ്റുകൾ ഉണ്ട്. ഒറ്റയടിക്ക് ആളുകൾ വരുന്നില്ലായിരിക്കാം. പക്ഷേ ഓരോ തലമുറയിൽനിന്നും ആളുകൾ വരുന്ന കൗതുകകരമായ കാഴ്ചയുണ്ട്. അടുത്ത കാലത്ത് *സെമിനാർ* എന്ന മാസിക കേരള പതിപ്പ് ഇറക്കിയപ്പോൾ ഈ വിഷയത്തെക്കുറിച്ച് ഞാൻ എഴുതിയിരുന്നു. വാസ്തവത്തിൽ അപ്പോഴാണ് ഞാൻ അതിനെ കുറിച്ച് കൂടുതൽ ആലോചിച്ചത്. ഞങ്ങളുടെ തലമുറയ്ക്കുശേഷം ഒരുപാടുപേർ വന്നതായി കാണാം. അവരൊക്കെ നല്ല ആശയങ്ങൾ വ്യത്യസ്തമായി അവതരിപ്പിക്കുന്നവർ തന്നെയാണ്. മാത്രമല്ല ഇന്ന് വരയ്ക്കാൻ ഏറെ വാർത്തകളുണ്ട്. അന്ന്, അടിയന്തരാവസ്ഥക്കാലത്ത് വാർത്തകളില്ല. സെൻസർഷിപ്പ് നിലവിലുണ്ടായിരുന്നു.

തൊണ്ണൂറുകളിൽ വർഗീയത വിഷയമാക്കി താങ്കൾ ഒരുപാട് കാർട്ടൂണുകൾ വരച്ചിട്ടുണ്ട്. ഇന്ന് രണ്ടു പതിറ്റാണ്ടു കഴിയുമ്പോൾ വർഗീയതയുടെ സ്വഭാവത്തിൽ തന്നെ വലിയ മാറ്റം വന്നിട്ടില്ലേ? കൂടുതൽ ഭീകരമായ, സങ്കീർണമായ അവസ്ഥ ഉണ്ടായിട്ടില്ലേ?

പ്രസക്തമായ ഒരു ചോദ്യമാണത്. അടിയന്തരാവസ്ഥയ്ക്കുശേഷമുള്ള ഘട്ടത്തിൽ കോൺഗ്രസിതര സർക്കാരുകൾ ദേശീയ രാഷ്ട്രീയത്തിൽ സജീവമായതോടെയാണ് ബി ജെ പി ഒരു സാന്നിധ്യമാവുന്നത്.

ഇന്ദിരാഗാന്ധിയുടെ മരണം, പിന്നെ രാജീവ് ഗാന്ധിയെ തോൽപ്പിച്ചുകൊണ്ട് വി പി സിങ്ങിന്റെ വരവ് – ഈ ഘട്ടത്തിലാണ് ഇതു നടക്കുന്നത്. ഞാൻ 89 മുതൽ ഡൽഹിയിലുണ്ട്. ആ കാലം മുതൽ മിക്ക തെരഞ്ഞെടുപ്പുകളെയും റിപ്പോർട്ട് ചെയ്യാനുള്ള അവസരം എനിക്ക് ലഭിച്ചിട്ടുണ്ട്. അതുകൊണ്ടുതന്നെ ഈ കാലത്തുണ്ടായ വ്യത്യാസം അറിയാം. അദ്വാനിയുടെ രഥയാത്രയും ബാബ്റി മസ്ജിദ് സംഭവവുമൊക്കെ അന്നു നടന്നതാണ്.

വർഗീയതയുടെ കാര്യം പറയുമ്പോൾ ബാബ്റി മസ്ജിദിന് മുമ്പും പിമ്പും എന്ന് ഇന്ത്യൻ രാഷ്ട്രീയത്തിൽ തന്നെയൊരു മാറ്റം പ്രകടമായിട്ടില്ലേ?

ഉണ്ട്. തീർച്ചയായും അടിയന്തരാവസ്ഥയെയും അങ്ങനെ വിശേഷിപ്പിക്കാം. എന്നാൽ ബാബ്റി മസ്ജിദ് ഇഷ്യുവിനുശേഷം ഒരു വലിയ തരത്തിലുള്ള മാറ്റം ഉണ്ടാവുന്നുണ്ട്. ആ സമയത്ത് വരച്ച കാർട്ടൂണുകൾ നൽകുന്ന ആശയപരിധിയിൽ ഇന്ന് വർഗീയത ഒതുങ്ങില്ല. അന്ന് ഭൂരിപക്ഷ വർഗീയതയ്ക്കു മറുപടിയായി ന്യൂനപക്ഷ വർഗീയത കാണപ്പെട്ടു. അന്ന് ഇന്നത്തേക്കാൾ സരളമായൊരു അന്തരീക്ഷമായിരുന്നു എന്നു കരുതി അതൊരു ഭേദപ്പെട്ട അവസ്ഥയുമായിരുന്നില്ല. ഒരുപാടുപേർക്ക് ജീവനും ജീവിതവും നഷ്ടപ്പെട്ടു. തുടർച്ചയായുണ്ടാവുന്ന കലാപങ്ങൾ ഉണ്ടാക്കുന്ന ആഘാതം അവിടത്തുകാരിൽ ദൃശ്യമാണ്. ഇന്ന് വോട്ടുബാങ്ക് രാഷ്ട്രീയത്തിനനുസരിച്ച് രാഷ്ട്രീയ നിലപാടുകൾ ക്രമീകരിക്കപ്പെടുന്നു. ഇതിനിടയ്ക്കു വർഗീയതയ്ക്ക് ഇന്ന് വ്യാപകമായ സ്വീകാര്യതയുണ്ടാവുന്നു. ഈ സ്വീകാര്യത പുരോഗമന പാർട്ടികൾക്കുപോലും ചെറുത്ത് നിർത്താനാവുന്നില്ല. പ്രായോഗിക രാഷ്ട്രീയത്തിൽ ജാതി–മത ഇടപെടലുകൾക്ക് സ്ഥാനം ലഭിച്ചാൽ നെഗറ്റീവായ ഒരു ആശയലോകം അവിടെ ഉണ്ടാവുകയാണ്. ഇതിൽ നേട്ടം കൊയ്യുന്നത് വർഗീയ കക്ഷിയാളാണ്. തൊണ്ണൂറുകളിൽ വർഗീയ രാഷ്ട്രീയത്തിനെതിരെ കൃത്യമായ ഒരു ആശയ ലോകം ഉണ്ടായിരുന്നു. ആ കൃത്യത ഇന്നു പോയിത്തുടങ്ങിയിരിക്കുന്നു. ഭാരത് ബന്ദ് നടത്തുമ്പോൾ ബി ജെ പിയോട് കൈകോർക്കുന്ന പുരോഗമന കക്ഷികൾ ഇക്കാര്യം ഒന്നമർത്തി ചിന്തിക്കുന്നത് നന്ന്. സി പി എ നേതാവായ ഗുരുദാസ് ദാസ് ഗുപ്ത, കരൺ ഥാപ്പറുമായി ഒരു ടി വി സംഭാഷണത്തിൽ ഇക്കാര്യത്തിൽ മുന്നറിയിപ്പു നൽകിയിരുന്നു.

പക്ഷേ ഇന്ന് യു പി എ ഗവൺമെന്റ് പൊതുവെ സൃഷ്ടിച്ച ഒരു ഭീകരമായ സാമൂഹികാവസ്ഥയ്ക്കെതിരെ കൈ കോർക്കുകയല്ലേ ഈ പുരോഗമന കക്ഷികൾ ചെയ്തത്. അന്നേരം അപ്പുറവുമിപ്പുറവും ആരാണ് നിൽക്കുന്നതെന്ന് നോക്കേണ്ടതുണ്ടോ?

ചരിത്രപരമായ ഒരു മഹാ മുഹൂർത്തമല്ലിത്. ഒരു സാദാ ഗവൺമെന്റിനെ താഴെ വലിച്ചിടാൻ വലിയ ബലം പ്രയോഗിക്കേണ്ടതില്ല. ബി ജെ പി ഭരിച്ചാലും ഡീസൽ വില കൂടുകതന്നെ ചെയ്യും.

ഈ സാഹചര്യത്തിൽ കാർട്ടൂണിസ്റ്റുകളുടെ ഇടപെടലുകൾക്കും പ്രസക്തിയില്ലേ? ഇപ്പോ അസിം ത്രിവേദിയെപ്പോലെ ഇരുപത്തിയഞ്ചുകാരനായ കാർട്ടൂണിസ്റ്റിനെ, വരച്ചതിന്റെ പേരിൽ രാജ്യദ്രോഹ കുറ്റം ചുമത്തിയാണ് അറസ്റ്റ് ചെയ്തത്?

കാർട്ടൂണിന്റെ ചരിത്രം നാം വായിക്കേണ്ടതുണ്ട്. പത്രമാധ്യമരംഗത്തിനു പിമ്പേ കാർട്ടൂണിന് ഒരു ചരിത്രമുണ്ട്. അതൊരു തെരുവ് കലയാണ്. പൊളിറ്റിക്കൽ മൂവ്മെന്റിന്റെയൊക്കെ ഭാഗമായ ഒരു കലയാണത്. ഇടതുപക്ഷ പുരോഗമന മുന്നേറ്റങ്ങളിൽ കാർട്ടൂണും പങ്കുവഹിച്ചിട്ടുണ്ട്. തോമസ് നാസ്റ്റിനെ പോലെയുള്ള കാർട്ടൂണിസ്റ്റുകളെ ഓർമയില്ലേ? കാർട്ടൂൺ എന്നു പറഞ്ഞാൽ പ്രതിഷേധത്തിന്റെ കലയാണെന്ന സത്യത്തെ മറക്കാൻ പാടില്ല. ജനകീയ കലകളുടെ അംശങ്ങൾ കാർട്ടൂണിലുണ്ട്.

നെഹ്റുവിന്റെ പിൻഗാമികളാണ് അംബേദ്കറിനെ കഥാപാത്രമാക്കി ശങ്കർ വരച്ച കാർട്ടൂൺ പാഠപുസ്തകത്തിൽനിന്ന് എടുത്തുമാറ്റാൻ ഉത്തരവിട്ടത്. നമ്മുടെ പാർലമെന്റിൽ ഈ വിഷയം വന്നപ്പോൾ രണ്ടേരണ്ട് എം പിമാരുടെ വിമത സ്വരമേ നാം കേട്ടുള്ളൂ. നമ്മുടെ കേരളത്തിൽനിന്നുള്ള എം പിമാരും കാർട്ടൂണിനെതിരെ തന്നെ നിലകൊണ്ടു. ശങ്കറിന്റെ കാർട്ടൂൺ എടുത്തുമാറ്റാൻ ഇപ്പോഴത്തെ കേന്ദ്ര വിദ്യാഭ്യാസ മന്ത്രി കപിൽ സിബൽ പറഞ്ഞ രീതിയുണ്ട്. ശങ്കറിനെയോ അദ്ദേഹത്തിന്റെ പാരമ്പര്യത്തെയോ ചരിത്രത്തേയോ തീരെ മനസിലാക്കാതെയാണ്, അല്ലെങ്കിൽ അവഗണിച്ചാണ് സിബൽ പ്രതികരിച്ചത്! ഇൻ അപ്രോപ്പ്രിയേറ്റ് മെറ്റീരിയൽ എന്ന വാക്കാണ് സിബൽ ഉപയോഗിച്ചത്. ഇത് ബംഗാളിൽ സത്യജിത്ത് റേയുടെ കാര്യത്തിലാണ് ഉണ്ടായതെങ്കിൽ എന്തായിരുന്നേനെ സംഭവിക്കുന്നത്!

കമ്യൂണിസ്റ്റ് നേതാക്കളുമായി നല്ല ബന്ധം സൂക്ഷിച്ചിരുന്നയാളാണ് താങ്കൾ. അച്യുതമേനോനെ ഒരിക്കൽ കണ്ട് സംസാരിക്കാൻ സാഹചര്യം ഉണ്ടായതൊക്കെ പറഞ്ഞു കേട്ടിട്ടുണ്ട്?

ഒരു അഭിമുഖ സംഭാഷണം നടത്താനൊന്നുമല്ല അദ്ദേഹത്തെ കാണാൻ ശ്രമിച്ചത്. ഏത് രംഗത്തും ഒരു ഗതിമാറ്റം ഉണ്ടാക്കാൻ ശ്രമിക്കുന്നവരെ ശ്രദ്ധിക്കാറുണ്ട്. അങ്ങനെയാണ് കാണാൻ ചെന്നത്. അദ്ദേഹം അധികാരത്തിൽ നിന്നിറങ്ങി ഏതാണ്ടൊരു പതിറ്റാണ്ടിനുശേഷമാണ് എനിക്കദ്ദേഹത്തെ കാണാനവസരമുണ്ടായത്. അപ്പോൾപോലും നമ്മുടെ സാമൂഹിക സാമ്പത്തികരംഗങ്ങളിലെ സൂക്ഷ്മ ചലനങ്ങളിലൊക്കെ അദ്ദേഹത്തിനു കണ്ണുണ്ടായിരുന്നു. വിദ്യാഭ്യാസരംഗത്തെ വർഷങ്ങൾക്കുമുമ്പത്തെ സ്ഥിതിവിവരക്കണക്കുകൾ വരെ അദ്ദേഹം ഓർത്തെടുത്തു പറഞ്ഞു. മലയാളി സമൂഹത്തെ കുറിച്ച് ഇത്തരം കരുതലുകളുള്ള ഒരു ഇടതുപക്ഷ നേതൃത്വം ഇന്നാണുണ്ടാവേണ്ടത്.

കാർട്ടൂണും മാനേജ്മെന്റും

യേശുദാസൻ: കേരളത്തിലെ സീനിയർ കാർട്ടൂണിസ്റ്റ്. ദീർഘ കാലം *മനോരമ*യിൽ വരച്ചു. ഇപ്പോൾ *ദേശാഭിമാനി* ദിനപത്ര ത്തിലെ കാർട്ടൂണിസ്റ്റ്.

കാർട്ടൂണിസ്റ്റും മാനേജ്മെന്റും തമ്മിലുള്ള ബന്ധത്തെക്കുറിച്ചുള്ള ഏറ്റ വും നല്ല അഭിപ്രായങ്ങൾ തരാൻ കഴിയുക അങ്ങേക്കാണ്. 'ജനയുഗ' ത്തിലായിരുന്നല്ലോ തുടക്കം?

തികച്ചും മാന്യമായ രീതിയിൽ മാനേജുമെന്റുമായി സഹകരിച്ചും സൗഹൃദം നിലനിർത്തിക്കൊണ്ടുമാണ് എല്ലാക്കാലത്തും ഞാനൊരു സ്റ്റാ ഫ് കാർട്ടൂണിസ്റ്റായി പ്രവർത്തിച്ചത്. തുടക്കത്തിൽ *ജനയുഗ*ത്തിലാണ് വരച്ചിരുന്നത്. കമ്യൂണിസ്റ്റുകാർ പൊതുവെ ഗൗരവക്കാരാണ്. എന്നാൽ *ജനയുഗ*ത്തിൽ എനിക്ക് സ്വാതന്ത്ര്യം ഉണ്ടായിരുന്നു. അന്ന് ആ പത്ര ത്തിൽ പാർട്ടിമെമ്പറല്ലാത്ത ഒരാൾ ഞാൻ മാത്രമാണ്. എന്നുവച്ച് അതി ന്റെ പേരിലൊരു അകൽച്ചയൊന്നും ആരും കാണിച്ചിരുന്നില്ല. പത്രാധി പർ മുതൽ പ്യൂൺവരെയുള്ളവർ എന്നോട് സൗഹൃദമനോഭാവത്തോ ടെ പെരുമാറി. കമ്യൂണിസ്റ്റുകാരുടെ ചിരിയോടുള്ള അകൽച്ചയെ കുറി ച്ചു പറയുമ്പോൾ ഓർമയിൽ വരുന്ന ഒന്നുണ്ട്, 'കിട്ടുമ്മാൻ' *ജനയുഗ* ത്തിൽ തുടങ്ങിയ കാലത്ത് പാർട്ടിയിലെ ഒരു വിഭാഗം ആളുകൾ എതിർ ത്തു. ഇങ്ങനെയുള്ള കാർട്ടൂണുകൾ നമുക്കാവശ്യമില്ലെന്നായിരുന്നു അ വരുടെ വാദം. പാർട്ടിയുടെ സെക്രട്ടറിയേറ്റു വരെ അതു ചർച്ച് ചെയ്തു. അന്ന് എം എൻ ഗോവിന്ദൻ നായർ കമ്യൂണിസ്റ്റുകൾ ചിരിക്കാൻ പാടി ല്ലെന്ന് *മാനിഫെസ്റ്റോ*യിൽ എവിടെയാണ് പറഞ്ഞിരിക്കുന്നതെന്നാണ് യോഗത്തിൽ മറ്റുള്ളവരോട് ചോദിച്ചത്. അച്യുതമേനോനും പി കെ വി

യുമൊക്കെ സഹൃദയരായിരുന്നു. മാഗസിൻ ജേർണലിസത്തിൽ ഇന്നു കാണുന്ന പല സംരഭങ്ങളുടെയും തുടക്കക്കാരൻ *ജനയുഗം* പത്രാധിപരായിരുന്ന കാമ്പിശ്ശേരി കരുണാകരനാണ്. അദ്ദേഹത്തെ പോലുള്ളവർ സൗഹൃദത്തിന്റെയും സ്വാതന്ത്ര്യത്തിന്റെയും ബൃഹത്തായൊരു ലോകം കാർട്ടൂണിസ്റ്റ് എന്ന നിലയിൽ സമ്മാനിച്ചിരുന്നു. *ജനയുഗ*ത്തിൽ നിന്നും പിന്നെ *ശങ്കേഴ്സ് വീക്കിലി*യിലേക്ക് വന്നു. അവിടേയും കുറച്ചുകാലം പ്രവർത്തിച്ചു.

പിന്നീട് മനോരമയിലേയ്ക്കു വന്നു. ദീർഘമായ 23 വർഷങ്ങൾ, അല്ലേ?

അതെ, ഇരുപത്തിമൂന്നുവർഷക്കാലത്ത് ആദ്യമൊക്കെ എനിക്ക് വലിയ സ്വാതന്ത്ര്യമുണ്ടായിരുന്നു. വലിയ സപെയ്സ് അവർ തന്നു എന്ന കാര്യം മറന്നുകൂടാ. പിന്നീടാണ് പ്രശ്നങ്ങളുണ്ടായത്. എന്നാൽ പോകുന്നതിനുമുമ്പുള്ള അഞ്ചുവർഷങ്ങളിലാണ് ഞങ്ങൾ തമ്മിൽ പ്രശ്നങ്ങളുണ്ടായത്. സ്വാതന്ത്ര്യം കുറഞ്ഞു. ചിലരെ കഥാപാത്രങ്ങളാക്കി വരച്ചാൽ അത് കൊടുക്കേണ്ടതുണ്ടോ എന്ന് പലരും ആശയക്കുഴപ്പത്തിലായി. നമ്മൾ കഷ്ടപ്പെട്ട് സമയമെടുത്ത് വരയ്ക്കുന്ന കാർട്ടൂൺ പ്രസിദ്ധീകരിക്കാതെ വരുന്ന അവസരങ്ങളുമുണ്ട്. എന്തെങ്കിലും ദുരന്തം, പ്ര

ആശാൻ കളരിക്ക് അകത്ത്

കളരിയിൽ ഇറങ്ങാൻ സമയമായെന്ന് കെ കരുണാകരൻ
മന്ത്രി കെ വി തോമസിന്റെ 'ഓർഡർ ഓർഡർ ഓർഡർ' എന്ന പുസ്തകത്തിന്റെ പ്രകാശനവേളയിൽ

വര: യേശുദാസൻ

മൗനം വിദ്വാനു ഭൂഷണം (ഒരു ഇസ്രയേൽ ചൊല്ല്)

ഇസ്രയേലുമായുള്ള പതിനായിരം കോടിയുടെ മിസൈൽ ഇടപാടിനെപ്പറ്റി എ.കെ. ആന്റണി സത്യം പറയണമെന്നു ധനമന്ത്രി തോമസ് ഐസക്.

വര: യേശുദാസൻ

ശസ്തരുടെ മരണം ഇതൊക്കെ സംഭവിക്കുമ്പോൾ ഒഴിവാക്കാൻ ഏറ്റവും എളുപ്പം കാർട്ടൂൺ കോളമാണ്. ചിലർ വരച്ച കാർട്ടൂൺ മനസിലായില്ല എന്നു പറഞ്ഞ് മാറ്റിവയ്ക്കും. അതിന്റെ പിന്നിൽ രാഷ്ട്രീയ സൗഹൃദങ്ങളാണ്. നായനാരെ കുറിച്ച് ഞാൻ വരച്ച കാർട്ടൂണുകൾ ഞാൻ പുസ്തകമാക്കി. *വരയിലെ നായനാർ* പ്രധാനമന്ത്രിയെ കൊണ്ട് പ്രകാശനം നടത്താനാണ് ഞാനാഗ്രഹിച്ചത്. അതിനിടെയാണ് *മനോരമ*യുടെ ഇഷ്ടക്കേടു വന്നത്. *മനോരമ*യിൽനിന്നും പിരിഞ്ഞു എന്നു കരുതി ആ ബന്ധം അവസാനിച്ചു എന്നു പറയാനാവില്ല.

*മനോരമ*യിൽനിന്ന് മാറിയതിൽ എനിക്ക് ദുഃഖമില്ല. പക്ഷെ, ഇങ്ങനെ ഇറങ്ങിവരേണ്ടി വന്നതിൽ ഒരസ്വസ്ഥത, അതിപ്പോഴുമുണ്ട്. ഏതെങ്കിലും കോളം നിർത്തുന്നതിനോ ഒക്കെ കാർട്ടൂണിസ്റ്റിനോടുള്ള അഭിപ്രായം ചോദിക്കാൻ പലപ്പോഴും ആരും തയാറായിരുന്നില്ല. തീരുമാനമെടുത്ത ശേഷം വന്നു പറയും. നമ്മൾ വരയ്ക്കുന്ന കാർട്ടൂണിനോട് എത്രവലിയ കൂട്ടരാണെങ്കിലും അശ്രദ്ധ കാണിച്ചാൽ സഹിക്കാൻ പറ്റില്ല. അച്ചടിക്കുന്നതിന്റെ ക്വാളിറ്റിയിൽ വരെ പ്രശ്നങ്ങളുണ്ടായി. മഷി തികഞ്ഞില്ലന്നൊക്കെ പറഞ്ഞാൽ വിശ്വസിക്കാൻ ഒക്കുമോ?

പക്ഷങ്ങളെ മാനേജ്മെന്റ് നിലപാട് സ്വാധീനിക്കുകയില്ലേ?

ഒരു സ്ഥാപനത്തിനു വേണ്ടി ജോലി ചെയ്യാൻ തുടങ്ങിക്കഴിഞ്ഞാൽ മറ്റൊരു സ്ഥാപനത്തെയോ നിലപാടിനെയോ ആശ്രയിച്ച് എഴുതുകയോ

വരയ്ക്കുകയോ ഞാൻ ചെയ്യില്ല. മാനേജ്മെന്റുമായി പരമാവധി സഹകരിക്കുക. *മനോരമ* വിട്ടശേഷം ഞാൻ എം എ ഫാരീസിന്റെ *മെട്രോ വാർത്ത*യിലേയ്ക്കാണ് പോയത്. എഡിറ്റോറിയൽ നിലപാടുപോലും നോക്കാതെ വരയ്ക്കാനാണ് അദ്ദേഹം ആവശ്യപ്പെട്ടത്. ഒരു വർഷക്കാലത്തെ അവിടത്തെ വരജീവിതത്തിനുശേഷം ചില ഇടപെടലുകൾ വന്നപ്പോഴാണ് അവസാനിപ്പിച്ചത്. ഇപ്പോൾ *ദേശാഭിമാനി*യിൽ വരയ്ക്കുമ്പോഴും ഞാൻ മാനേജ്മെന്റുമായി മാക്സിമം സഹകരിക്കുകയെന്ന നയത്തിൽ വെള്ളം ചേർക്കുന്നില്ല.

കാർട്ടൂണും പ്രതികരണവും

ഗോപീകൃഷ്ണൻ: *മാതൃഭൂമി* ദിനപത്രത്തിലെ കാർട്ടൂണിസ്റ്റ്. കഴിഞ്ഞ രണ്ട് പതിറ്റാണ്ടുകാലത്തിനിടയിൽ മലയാളി ഏറ്റവുമധികം ചർച്ച ചെയ്ത കാർട്ടൂണിസ്റ്റ്.

വര:ഗോപീകൃഷ്ണൻ

മാതൃഭൂമിയിലെ പോക്കറ്റ് കാർട്ടൂൺ കാകദൃഷ്ടി

കഴിഞ്ഞ ഒരു കാൽനൂറ്റാണ്ടുകാലത്തെ മലയാളിയുടെ കാർട്ടൂൺ ബോധത്തെ ഏറെ സ്വാധീനിച്ച കാർട്ടൂണിസ്റ്റാണ് താങ്കൾ. രാഷ്ട്രീയക്കാരെ ഇത്രത്തോളം വരച്ച താങ്കളോടും വരയോടും താങ്കളുടെ കഥാപാത്രങ്ങളുടെ പ്രതികരണം എങ്ങനെയായിരുന്നു എന്ന് വിശദമാക്കാമോ?

രാഷ്ട്രീയക്കാരാകുന്ന, മൾബെറി ഇല തിന്നു ജീവിക്കുന്ന പട്ടുനൂൽപ്പുഴുക്കളാണ് രാഷ്ട്രീയ കാർട്ടൂണിസ്റ്റുകളെന്ന് ശ്രീ. അബുഎബ്രഹാം അഭിപ്രായപ്പെട്ടത് ഓർക്കുന്നു. എനിക്ക് കുറച്ച് രാഷ്ട്രീയനേതാക്കളെ മാത്രമേ പരിചയമുള്ളൂ. കൂടുതൽ വരച്ചത് ശ്രീ.കെ കരുണാകരനെയാണ്. ഒരിക്കൽ അദ്ദേഹത്തെ നേരിൽ കണ്ടപ്പോൾ എന്റെ വരയെക്കുറിച്ച് പ്രതികരിച്ചത് വരയ്ക്കുന്നതല്ലേയുള്ളൂ വലയ്ക്കുന്നില്ലല്ലോ എന്നാണ്. കെ മുരളീധരനും ഈ അർഥംവരുന്ന തരത്തിൽ തന്നെയാണ് എന്നോട് അഭിപ്രായപ്പെട്ടത്. തന്നെക്കുറിച്ചുള്ള കാർട്ടൂൺ കണ്ടിട്ട് അഭിനന്ദനം അറിയിച്ചിട്ടുള്ളത് ഇപ്പോഴത്തെ സ്പീക്കർ ശ്രീ. ജി കാർത്തികേയനും കേന്ദ്രമന്ത്രി ശ്രീ. കെ സി വേണുഗോപാലുമാണ്. കാർട്ടൂൺ കണ്ട് പലതവണ പത്രം ചുരുട്ടിയെറിഞ്ഞ ഒരു നേതാവുമുണ്ടായിരുന്നു. കാർട്ടൂൺ വരച്ച് പരിഹസിച്ചു എന്ന് പത്രാധിപരോട് പരാതി പറഞ്ഞ ആളുകളുമുണ്ട്. എതിർപാർട്ടിക്കാരെക്കുറിച്ചുള്ള കാർട്ടൂൺ കണ്ട് അഭിനന്ദനം അറിയിക്കുന്നവരും എതിർഗ്രൂപ്പിലെ നേതാവിനെ വരച്ചതിൽ സന്തോഷം അടക്കാനാവാതെ വിളിക്കുന്നവരുമുണ്ട്. കാർട്ടൂൺപോയിട്ട് പത്രംതന്നെ നോക്കാത്ത നേതാക്കളുമുണ്ട്. ഇതൊക്കെയാണെങ്കിലും നമ്മുടെ നേതാക്കൾ കാർട്ടൂണിനെ അതിന്റേതായ സെൻസിൽ തന്നെയെടുക്കുന്നവരാണ്. ഞാനേറ്റവും കൂടുതൽ വരയ്ക്കുന്നവരെയാണ് എനിക്കേറ്റവുമിഷ്ടം. തുള്ളൽക്കളിയിൽ പലതും പറയും. ഉള്ളിൽ അലോഹ്യം വേണ്ടെന്ന് നമ്പ്യാര് പറഞ്ഞിട്ടുണ്ടല്ലോ.

താങ്കളൊരു ട്രെന്റ് മേക്കറാണെന്ന് അഭിപ്രായമുണ്ട്. നേരാണോ? ഒരു ട്രെന്റ് ഗോപീകൃഷ്ണന്റെ വരവിനുശേഷം ഉണ്ടായി എന്ന് സ്വയം ബോധ്യപ്പെട്ടിട്ടുണ്ടോ?

ഓരോ കാർട്ടൂണിസ്റ്റിനും സ്വന്തമായ സ്റ്റൈൽ ഉണ്ടായിരിക്കുന്നതാ

ണ് ഭംഗി. മറ്റുള്ളവരുടെ കാർട്ടൂൺ നോക്കി മാറ്റം വരുത്തി അവതരിപ്പിക്കുന്നത് സ്കൂൾ കുട്ടികൾക്ക് ചേരും. പ്രൊഫഷണലുകൾക്ക് നല്ലതല്ല. പക്ഷേ പണ്ടുമുതലേ അങ്ങനൊരു ട്രെന്റുണ്ട്. എനിക്ക് ആ സമീപനത്തോടാണ് വിയോജിപ്പ്.

കാർട്ടൂണും ഇലസ്ട്രേഷനും

സഗീർ: കാർട്ടൂണിലും ഇലസ്ട്രേഷനിലും ഒരുപോലെ ശ്രദ്ധിക്കുന്നു. ചന്ദ്രിക ദിനപത്രത്തിലെ കാർട്ടൂണിസ്റ്റ്.

താങ്കൾ രേഖാചിത്രങ്ങളും മറ്റും നന്നായി കൈകാര്യംചെയ്യുന്നു. ഒരു കാർട്ടൂണിസ്റ്റിനെ സംബന്ധിച്ച് ഇലസ്ട്രേഷൻ നൽകുന്ന സൗകര്യം എന്താണ്?

സഗീറിന്റെ ഗൾഫും പടി പി.ഒ

ഇലസ്ട്രേഷൻ ഡ്രോയിങ് ആണ്. കാർട്ടൂൺ വ്യത്യസ്തമാണ് ഡ്രോയിംഗിൽ എന്ന നിർവചനത്തിൽ അതൊതുങ്ങിനിൽക്കുന്നില്ല. എന്നാൽ കാർട്ടൂണിസ്റ്റിന് വരയ്ക്കാനുള്ള എബിലിറ്റി പ്രധാനമാണ്. ഇപ്പൊൾ കാർട്ടൂണിൽ ഒരു ലൊക്കേഷൻസ് വരയ്ക്കണമെങ്കിൽ ഡ്രോയിങ്ങിലുള്ള കഴിവ് ഏറെ സഹായിക്കും. ഇലസ്ട്രേഷനിലും മാറ്റങ്ങൾ വന്നിട്ടുണ്ട്. പെയിന്റിങ്ങിന്റെ സ്വാധീനം കൂടുതലാണ്. അപ്പോൾ ഡ്രോയിങ് ഔട്ടാവുകയാണ് ചെയ്യുക. ഇതേ കാര്യം കാർട്ടൂണിൽ വരുമ്പോൾ മറ്റൊരു തലമാണ് വരിക.

'ഗൾഫും പടി പി ഒ' പോലെ സമകാലിക സാമൂഹിക സാധ്യതകൾ പ്രയോജനപ്പെടുത്തുന്ന കാർട്ടൂൺ പുസ്തകം എങ്ങനെയാണ് സംഭവിച്ചത്?

സാമ്പത്തിക വശം നോക്കിയിട്ടില്ല 'ഗൾഫുംപടി' ഇറങ്ങുന്നത്. *ചന്ദ്രികയിൽ* അത് വന്നിരുന്ന കാലത്താണ് പുസ്തകമാകുന്നതിനെക്കുറിച്ചുള്ള ചിന്ത വരുന്നത്. എൻ എസ് മാധവനും കെ എസ് സേതുമാധവനുമൊക്കെ പുസ്തകത്തെ സ്വാഗതം ചെയ്തു. കാർട്ടൂണിൽ പുസ്തകം വരിക എന്നത് സ്വീകാര്യമാകുമോ എന്ന ആശങ്കയില്ലാതായി.

അരവിന്ദന്റെയും ഒ വി വിജയന്റെയും പുസ്തകങ്ങൾ ലൈവ് ആയിരുന്നില്ല. അത് അവർ വരച്ചിരുന്ന കല അല്ല സമാഹരിക്കപ്പെട്ടത്? പക്ഷെ സുകുമാറിന്റെ 'മനഃശാസ്ത്ര'മൊക്കെ അങ്ങനെ വന്നിട്ടുണ്ട്.

അത് ബുക്കാവുന്നു എന്ന് ഉറപ്പുവന്നപ്പോൾ പെട്ടെന്നൊരു പുസ്തകത്തിനുവേണ്ടി ക്ലൈമാക്സ് തയാറാക്കുകയും ചെയ്തതാണ്. പക്ഷെ പുസ്തകമായതിനുശേഷവും 'ഗൾഫും‌പടി' തുടർന്നിരുന്നു. ഇപ്പോൾ പോക്കറ്റ് കാർട്ടൂണിലും ഇലസ്ട്രേഷനിലുമാണ് ശ്രദ്ധിക്കുന്നത്.

കോമിക് കാർട്ടൂൺ

വേണു: പൊളിറ്റിക്കൽ കാർട്ടൂണിലും കോമിക് കാർട്ടൂൺ വരയ്ക്കുന്നതിലും വിദഗ്ധൻ. ഒരേസമയം നിരവധി മുഖ്യധാരാ പ്രസിദ്ധീകരണങ്ങളിൽ വരയ്ക്കുന്നു.

മലയാളത്തിൽ കോമിക് കാർട്ടൂണിൽ അവസാനവാക്കാണ് താങ്കൾ. എന്തുകൊണ്ടാണ് കോമിക്കിൽ ശ്രദ്ധിക്കുന്നത്?

കുട്ടികളുടെ കാർട്ടൂണിൽ വലിയ രീതിയിലുള്ള സാമൂഹിക പ്രശ്നങ്ങളൊന്നും ഉൾപ്പെടുത്താറില്ല. അവരെ മാക്സിമം എന്റർടൈൻമെന്റ് ചെയ്യിപ്പിക്കുക എന്നതാണ് പ്രധാനം. കുട്ടികൾ എന്നവിഭാഗവും വ്യക്തികളാണ്. സ്വാഭാവികമായും അവരെ തൃപ്തിപ്പെടുത്തേണ്ടതുണ്ട്. നമ്മൾ ഇവിടെ വരയ്ക്കുന്ന കോമിക് കാർട്ടൂണും അന്തർദേശീയ തലത്തിലുള്ള കോമിക് കാർട്ടൂണും പരസ്പരം താരതമ്യം ചെയ്യാൻ പറ്റില്ല. അന്തർദേശീയ കാർട്ടൂൺ ഗ്ലോബലൈസേഷനെയും കൺസ്യൂമറിസത്തെയും മറ്റും പ്രോത്സാഹിപ്പി

വര:വേണു

വര:വേണു

ക്കുന്നു എന്ന ആരോപണങ്ങളുണ്ട്. ഇവിടെ അതങ്ങനെ വന്നിട്ടില്ല. നമ്മൾ മുതിർന്നവർ കാണുന്ന പല കാര്യങ്ങളും കുട്ടികളും കാണുന്നു. അവർ കണ്ട രീതിയിൽ അതവതരിപ്പിക്കുമ്പോഴാണ് അതിൽ നർമം വരുന്നത്.

പ്രവചനാത്മകതയുള്ള കാർട്ടൂണുകൾ താങ്കൾ കുട്ടികൾക്കു വേണ്ടി ഒരുപാട് വരയ്ക്കുന്നുണ്ടല്ലേ?

ഇമാജിനേഷന്റെ മറ്റൊരു തലമാണവ. കുട്ടികളുടെ ലോകത്ത് ഭാവനയ്ക്ക് ഇടം കൂടുതലാണ്. ചിന്തയുടെ ശൂന്യമായ ഇടത്തിൽ ഇമാജിനേഷന് സാധ്യത കൂടും. ശാസ്ത്രത്തെ കൂട്ടുപിടിച്ചുകൊണ്ട് പ്രവചനാത്മക കാർട്ടൂണിന്റെ കാര്യത്തിൽ കടക്കുകയാണ് ചെയ്യുന്നത്. അതിൽ ആധികാരികത കൂടും. അങ്ങനെയാണ് 'എ ഡി 3000' എന്നൊരു പംക്തി തുടങ്ങുന്നത്. പരിസരമലിനീകരണം, മണൽമാഫിയപോലുള്ള പ്രധാനപ്പെട്ട സാമൂഹികവിഷയങ്ങളൊക്കെ ഇതിൽ വരയ്ക്കാൻ പറ്റും.

താങ്കൾ 'തലമാറട്ടെ' പോലുള്ള കഥകൾ വരച്ചിരുന്ന കാലഘട്ടത്തിൽ നിന്ന് ഏറെ മാറ്റം വന്നു. ഇപ്പോൾ 'ബെൻടെന്റെ' കാലമാണ്. കുട്ടികളുടെ ഐക്യൂ നിലവാരത്തിൽ ഏറെ മാറ്റം വന്നിട്ടുള്ളതായി പഠനങ്ങൾ പറയുന്നു. വരയിലും ഇത് ബാധിച്ചിട്ടില്ലേ?

'തലമാറട്ടെ' വരയ്ക്കുന്നത് എഴുപത്തൊൻപതിലാണ്.അന്നൊക്കെ വിവരവിഭവകേന്ദ്രങ്ങൾ കുറവായിരുന്നു. അപ്പോൾ നമ്മൾ എന്ത് വരയ്ക്കുന്നോ അതു കുട്ടികളെ സ്വാധീനിച്ചിരുന്നു. ഇപ്പോൾ കാലം മാറി.കുട്ടികൾ എല്ലാം അങ്ങ് വിശ്വസിക്കണമെന്നില്ല. ഇൻഫർമേഷൻ വച്ചു കൊണ്ട് പണ്ടത്തെപോലെ ഇന്ന് കുട്ടികളെ നേരിടാൻ സാധ്യമല്ല. അതുകൊണ്ടാണ് ഇമാജിനേഷൻ കാർട്ടൂണിന്റെ സാധ്യതകൾ കോമിക് കാർട്ടൂണിസ്റ്റുകൾ തിരയുന്നത്.

ഫ്രീലാൻസ് കാർട്ടൂൺ

ജോയ് കുളനട: നിശ്ശബ്ദ കാർട്ടൂണുകൾ ഒറ്റയാൻ. ഫ്രീലാൻസറായി വരയ്ക്കുന്നു.

കേരളത്തിലെ ഫ്രീലാൻസ് കാർട്ടൂണിസ്റ്റുകൾക്ക് ഏറെ കടമ്പകളുണ്ടെന്ന് ഒരുപാടുപേർ പറയുന്നു. എന്താണ് അഭിപ്രായം?

കേരളത്തിലെമിക്ക പത്രങ്ങൾക്കും സ്വന്തമായി സ്റ്റാഫ് കാർട്ടൂണിസ്റ്റുകൾ ഉള്ളതിനാൽ അവയുടെ ഏഴയലത്തുപോലും ഫ്രീലാൻസ് കാർട്ടൂണിസ്റ്റുകളെ അടുപ്പിക്കുകയില്ല. അതുവഴി രാഷ്ട്രീയകാർട്ടൂണുകൾ വരയ്ക്കാനുള്ള അവരുടെ അവസരമാണ് നഷ്ടപ്പെടുന്നത്. മറ്റ് ആനുകാലിക പ്രസിദ്ധീകരണങ്ങളിലും ഇന്റർനെറ്റ്പത്രങ്ങളിലും അവസരങ്ങളുടെ പഴുതുകൾ നോക്കി ഇടിച്ചുകയറിയാണ് കഴിവുള്ള കാർട്ടൂണിസ്റ്റുകൾ പിടിച്ചുനിൽക്കുന്നത്.

പക്ഷെ അവിടെയും പ്രതിഫലം ഒരു പ്രശ്നമല്ലേ..?

വളരെയേറെ പ്രചാരമുണ്ടെന്ന് അവകാശപ്പെടുന്ന പ്രസിദ്ധീകരണങ്ങൾപോലും ഒരു കാർട്ടൂണിനു പ്രതിമാസമായി നൽകുന്നതു നൂറോ നൂറ്റമ്പതോ രൂപയാണ്. അതുപോലും നൽകാത്ത ചക്കാത്ത് പ്രസിദ്ധീകരണങ്ങൾ പോലുമുണ്ട്. എന്നാൽ അന്തസ്സായി പ്രതിഫലം നൽകുന്ന ചുരുക്കം ചില പ്രസിദ്ധീകരണങ്ങളുമുണ്ട്. ഗൾഫിൽ ജോലിചെയ്തിരുന്ന കാലത്ത് അവിടത്തെ പത്രങ്ങളിൽനിന്ന് വളരെ കാലങ്ങൾക്കുമുമ്പ് എനിക്കു ലഭിച്ചിരുന്നത് ഒരു കാർട്ടൂണിന് 3000 രൂപയായിരുന്നു. സ്ഥിരമായി ഒരു തൊഴിൽ ഇല്ലാത്ത ഫ്രീലാൻസ് കാർട്ടൂണിസ്റ്റുകൾക്ക് തന്റെ കാർട്ടൂണിനുള്ള വരുമാനം കൊണ്ട് നിത്യവൃത്തി കഴി

യാൻ പറ്റുകയില്ലെന്നത് ഒരു യാഥാർത്ഥ്യമാണ്. ചുരുക്കം ചിലരൊഴിച്ചാൽ ഭാഗ്യവശാൽ കേരളത്തിലെ ഫ്രീലാൻസ് കാർട്ടൂണിസ്റ്റുകൾ വര സൈഡ് ബിസിനസാക്കി ഭേദപ്പെട്ട മറ്റുതൊഴിലുകളിൽ ഏർപ്പെട്ടിരിക്കുന്നവരാണ്.

വര: ജോയ് കുളനട

ഫ്രീലാൻസ് കാർട്ടൂണിസ്റ്റിന് അർഹിക്കുന്ന അംഗീകാരങ്ങൾ കിട്ടുന്നില്ലെന്നൊരു അഭിപ്രായവുമുണ്ട്?

സംസ്ഥാന സർക്കാരിന്റെ ഉൾപ്പെടെ മിക്ക അവാർഡുകളും പത്രങ്ങളുടെ സ്റ്റാഫ് കാർട്ടൂണിസ്റ്റുകൾക്കായി സംവരണം ചെയ്യപ്പെട്ടിരിക്കുന്നു. അടുത്ത കാലത്ത് കേരള ലളിതകലാ അക്കാദമിയുടെ അവാർഡുദാനപ്രക്രിയയിൽ ഫ്രീലാൻസ് കാർട്ടൂണിസ്റ്റുകളെ കൂടി ഉൾപ്പെടുത്തിയിട്ടുണ്ട്. എന്നാൽ കേരള കാർട്ടൂൺ അക്കാദമി ഫ്രീലാൻസ് കാർട്ടൂണിസ്റ്റുകൾക്കുവേണ്ടി മാത്രം ഏർപ്പെടുത്തിയ കെ എസ് പിള്ള അവാർഡ് പോലും പത്രസ്ഥാപനത്തിൽ പ്രവർത്തിക്കുന്ന തങ്ങളുടെ പാർശ്വപ്രവർത്തിയായ സ്റ്റാഫ് കാർട്ടൂണിസ്റ്റിനു നൽകി ഫ്രീലാൻസ് കാർട്ടൂണിസ്റ്റുകളുടെ പിച്ചച്ചട്ടിയിൽ കയ്യിട്ടുവാരിയ വൃത്തികെട്ട ചരിത്രവും നമ്മുടെ മുന്നിലുണ്ട്.

കാർട്ടൂണും കാരിക്കേച്ചറും

പ്രകാശ് ഷെട്ടി: കാരിക്കേച്ചറിസ്റ്റ് എന്ന നിലയിൽ പ്രശസ്തൻ. ഫ്രീലാൻസറായി വരയ്ക്കുന്നു.

കാർട്ടൂണിൽ പരീക്ഷണങ്ങൾ നടത്തുന്ന ആളാണ് താങ്കൾ. കാരിക്കച്ച റിങ്ങിന്റെ പുതിയൊരു ട്രെന്റ് തൊണ്ണൂറുകളിൽ താങ്കളിലൂടെയാണ് മല യാളത്തിൽ സംഭവിച്ചത്. ഇത്തരം പരീക്ഷണങ്ങളുടെ സാധ്യതകൾ എ ത്രത്തോളം നമ്മുടെ കാർട്ടൂണിന് സാധ്യതകൾ തരുന്നുണ്ട്?

*മനോരമ*യിൽ സ്റ്റാഫായിരിക്കുമ്പോഴാണ് ഞാൻ കാരിക്കേച്ചറിന്റെ പുതിയ സാധ്യതകൾ പരീക്ഷിച്ചത്. പിന്നീട് പല പത്രങ്ങളിലും കാരി ക്കേച്ചർ ഉപയോഗിക്കുന്നത് പതിവായി. പുതിയ പരീക്ഷണങ്ങൾ ഇന്ന ത്തെ നിലയിൽ പൊതുവെ കുറവാണെന്ന് തോന്നുന്നു. കാർട്ടൂണിന്റെ പുതിയ രീതികളെ വരെ അനുഭവിക്കാൻ ശ്രമിക്കാറുണ്ട്. പക്ഷെ അത്തരം പരീക്ഷണങ്ങൾ ഇല്ല എന്നുതന്നെ തോന്നുന്നു.

പക്ഷെ ഇ പി ഉണ്ണിയൊക്കെ ഗ്രാഫിക് കഥയും പാട്ടും പരീക്ഷിക്കു ന്നില്ലേ?

വാസ്തവത്തിൽ ഉണ്ണിയുടെ ഈ പറയുന്ന ഗ്രാഫിക് കാർട്ടൂണിങ് എനിക്ക് ഒരു കോമിക്സ് സ്റ്റൈൽ മാത്രമായാണ് അനുഭവപ്പെട്ടിട്ടുള്ള ത്. അതിൽ പുതിയതായൊന്നുമില്ല. കാരിക്കേച്ചറിലൊക്കെ പരീക്ഷണം നടക്കുന്നില്ലെന്ന് പൂർണമായി പറയാൻ പറ്റില്ല. ഇപ്പോൾ കമ്പ്യൂട്ടർ ഉപ യോഗിച്ച് ഡിജിറ്റൽ ആർട്ടൊക്കെ വരുന്നുണ്ട്. പക്ഷെ അതൊരു തെറ്റായ രീതിയാണെന്നാണ് എന്റെ വ്യക്തിപരമായ അഭിപ്രായം കൈകൊണ്ടു വരയ്ക്കുന്നതും കമ്പ്യൂട്ടർകൊണ്ട് വരയ്ക്കുന്നതും തമ്മിൽ വലിയ വ്യത്യാ

സമുണ്ട്. കമ്പ്യൂട്ടർ ഉപയോഗിക്കുമ്പോൾ ക്രിയേറ്റിവിറ്റി ഇല്ലെന്നല്ല. പക്ഷെ അത് കാണുന്നയാളിന് എത്രത്തോളം സ്വീകാര്യമാവും എന്ന് പറയാനാവില്ല. ഇപ്പോൾ പത്രത്തിലൊക്കെ മൊത്തത്തിൽ കളറിങ് സാധ്യതകളുണ്ട്. അപ്പോൾ കൂടുതലായും വരയ്ക്കുന്ന കാരിക്കേച്ചറാണ് നല്ലതെന്നു തോന്നുന്നു.

കാർട്ടൂൺ പക്ഷെ ഒരു പ്രൊഫിറ്റബിൾ ആർട്ട് അല്ല എന്ന് തോന്നിയിട്ടില്ലേ?

വരുമാനം പലതരത്തിലും കുറവാണ്. പക്ഷെ നല്ല കാശ് ഇതുവഴി ഉണ്ടാക്കാം. ഞാനിപ്പോൾ ഇവന്റുകളിലും എക്സിക്യൂട്ടീവ് മീറ്റിങ്ങുകളിലും മറ്റും അവരുടെ ക്ഷണം സ്വീകരിച്ച് ചെന്ന് കാരിക്കേച്ചർ ചെയ്തു കൊടുക്കും. ഇങ്ങനെയൊക്കെയേ കലാരൂപം വഴി വരുമാനമുണ്ടാക്കാൻ പറ്റൂ.

വര: പ്രകാശ് ഷെട്ടി

കാർട്ടൂണും സൈബർലോകവും

തോമസ് ആന്റണി: കാരിക്കേച്ചറിസ്റ്റ് എന്ന നിലയിൽ പ്രശസ്തൻ. ഇപ്പോൾ *മെട്രോവാർത്തയിലെ* കാർട്ടൂണിസ്റ്റ്.

കാർട്ടൂണിസ്റ്റുകൾ തങ്ങളുടെ വരയുടെ പ്രകാശനത്തിന് പ്രിന്റ് മീഡിയയെ മാത്രം ആശ്രയിച്ചിരുന്ന കാലം മാറുകയാണ്. ഓൺലൈൻ കാർട്ടൂണിന്റെ സാധ്യതകൾ മുഖ്യധാരയിൽ വരയ്ക്കുന്നയാളുകൾ പോലും ഉപയോഗപ്പെടുത്തുന്നു. താങ്കൾ പക്ഷെ, സ്വന്തമായി വെബ്സൈറ്റ് വളരെ മുൻപേ തുടങ്ങിയ ആളാണ്. ഓൺലൈൻ കാർട്ടൂണിന്റെ സൗകര്യങ്ങൾ എന്തൊക്കെയാണ്?

എനിക്ക് തോന്നുന്നത് പത്ര മാധ്യമങ്ങൾക്കൊക്കെയുള്ള ഒരു പ്രധാന പരിമിതിയെ മറികടക്കാൻ സൗകര്യം നൽകുന്നു എന്നതാണ്. നമ്മുടെ പ്രിന്റ് മീഡിയയിൽ വരയ്ക്കുന്ന കാർട്ടൂൺ ആ ഭാഷയിൽ മാത്രമേ ഒതുങ്ങി നിൽക്കുന്നുള്ളൂ. എന്നാൽ ഓൺലൈൻ ആവുമ്പോൾ ഇന്നു ഞാൻ വരച്ച കാർട്ടൂൺ പത്തുമിനിറ്റിനകം ദക്ഷിണാഫ്രിക്കയിലെ കേപ്ടൗണിലിരിക്കുന്ന ഓരാൾക്ക് കാണാൻ പറ്റും. കാരിക്കേച്ചറുകളിലെ പോരായ്മകൾ പലതും പരിഹരിക്കാൻ ലോകമെമ്പാടുനിന്നും വ്യത്യസ്ത അഭിപ്രായമുള്ള ആളുകളുടെ കമന്റുകൾ സഹായിക്കും. നിലവാരം മെച്ചപ്പെടുത്താനും വരയിലെ പുതിയ ട്രെൻഡുകൾ മനസിലാക്കാനും വെബ് സൗകര്യം തരുന്നുണ്ട്.

നമ്മുടെ കാർട്ടൂൺ കലാകാരന്മാരുടെ വരപ്പിന്റെ രീതിയിൽ ഇത്തരം സൗകര്യങ്ങൾ ഉപയോഗപ്പെടുത്തി മാറ്റം അനിവാര്യമല്ലേ?

തീർച്ചയായും ഇന്ത്യയിലുള്ള ഒട്ടുമിക്കയാളുകളും പഴയ കാലത്തെ

രീതി തന്നെയാണ് തുടരുന്നത്. മാറ്റം വരുത്താൻ കാര്യമായ ശ്രമങ്ങളും നടക്കുന്നില്ല. ഇക്കാര്യത്തിൽ വരയ്ക്കന്നയാളുകൾക്കും പത്രാധിപർക്കു മൊക്കെ പങ്കുണ്ട്. അതൊരു ദുഃഖകരമായ സാഹചര്യമാണ്. ഞാൻ കുറേയൊക്കെ അഡ്വാൻഡ്സ് ആണ്. എനിക്ക് www.indian caricature എന്ന വെബ്സൈറ്റുണ്ട്. അതിൽ ഒരുപാട് വായനക്കാരെ കിട്ടുന്നുണ്ട്.

കാർട്ടൂണിസ്റ്റ് സുജിത്തൊക്കെ ഓൺലൈൻ സൗകര്യം ഉപയോഗപ്പെടു ത്തുന്നയാളാണ്. ഗോപീകൃഷ്ണൻ ഇപ്പൊ ഫെയ്സ് ബുക്കിൽ വന്നു കഴിഞ്ഞു. പത്തു നാൽപ്പതു വർഷമായി വരയ്ക്കുന്ന ജോയ് കുളനട യൊക്കെ ഫുൾടൈം ഓൺലൈനാണ്. താങ്കളുടെ വഴിയിലാണ് പലരും?

ഞാൻ പറഞ്ഞില്ലെ, ഈ മാറ്റം അനിവാര്യമാണ്. ഗുണകരമാണ്. ഈ പറഞ്ഞവരൊക്കെ പുതിയ ട്രെന്റിനെ സ്വീകരിക്കാൻ മടികാട്ടാത്ത വരാണ്. അതൊരു നല്ല കാര്യം തന്നെയാണ്. കാരണം കാർട്ടൂൺ ഒരു ആഗോളകലയാണ്.

വര:
തോമസ്
ആന്റണി

പോക്കറ്റ് കാർട്ടൂൺ

രജീന്ദ്രകുമാർ: കാർട്ടൂണിസ്റ്റ് എന്ന നിലയിൽ പ്രശസ്തൻ. *മാതൃഭൂമി* ദിനപത്രത്തിലെ കാർട്ടൂണിസ്റ്റ്.

മാതൃഭൂമി പോലൊരു മുഖ്യധാരാപത്രത്തിൽ ക്ലാസിഫൈഡ് കോളത്തിൽ പോക്കറ്റ് കാർട്ടൂൺ ആരംഭിച്ച് അത് വിജയിപ്പിച്ചെടുത്തയാളാണ് താങ്കൾ. പോക്കറ്റ് കാർട്ടൂണിന്റെ സാധ്യതകൾ എന്തെല്ലാമാണ്?

വാസ്തവത്തിൽ *മാതൃഭൂമി*യിലെ ഒരു സ്റ്റാഫ് കാർട്ടൂണിസ്റ്റല്ല ഞാൻ. പരസ്യവിഭാഗത്തിലാണ് ഞാൻ ജോലി ചെയ്യുന്നത്. ക്ലാസിഫൈഡിന്റെ മാർക്കറ്റിങ്ങിനു വേണ്ടി കൂടിയാണ് 'എക്സിക്കുട്ടൻ' തുടങ്ങുന്നത്. എന്നാൽ അതൊരു വെല്ലുവിളിയായിരുന്നു. വലിയൊരു കോളം കാർട്ടൂണിസ്റ്റിനെക്കാളും പ്രതിനിധികൾ പോക്കറ്റ് കാർട്ടൂണിനുണ്ട്. വലിയ ക്യാൻവാസിൽനിന്ന് ചെറുതിലേയ്ക്ക് വരികയും വായനക്കാരൻ ഒരു ദിവസം മുഴുവൻ ഓർത്തുവയ്ക്കുകയും ചെയ്യേണ്ടതായ വിഷയം അവതരിപ്പിക്കുയും വേണം. ഞാനധികവും സാധാരണക്കാരനുമായി ബന്ധപ്പെട്ട കാര്യങ്ങളാണ് വിഷയമാക്കുന്നത്. എന്നാൽ എനിക്കൊരിക്കലും വിഷയദാരിദ്ര്യം ഉണ്ടാവാറില്ല. ചിത്രംവര ഒരിടത്തും അഭ്യസിച്ചിട്ടില്ലാത്ത എനിക്ക് ഒബസർവേഷനിലൂടെയാണ് ത്രെഡുകൾ പലപ്പോഴും കിട്ടുന്നത്.

സാമുവൽ ആണ് ഇന്ത്യൻ പോക്കറ്റ് കാർട്ടൂണിന്റെ പിതാവെന്ന് അറിയപ്പെടുന്നത്. അദ്ദേഹത്തിന്റെ ബാബുജി എന്ന കഥാപാത്രത്തിന്റെ സ്വീകാര്യതയ്ക്കുശേഷം കുഞ്ചുക്കുറുപ്പ് കുഞ്ഞമ്മാൻ, എന്നിവയൊക്കെ സ്വീകരിക്കപ്പെട്ട ചരിത്രമാണുള്ളത്. ഇപ്പോഴും പോക്കറ്റ് കാർട്ടൂണുകൾ

വര: രജീന്ദ്രകുമാർ

സ്വീകര്യതയുണ്ടോ ?

തീർച്ചയായും സാമുവൽ സാർ നമ്മുടെ, സാധാരണക്കാരന്റെ ജീവിതത്തെയാണ് വരച്ചിരുന്നത്. 'കുഞ്ഞമ്മാനൊ'ക്കെ അധികവും പൊളിറ്റിക്സിനെ കൈകാര്യം ചെയ്തു. ഒരു ബിസിനസ് പേജിന്റെ ജനശ്രദ്ധയ്ക്ക് വേണ്ടി ഒരു പോക്കറ്റ് കാർട്ടൂൺ തുടങ്ങണമെങ്കിൽ സ്വാഭാവികമായും ജനപ്രീതിയുണ്ടെന്നുറപ്പല്ലേ? നിത്യജീവിതത്തെ വരയ്ക്കുമ്പോൾ, പൊളിറ്റിക്സ്, സിനിമ, ബിസിനസ്, കായികം ഒക്കെ കടന്നുവരും. യൂത്തൊക്കെ ഇഷ്ടപ്പെടുന്നത് അതുകൊണ്ടാണ്. എനിക്ക് തോന്നുന്നത് പൊതുജന മനഃസാക്ഷിക്കൊപ്പം എപ്പോഴും തോളിൽ കയ്യിട്ട് നടക്കുന്നത് പോക്കറ്റ് കാർട്ടൂണാണ് എന്നാണ്.

വരയുടെ വേഗവിസ്മയം

എസ് ജിതേഷ് 'പെർഫോമിംഗ് ആർട്ട്' എന്ന നിലയിലുള്ള ആദ്യ പരീക്ഷണം സൂപ്പർ സ്പീഡി കാർട്ടൂൺ സ്റ്റേജ് ഷോ അവതരിപ്പിച്ചു.

കാർട്ടൂണിനെ പെർഫോമിംഗ് ആർട്ടാക്കിയപ്പോൾ താങ്കൾ എന്താണ് ലക്ഷ്യം വച്ചത്?

90കളുടെ തുടക്കത്തിലാണ് 'വരവേഗവിസ്മയം' എന്ന പരിപാടിയുമായി ഞാൻ രംഗത്തുവരുന്നത്. കേരളത്തിലെ കാമ്പസുകൾ കേന്ദ്രീകരിച്ചാണ് ഈ പരീക്ഷണങ്ങൾ നടത്തിയത്. വേഗത്തിൽ സിനിമാതാരങ്ങളെയും ക്രിക്കറ്റ് താരങ്ങളെയും ഗായകരെയുമൊക്കെ സ്റ്റേജിൽ വരച്ചവതരിപ്പിച്ചാണ് തുടക്കം. ഇങ്ങനെ മൈക്കിൾ ജാക്സണും യേശുദാസും സച്ചിൻ ടെണ്ടുൽക്കറും കപിൽദേവും പ്രേംനസീറുമൊക്കെ സ്റ്റേജിലെ വൈറ്റ് ബോർഡിൽ കാരിക്കേച്ചറുകളായി അഞ്ചുമിനിറ്റുകൊണ്ട് അവതരിപ്പിച്ചപ്പോൾ ആളുകൾക്കിടയിലും സ്വീകാര്യതയുണ്ടാവുകയായിരുന്നു

ജിതേഷ്

കവി കടമ്മനിട്ട രാമകൃഷ്ണന്റെ വാക്കുകളാണ് ചിത്രകലയെ അവതരണകലയാക്കി ആവിഷ്ക്കരിക്കുവാൻ ഏറ്റവുമധികം പ്രേരണയായത്. അദ്ദേഹം നേരിൽ കണ്ടപ്പോൾ ഉപദേശപൂർവ്വം പറഞ്ഞു, 'കല ജനകീയമാക്കണം. ഞാനൊന്നും മുൻനിര പ്രസിദ്ധീകരണങ്ങളിൽ കവിതയെഴുതിയല്ല കവിയായി

ത്തിർന്നത്. നിങ്ങളിലെ ചിത്രകാരനെയും ചിത്രകലയെയും ആർട്ട് ഗാലറിയിൽനിന്നും അച്ചടിമാധ്യമത്തിൽനിന്നും ജനമധ്യത്തിലേക്കിറക്കി നിർത്തണം.'

സാധാരണപോലെ ചിത്രം വരച്ചാൽ അതു കണ്ടുനിൽക്കാനും ആസ്വദിക്കാനും ആളുണ്ടാവില്ല.പക്ഷെ വേഗത്തിൽ മിഴിവ് ലോകപ്രശസ്ത വ്യക്തികളെ നർമ്മഭാഷണത്തിന്റെയും കാവ്യശകലങ്ങളുടെയും അകമ്പടിയോടെ അരങ്ങിലവതരിപ്പിക്കുന്നത രീതി കാണാനും കേൾക്കാനും ആളുണ്ടായി.

'വര' 'അരങ്ങ്' എന്ന രണ്ടു ശുദ്ധദ്രാവിഡപദങ്ങളെ ചേർത്തുവെച്ച് 'വരയരങ്ങ്' എന്നൊരു പുതിയ വാക്കും പുതിയ വിനോദവിജ്ഞാന പരിപാടിയും ഞാൻ ആവിഷ്ക്കരിച്ചു. 2008 ജൂൺ 22-ാം തീയതി ഞായറാഴ്ച പന്തളത്തുനിന്നാണ് 'വരയരങ്ങ്' എന്ന കലാരൂപത്തിന് ഞാൻ ഔപചാരികമായ തുടക്കമിടുന്നത്. എന്റെ ചിത്രകലാഗുരുനാഥൻ ആർടിസ്റ്റ് വി എസ് വല്ല്യത്താന്റെ അനുസ്മരണയോഗമാണ് അതിന് വേദിയായത്.

സിനിമയിലും സംഗീതത്തിലും നടക്കുന്ന ചെറുപരീക്ഷണങ്ങൾപോലും അംഗീകരിക്കപ്പെടുമ്പോൾ വരയരങ്ങ്പോലെയുള്ള ചിത്രകലാ പരീക്ഷണങ്ങൾ അർഹിക്കുന്ന ഗൗരവത്തോടെ വിലയിരുത്തപ്പെടുന്നുണ്ടോ?

പൊതുസമൂഹത്തിലേക്ക് ഈ കലാരൂപത്തെ എത്തിക്കാൻ കഴിഞ്ഞതുകൊണ്ടാണ് രണ്ടായിരത്തോളം വേദികൾ പൂർത്തീകരിക്കാൻ കഴിഞ്ഞത്. ലിറ്ററി ക്രിറ്റിസിസം പോലെ ആർട്ട് ക്രിറ്റിസിസം ഇവിടെ സജീവമല്ലാത്തതിനാൽ 'കണ്ടു.. കയ്യടിക്കുന്നു.... ആസ്വദിക്കപ്പെടുന്നു!'

www.ingramcontent.com/pod-product-compliance
Lightning Source LLC
LaVergne TN
LVHW100810051026
849519LV00006B/2031
* 9 7 8 9 3 8 3 9 0 3 5 2 8 *